'**KAYA**' या ओडिया पुस्तकाचा अनुवाद

काया

डॉ. प्रतिभा राय

अनुवाद

राधा जोगळेकर

मेहता पब्लिशिंग हाऊस

✆ +91 020-24476924 / 24460313 / Mob. No. 9545000513
Email : production@mehtapublishinghouse.com
Website : www.mehtapublishinghouse.com

- *या पुस्तकातील लेखकाची मते, घटना, वर्णने ही त्या लेखकाची असून त्याच्याशी प्रकाशक सहमत असतीलच असे नाही.*

KAYA by Dr. Pratibha Ray

Translated into Marathi Language by Radha Joglekar

काया / अनुवादित कथासंग्रह

अनुवाद : राधा जोगळेकर
Email : author@mehtapublishinghouse.com

प्रकाशक : सुनील अनिल मेहता, मेहता पब्लिशिंग हाऊस,
१९४१, सदाशिव पेठ, माडीवाले कॉलनी, पुणे – ४११०३०.

मुद्रक : ट्रिनिटी ॲकॅडमी फॉर कॉर्पोरेट ट्रेनिंग लिमिटेड

मुखपृष्ठ : चंद्रमोहन कुलकर्णी

प्रथमावृत्ती : फेब्रुवारी, २०२०

किंमत : ₹ २९५

P Book ISBN 9789353174255
E Book ISBN 9789353174262
E Books available on : amazonkindle Apple Books Google Play Books

---

ज्यांच्याशिवाय माझे आयुष्य अपूर्ण आहे; त्या
अनन्या, आनंद, मेघना व विजय यांना...

मनोगत

ओडिया साहित्यातील चांगले साहित्य मराठी भाषेत अनुवादित करून ते मराठी वाचकांपर्यंत पोहोचवण्याचे काम मी गेले कित्येक वर्षं करते आहे. 'मेहता पब्लिशिंग हाऊस'साठी डॉ. प्रतिभा राय यांचं माझं हे दुसरं पुस्तक मी मराठी भाषेत अनुवादित केलं आहे. पहिलं पुस्तक 'पूजाघर' होते.

'काया' या पुस्तकातील कथा कोणत्या ना कोणत्या सत्य घटनेवर आधारित आहेत. घटनेच्या अनुषंगानं कथा लिहिल्या गेल्या आहेत.

डॉ. प्रतिभा राय यांच्या ओडिया कथांचा थेट मराठी अनुवाद मराठी वाचकांपर्यंत पोहोचवणं हे 'मेहता पब्लिशिंग हाऊस'च्या श्री.सुनील मेहता यांच्यामुळेच शक्य होत आहे. तसेच डॉ. प्रतिभा राय यांनी माझ्यावर विश्वास ठेवून त्यांच्या कथांचा मराठी अनुवाद करायला परवानगी दिल्यामुळे या कथा मराठी वाचकांपर्यंत पोहोचवता आल्या. मला मोठ्या बहिणीच्या जागी असणाऱ्या श्रीमती वीणा गर्भे यांची या पुस्तकाच्या कामात मला बहुमोल मदत झाली. त्या पुणे इथे व मी कटकला, दोन विरुद्ध टोकांना असूनही त्यांनी वेळेत हस्तलिखिताचं वाचन करून योग्य त्या सुधारणा मला वेळोवेळी सुचवल्या. याखेरीज ज्यांची ज्यांची मला माझ्या या पुस्तकासाठी प्रत्यक्ष वा अप्रत्यक्ष रूपानं मदत झाली, त्या सर्वांची मी आभारी आहे.

मुख्य उल्लेख माझे पती डॉ.वासुदेव श्रीराम जोगळेकर, त्यांच्याशिवाय माझं लेखनाचं काम अपूर्ण आहे. त्यांनीच मला ही अनुवादाची दिक्षा दिली. ते मराठीतून ओडियात अनुवाद करतात. माझ्या अनुवादाचे पहिले वाचक तेच असतात. त्यांचे आभार नाहीत, पण त्यांच्या उल्लेखाशिवाय पाऊल पुढे टाकता येणार नाही.

हे पुस्तक मराठी वाचकांच्या पसंतीस उतरो, ही जगन्नाथापाशी प्रार्थना करून मी इथेच थांबते...

– राधा जोगळेकर

अनुक्रमणिका

हिऱ्याची अंगठी । १
सावलीसारखा माणूस । ११
नवजातक । २०
अग्निमूर्ती । ३१
चंद्रबिंदू । ४०
गोधुळी रंगाची कविता । ५४
मृत्युपत्र । ६६
पायापाशी जागा द्या । ७५
पुन्हा कधी भेट होणार नाही । ८४
पूर्णाहुती । १००
ईश्वर । ११५
देश कुठला । १२२
मैत्र जीवांचे । १२७
मातृपूजा । १४०
प्राक्तन । १४६
उत्तम गणित । १५९
उबुंतू । १६९
काया । १८३

। एक ।

हिऱ्याची अंगठी

मला माहीत आहे –

हृदयशून्य माणसांच्या तुझ्या यादीत माझं नाव तू पहिलं लिहिशील.

पण तुला हे माहीत नाही, की –

मी रातोरात हृदयशून्य असल्यासारखा तुझ्या आयुष्यातून का निघून गेलो?

आपल्या दोघांनाही हे माहीत नव्हतं, की रात्रीचं पान उलटलं जात असताना शुक्लपक्षाच्या पौर्णिमेच्या मध्यान्ही खग्रास सूर्यग्रहण आपली वाट बघत होतं. कोणासाठी? सारं जग म्हणेल तुझ्यासाठी, पण मी म्हणेन आपल्या दोघांसाठी.

शरीरावर होणाऱ्या जखमेसाठी शरीर जबाबदार नसतं – तर शरीरामधील रोगाचे जीवाणू आणि शरीरातील प्रतिरोधक शक्ती, यांच्या मध्ये होत असलेला संघर्षच त्या जखमेचं कारण असतो. हृदयशून्यतेची जखम जन्माला घालणाऱ्या कहाणीची कहाणी इतक्या सहजपणे सांगता येणार नाही. दूर उभं राहून कोणाच्याही सावलीचं माप घेता येणार नाही. ती सावली कधी पुढे तर कधी मागे, तर कधी स्वत:च लपलेली असते. कधी लहान तर कधी मोठी, कधी फिक्की तर कधी गडद....हा जो काही संघर्ष चाललेला असतो, त्याची वेदना फक्त मला माहीत आहे. ही गोष्ट इतक्या सहजपणे समजावता येणार नाही.

इतक्या सहजपणे समजावता येणार नसलं तरी प्रेम काय आणि प्रेमाची वेदना काय? प्रत्येकासाठी प्रेमाचा अनुभव वेगळा आणि त्याची वेदनादेखील निराळी...म्हणूनच मी कसा समजावू? तुझ्या मनात माझ्यासाठी प्रेम निर्माण झालं होतं का नाही मला माहीत नाही; पण

आपण एकमेकांना बघितलं, त्याच क्षणी माझ्या मनात तुझ्याबद्दल जो आपलेपणा निर्माण झाला, त्या अनुभवानं मनाला अगदी आनंदी केलं होतं. त्यानंतर माझं मन कायम तुझ्यापाशीच होतं. मनावर अविश्वास दाखवता येत नाही आणि लक्षात आलं, की तेच तुझ्यावर असलेलं माझं प्रेम होतं. आपण एकमेकांना भेटलो, ते काही अचानक घडलेलं नव्हतं. आपल्यामध्ये एक अतूट नातं निर्माण होणं हे विधिलिखित होतं. नाहीतर इतक्या मुलींची स्थळं मला सांगून आली होती, तरीही प्रथम तुझ्याच स्थळाला माझ्या आईनं निवडलं. आधीपासूनच मी आईला सांगून ठेवलं होतं की, नीट पारखून मुलीची निवड कर, कारण मी एकच मुलगी बघेन. आवडली तर तिच्याशीच लग्न करेन, नाही आवडली तर मुळीच लग्न करणार नाही; पण दुसरी मुलगी बघणार नाही. मुली म्हणजे लग्नाच्या बाजारात मांडलेला भाजीपाला नव्हे, की वेगवेगळ्या दुकानांत फिरून बघायचं आणि आवडली नाही म्हणून तोंड फिरवायचं. शिष्टाचार म्हणून तरी एखादं कारण सांगून सध्या लग्न करणं शक्य नाही, इतकं साधं कळवण्याचंदेखील मुलाकडचे लोक बरेचदा टाळतात. माझ्या बहिणीच्या लग्नाच्या वेळी असे अपमान आम्ही बरेचदा सहन केले होते.

तुला पाहताक्षणीच एक गोष्ट लक्षात आली होती, की आपल्या दोघांच्यात अतूट नात्याची एक कहाणी लिहिली जात आहे. मनाला आनंद देणाऱ्या आपल्या या नात्याला जगातील कोणतीही शक्ती अडवू शकणार नाही. बघण्याचा कार्यक्रम संपवून घरी परत आल्यावर तुला एक प्रेमपत्र लिहावं असं वाटलं होतं, पण लिहिलं नाही. तुला उगाच काहीबाही वाटलं असतं. पण तुला एक प्रेमकविता लिहून पाठवली. तुझ्याकडून लागलीच एका ओळीत उत्तर आलं, 'तुमचं प्रेमपत्र मिळालं. अपूर्व!'

त्या 'अपूर्व' शब्दाभोवती मी फिरत राहिलो. या अपूर्व शब्दाचा अर्थ काय समजायचा? कवितेच्या नावाखाली पाठवलेलं माझं प्रेमपत्र अपूर्व, माझं प्रेम अपूर्व का माझं व्यक्तित्व अपूर्व? मला मात्र आपल्या पहिल्या भेटीतच जाणवलं होतं, की तू अपूर्वा-अनन्या, तू फक्त सुंदर मुलगी नाहीस तर तू एक असाधारण मुलगी असणार. आयुष्यात कोणत्याही परीस्थितीत तू असाधारणपणे आपलं जीवन जगून दाखवशील. माझ्या अगदी आतून कोणीतरी सांगत होतं की, माझ्या आयुष्यातील प्रत्येक क्षण तुला अर्पण करण्यासाठीच जणू माझा जन्म झाला आहे. तुला बघताक्षणीच मला हे जाणवलं, की मी तुझ्याच प्रतिमेला माझी जीवनसाथी म्हणून केव्हापासून माझ्या मनात कोरून ठेवलं होतं. यालाच जन्मोजन्मीचं नातं असं म्हणत असावेत. मात्र या आधी मी यासारख्या अतिरंजीत गोष्टींवर विश्वास ठेवत नव्हतो. तुझ्याबद्दल मला वाटत असलेल्या आकर्षणाची व्याख्या मी माझ्या मनालादेखील समजावून देऊ शकलो नव्हतो. पण तुझ्या संमोहनकारी नजरेत मी हे वाचलं, की तुझ्यापासून मी आता मुक्त होऊ शकणार नाही.

तुझ्या घराच्या अंगणात, संध्याकाळच्या वेळी मोगऱ्याची फुलं जितकी सहज आणि सुंदरपणे फुलतात, आपल्या दोघांचे एकमेकांना पसंत करण्याचं संमतिपर्वदेखील तितकंच सहज आणि सुंदर होतं. जे वडीलधारे होते, त्यांच्यापैकी कोणीतरी म्हणालं,'या दोघांचा जन्म एकमेकांसाठीच झाला आहे.' पण माझ्या मनात शंकेची पाल का चुकचुकली माहीत नाही, मी सहजच तुला विचारलं, "आपण दोघं एकमेकांसाठी जगणार हे तर नक्की, पण एकमेकांसाठी मरू शकू का नाही?'' तू स्पष्टवक्ती आहेस, हे तुझ्या उत्तरावरून मी समजलो. तू अगदी मोकळेपणानं म्हणालीस, "मृत्यूची वेळ आल्याशिवाय आत्तापासून ही गोष्ट सांगता येणार नाही. कोणासाठी कोणी मरणं, ही गोष्ट इतकी सहज नाही असं मला वाटतं.'' आपलं बोलणं ऐकून तुझ्या आईनं कानावर हात ठेवले आणि म्हणाली, "अशा चांगल्या शुभवेळी तुम्ही दोघं असं अशुभ का बोलता आहात?'' त्यावर आपण दोघेही हसलो. तुझ्या त्या पातळ ओठांच्या फटीतून आलेलं स्मितहास्य बघितलं आणि आकाशात उगवलेल्या द्वितीयेच्या चंद्रकोरीप्रमाणे ते कोणाच्याही मनाला भुरळ पाडेल, असं मला वाटलं. त्यादिवशीचं तुझं ते हास्य बघितलं नसतं, तर आयुष्यात परत कधीही बघू शकलो नसतो. अशुभ असलं तर असू दे, पण त्या दिवशीचं तुझं ते हास्य माझ्यासाठी ईश्वराचं वरदान होतं. तसं झालं नसतं तर जीवनातल्या सगळ्या दुःखांना विसरायला लावणारं हसूदेखील एखाद्याच्या ओठांवर असतं, हे समजलं नसतं. आजकाल अनेकदा माझ्या मनात येतं, की अजूनही तुझ्या ओठांवर तेच हास्य फुलत असेल का? तू विश्वास ठेव अथवा नको ठेवूस, माझ्या चेहऱ्यावर मात्र ते हसू मी परत कधीही आणू शकलो नाही. त्या दिवसानंतर पृथ्वीवरची सगळी सुंदर हास्यं मला फिकीच दिसू लागली.

साखरपुड्यानंतर आपल्या दोघांचं रोज फोनवर बोलणं व्हायचं. तुझं बोलणं नेहमी संयत आणि सकारात्मक असायचं. आपलं बोलणं झालं, की फोन ठेवायच्या आधी मी तुला नेहमी 'I love you' असं म्हणायचो. तू मात्र कधीही मला त्या शब्दात प्रतिउत्तर दिलं नव्हतंस. पण मला मात्र तुझ्या ओठांतून मनमोहक असा एक मृदू प्रीतिझंकार ऐकू यायचा. त्यानंतर तू फोन ठेवायचीस आणि मी काही वेळ तुझ्याच विचारात विभोर होऊन जायचो.

आपण दोघं IAS परीक्षेतील आवश्यक असणाऱ्या दोन लेखी परीक्षांत उत्तीर्ण झालो होतो. आता तोंडी परीक्षेसाठी तयारी करत होतो. अगदी शेवटच्या क्षणापर्यंत मी उत्तीर्ण होण्याबाबत आशावादी होतो. कारण आजपर्यंत आयुष्यात मी कधीही नापास झालो नव्हतो. माझ्या उत्तरासह माझं व्यक्तित्व आणि रूप हे परीक्षकांना प्रभावित करतं, असं माझ्या मित्रांचं म्हणणं होतं. पण तुला बघितल्यापासून तोंडी परीक्षेचा विचार आला, की मी खचून जात असे. तू अत्यंत मेधावी छात्र होतीस.

शाळा, कॉलेज आणि विश्वविद्यालयात वक्तृत्व स्पर्धेत प्रथम क्रमांक मिळवत आली होतीस. तुझ्या रूपाची व व्यक्तित्वाची छाप माझ्यापेक्षा शंभर टक्के अधिक पडेल, हे मी जाणून होतो. या परीक्षेत जर तू पास झालीस आणि मी नाही झालो अथवा आपण दोघंही उत्तीर्ण झालो, आणि तू माझ्यापेक्षा वरचढ झालीस, तरीदेखील तू माझा पूर्णपणे आपला म्हणून स्वीकार करू शकशील का? अशा प्रकारच्या निकालानं मी शंभर टक्के आनंदित होईन? तुझ्या उच्चाकांक्षी मातापित्यांनी असा निकाल बघून, त्या वेळी लग्नाची अंगठी परत करून, माझ्यापेक्षा वरचढ असलेल्या मुलाशी तुझं लग्न करायचं ठरवलं, तर, त्या वेळी तू काय निर्णय घेशील? माझ्यापेक्षा तू कमी मार्कांनी पास झालीस, तर तुमच्याकडून कोणतीही अडचण निर्माण होणार नाही, याबाबत मला कोणतीही शंका नव्हती. पण कामाच्या ठिकाणी तू मला मागे टाकशील याबाबतदेखील मला शंका नव्हती. याच कारणानं आपल्या दांपत्यजीवनात एक अदृश्य दरी निर्माण होईल; असं माझे मित्र म्हणत होते, ज्याच्याशी मी अजिबात सहमत नव्हतो. तुझं अंतर्मन जणू मी वाचलं होतं, मला ते समजलं होतं. आयुष्य तुझ्यासाठी रूप, तारुण्य, पद-पदव्या, पार्थिव सुख यांत आनंद मानणारं नव्हतं. तू अपार्थिव जीवनाला महत्त्व देतेस, हे तुझ्या विद्यार्थी जीवनातील कित्येक उदाहरणांवरून स्पष्ट झालं होतं. तूदेखील तुझ्या आयुष्याच्या स्वप्नाबद्दल एकदा म्हणाली होतीस, की 'प्रशासन क्षेत्रात राहून दुर्लक्षित लोकांसाठी काम करणं, हेच माझ्या जीवनाचं ध्येय असेल.' तुझ्या बोलण्यात अजिबात अतिशयोक्ती नव्हती, हे माझ्या लक्षात आलं होतं. तुझ्यासारख्या सर्वांगसुंदर, सर्वगुणसंपन्न मुलीशी विवाह व्हावा अशी इच्छा सर्वच पुरुषांची असू शकते; पण भारतीय कुटुंब व्यवस्थेत स्वामित्व कोणाचं असावं या मूलभूत साच्यात घडला गेलेला पुरुष, अशा परिस्थितीत अंत:करणापासून सुखी राहू शकणार नाही, असं माझे मित्र मला उपहासानं सांगत होते. ते त्यावर आणखी असंही म्हणाले, 'वरेण्यासारखी मुलगी दुसऱ्याची बायको होणं चांगलं. तिच्यासारख्या दीप्तीमयी स्त्रीचा सहवास मनाला खूप भावणारा असतो. परपुरुष तिची कामना करतो, तिच्या सान्निध्यात आनंदी होतो आणि विचार करतो, की ही स्वयंसिद्धा स्त्री माझ्या आयुष्यात का बरं आली नाही? हे बघ, तुझ्या लग्नानंतर तुझ्या बायकोचा सहवास आम्हाला मिळेल. याहून आणखी काय व्हायला पाहिजे. त्या वेळी तू आमच्यासाठी घराचे दरवाजे बंद तर करणार नाहीस ना? आम्ही एका साधारण मुलीची जोडीदार म्हणून निवड करू, तेव्हाच तिच्या अस्तित्वाचे अधिकारी बनू शकू. पत्नी म्हणून वरेण्या नावाचा दिमाख काही कमी नाही....' अशा प्रकारचं बोलणं मी थट्टेवारी नेत असे आणि सांगत असे, 'माझ्या वाग्दत्त वरेण्याला तुम्ही सगळे ओळखता. ती स्वत:चं अस्तित्व टिकवण्याबरोबरच प्रेमात ते हरवूदेखील शकते.' तुझ्याशी लग्न

करण्यासंबंधात माझ्या मनामध्ये जी काही खळबळ माजली होती, ती मी तुला वेळोवेळी सांगितली होती. तरीदेखील उत्तरादाखल तुझ्या हास्याचा केवळ मधुछंदच ऐकला होता. परीक्षेचा निकाल लागल्यावर आपल्या लग्नाची तारीख निश्चित झाली होती. हा आपला निर्णय नव्हता, तर तो गुरुजींचा निर्णय होता. त्या आधी म्हणे आपल्या विवाहाला चांगला मुहूर्त नव्हता.

आपल्या तोंडी परीक्षेच्या दिवशी त्या वर्गात आपण शेवटचे भेटलो. तुझ्या उज्ज्वल व्यक्तित्वावर आत्मविश्वासाची आभा दिसून येत होती. एका महत्त्वाच्या तोंडी परीक्षेच्या आधी असा अटळ आत्मविश्वास कोणत्याच परीक्षार्थीच्या चेहऱ्यावर दिसत नव्हता. तुझ्या आत्मविश्वासामध्ये आत्मगर्वाचा लेशमात्र स्पर्श नव्हता. परीक्षेची मला खूप भीती वाटत होती. तू मला हळुवार आवाजात म्हणालीस, ''आयुष्यातला प्रत्येक दिवस म्हणजे एक परीक्षाच असते. ही काही आपली शेवटची परीक्षा नाही. निकाल जो काही असेल त्यानं आपल्या जीवनाची दिशा बदलू शकेल, पण ध्येय बदलू शकणार नाही. मग इतकी काळजी कशाला? Relax – good-luck..''

मी पण हळू आवाजात तुला म्हणालो, ''तुझं सर्व काही चांगलं होवो, हीच माझी इच्छा –'I love you.'' तुझ्या पातळ ओठांतून तेच भुरळ घालणारं स्मितहास्य, एखादी वीज चमकावी तसं चमकलं. मी मुग्ध झालो, स्वत:ला भाग्यवान समजलो. माझा आत्मविश्वास जागा झाला. हीच सुंदर मुलगी अगदी लवकरच माझी होणार आहे, याचा मला गर्व झाला आहे का? झाला असेल तर होऊ दे, त्यात नुकसान काय? वरेण्याचा विचार करणं जर अभिमानास्पद असेल, तर त्याचा अर्थ ईश्वराच्या अप्रूप निर्मितीची प्रशंसाच करणं. तुला भेटल्यामुळे परीक्षेची वाटणारी भीती, वाऱ्याबरोबर उडून जाणाऱ्या गळून पडलेल्या पानासारखी नाहीशी झाली.

आपल्या दोघांना परीक्षा खूप चांगली गेली होती. तू हॉलमधून बाहेर येईपर्यंत मी तुझी वाट बघत होतो. निघायच्या अगोदर म्हणालो, ''ड्रायव्हरला आपल्या मागे यायला सांग. मी तुला तुझ्या घरी सोडेन. आपल्या लग्नाअगोदर एकदा माझी ड्रायव्हिंगची परीक्षा पण घे .... ,''

तू मधुर आवाजात उत्तर दिलंस, ''माझी 'मा' बरोबर आली आहे. खाली वाट बघत असेल. शिवाय आपल्या दोघांच्या वाटादेखील वेगळ्या आहेत. घरी जाऊन तू विश्रांती घे. या परीक्षेसाठी काल रात्रभर जागरण झालं आहे, हे तुझे भावूक डोळे सांगत आहेत. सगळ्याच गोष्टी खूप गांभीर्यानं घेतोस का रे!''

''चांगलं नाही का?''

''चांगलं तर खरं, पण तितकं चांगलंही नाही. Take it easy. आयुष्य म्हणजे

आजच्यासारखा चिंतामुक्त प्रेमालाप आहे का? आयुष्यात कितीतरी गंभीर क्षणदेखील येतात. त्या वेळी प्रत्येक गोष्ट गंभीर होऊन निर्णय घेणे, किती बरोबर आहे? ही गोष्ट मी माझ्या 'मा'कडून शिकले.'' तू एखाद्या शिक्षिकेसारखी म्हणालीस.

मी विचारलं, ''आणि तुझे बाबा?''

''बाबा अगदी तुझ्यासारखे प्रत्येक गोष्ट गंभीरपणे घेणारे. 'मा' फक्त स्थळासाठी गंभीर. बाकी इतर वेळी एकदम जॉली - अगदी एखाद्या लहान मुली सारखी..'' तू उत्तरलीस.

मी जरा गमतीनं म्हणालो, ''म्हणजे स्थळासाठी तुझी 'मा' आणि बाबा दोघं गंभीर. परीक्षेचा निकाल लागण्याअगोदर आपल्या लग्नाची तारीख नक्की करण्यासाठी गुरुजींना लाच द्यावी म्हणतो. परीक्षेचा निकाल आपल्या लग्नात काही विघ्न तर उत्पन्न करणार नाही?'' त्यावर तू घाईत असल्यासारखी हसून मला बाय म्हणत खाली उतरलीस. तुझ्या उजव्या हाताच्या अनामिकेत साखरपुड्याची हिऱ्याची अंगठी चमकत होती. तुझ्या हातात ती घालताना त्या बोटाचा विद्युतस्पर्श मी एकदाच अनुभवला होता. बाय करून निघताना तू माझ्या हातात हात देशील, अशी मला फार आशा होती.

इतकंच, त्यानंतर तुझा हात हातात घेणं ही तर फार दूरची गोष्ट, आपण भेटलोदेखील नाही. या मधल्या काळात बत्तीस वर्ष निघून गेली. वर्षं कशी उडून जातात हे जर डोळ्यांसमोर दिसू शकलं असतं, तर आपण तोंडावर आपटलो असतो. पुढे एक पाऊलदेखील टाकायला धजावलो नसतो. तुला मी भेटायचं नाही; हा निर्णय तुझा नव्हता, तो निर्णय मी अगदी नाइलाजानं घेतला होता. तू याला निर्दयता म्हणू शकतेस. जग याला स्वार्थीपणा म्हणते. पण तोच या क्षेत्रात घेतला जाणारा स्वाभाविक निर्णय होता. पण मी तुला एकदाही भेटायला कसा काय गेलो नाही? या प्रश्नाचं उत्तर इतकं कठीण व त्रासदायक, की मी ते कसं देऊ?

जी वडीलधारी मंडळी आपल्या साखरपुड्याच्या दिवशी म्हणाली होती, 'अशा प्रकारची जोडी ईश्वर खूप कमी बनवतो. हे दोघं नक्की शिव-पार्वतीसारखे जन्मोजन्मीचे साथीदार आहेत.' तेच परत कसे म्हणाले, 'आपण एकदुसऱ्यासाठी जन्माला आलो नव्हतो म्हणून हे असं घडलं. बहुतेक राहूकाळाला माहीत होतं, की ही जोडी ईश्वरानं बनवलेली नाही, म्हणून जणू तो वाटेत वाट बघत बसला होता.' खरोखर असा काही राहूकाळ असतो? आपण दोघे तर त्यादिवशी अमृतवेळ बघून घरातून सगळ्यांचे आशीर्वाद घेऊन परीक्षेसाठी गेलो होतो. खरंच अशी काही अमृतवेळ असते का? त्या दिवशी या दोन्ही वेळा एकत्रितपणे तुझ्यासाठीच कशा वाट बघत बसल्या होत्या? या सगळ्यावर माझा विश्वास नसला तरी कधी कधी मनात विचार येतो, की त्या दिवशी त्याच वाटेनं परत न जाता तू दुसऱ्या वाटेनं गेली असतीस,

तर राहूकाळाच्या तावडीत सापडली नसतीस.

तोंडी परीक्षा संपवून परत जाताना तुझ्या जखमी शरीराला उचलून हॉस्पिटलमध्ये नेताना तू शुद्धीवर नव्हतीस. पण तुझी बोटं शाबूत होती, आणि आपल्या साखरपुड्याची ती हिऱ्याची अंगठी तुझ्या अनामिकेत इतक्या मोठ्या दुर्घटनेनंतरदेखील तशीच टिकली होती. निर्जीव अशा त्या हिऱ्याच्या अंगठीला काय समजत होतं, की हिऱ्यासारख्या तेजस्वी मुलीचं पौर्णिमेसारखं जीवन नेहमीसाठी अमावस्येच्या अंधारात परिणत झालं आहे. राहूकाळाचा तो मुहूर्त जर तू ओलांडू शकली असतीस, तर तू देशातील एक अनन्य प्रशासिका होऊन स्त्रीशक्तीला केवळ सावरलं नसतंस तर सशक्तदेखील केलं असतंस. देशाचे भाग्य बदलण्याची महत्त्वपूर्ण भूमिका तू बजावली असतीस. पण दैवदुर्विलास, की तो दिवस असा उजाडला की जसा तो रामासाठी वनवास घेऊन आला आणि राजत्याग करावा लागला, त्याप्रमाणे तुझे राजपद तुझ्याकडून हिसकावलं गेलं. तू अशा अवस्थेत होतीस, की तुझे 'प्राण वाचोत' अशीच सगळ्यांची प्रार्थना होती. या प्रार्थनेत मी शरीरानं तिथं उपस्थित नव्हतो हे खरं, पण आत्म्यानं मात्र इतरांच्या बरोबर होतो. तुझं अर्धं अंग लुळं पडलं होतं. मोडक्या बाहुलीगत झालेलं तुझं शरीर बघण्याचं धैर्य माझ्यापाशी नव्हतं. बघितलं असतं, तरी मी काय करू शकणार होतो? तुझी अवस्था किती शोचनीय होती, हे समजण्याच्या पलीकडे तू होतीस. पण माझी अवस्था किती दयनीय होती, हे मी प्रत्येक क्षणाला अनुभवत, शांतपणे सोसत, फक्त तडफडत होतो.

तू कित्येक महिने मृतवत पडून होतीस. तुझं अर्धं अंग आणि हातापायांच्या स्नायूंना गंभीर इजा पोहोचली होती. तू जिवंत होतीस, हाच एक माझ्यासाठी आशेचा धागा होता. दूर राहूनही मी निरंतर प्रार्थना करत होतो, 'हे ईश्वरा! माझ्या वरेण्याला वाचव.' कधी कधी आपली हाक तो ईश्वरदेखील ऐकतो म्हणायचे. तू वाचलीस. तुझ्या मेंदूची तल्लखता, तुझी वाक्शक्ती, तुझी दृष्टी, स्मृती, मेधा, ज्ञान आणि हृदयाचा आवेग पूर्ववत होता. माझ्यापर्यंत तुझी बातमी पोचत असे. पण माझी काही बातमी मात्र तुझ्यापर्यंत जात नव्हती. कारण मी काही तुझ्यासारखा असाधारण नव्हतो. फक्त एक शासकीय अधिकारी होतो. तुझ्या परीक्षेच्या निकालानुसार तुला तुझं पद दिलं गेलं नाही. ऑफिसमध्ये नोकरीदेखील नाकारली गेली. त्यासाठी तू पहिला लढा दिलास. मी त्या वेळी ट्रेनिंग घेत होतो. झालेला अन्याय तू फक्त शांत राहून सहन केला नाहीस. कोणाच्याही दयेची पात्र झाली नाहीस, तर दैव आणि समाजाच्या या अन्यायाचा, तू एक आव्हान म्हणून स्वीकार केलास.

तू अनन्या. मला तर वाटलं होतं त्यापेक्षा तू खूप उंचावर होतीस, इतकी पुढे होतीस तू माझ्या, की मी तसा कधी विचारदेखील केला नव्हता. सगळ्यांसाठी तू स्वत:ला एका स्वर्णीम उदाहरणात रूपांतरित केलंस. तू फक्त स्वत:ला आपल्या

देहाच्या वेदनेतून बाहेर काढलं नाहीस, तर तुझ्यासारख्याच परिस्थितीत सापडलेल्या आणि स्वत:ला असहाय समजणाऱ्या लोकांसाठी तू एक आशेचा दीपस्तंभ होऊन उभी राहिलीस. त्यांना व्हीलचेअरच्या मानसिकतेतून तू बाहेर काढलंस. तू स्वत: त्याच खुर्चीवर होतीस, पण पंगुत्वाच्या भावनेतून बाहेर पडून त्याच खुर्चीवर बसून सारं जग फिरून आलीस व विश्वभरातील लोकांच्या आकर्षणाचा विषय बनलीस. इच्छाशक्तीच्या बळावर जे असाध्य ते तू साध्य केलंस, हे बघून मी स्तंभित होत असे. इतर स्तब्ध होत असत. अर्थात तुला होणारा त्रास, तुझी वेदना आणि संघर्षाच्या वाटेवर आलेल्या अडचणींवर मात करण्याचे तुझे कष्ट, हे तुझ्याशिवाय इतर कोणीही समजू शकणार नाही. तू जर तुझी आत्मकहाणी लिहिलीस; तर हे जग ज्यांच्यावर असहायतेची मोहर उमटवते, त्यांच्यासाठी ती एक जीवन जगण्याचं श्रेष्ठ साधन ठरेल.

दैवाच्या त्या फेऱ्यात जर तू सापडली नसतीस, तर तू एक शासकीय सेवक झाली असतीस. त्यातही तू यशस्वी झाली असतीस. पण पिंजऱ्यात अडकलेल्या पक्ष्यासारखी तुझी फडफड झाली असती. आमच्या नोकरीत इच्छा असूनही कित्येक गोष्टी करता येत नाहीत. आम्ही तर राजनेत्यांच्या हाताखालचे पगारी कर्मचारी...मला वाटतं, तू तर नोकरीचा राजीनामाच दिला असतास. तू एक स्फुल्लिंग आहेस. नोकरीत किती अन्याय सहन करावे लागतात, ते मी जाणतो. तू आता मुक्त आकाशात पंख पसरून उडू शकतेस. बाणांनी घायाळ झालेल्या माणसांच्या पंखांना बळ देतेस. नोकरी केली असतीस, तर तुझी असीम शक्ती तुरुंगात असल्यासारखी बंदिस्त होऊन वाया गेली असती. तुला त्या नोकरीपासून वंचित करणं हा अन्याय असू शकेल, पण मग असहाय लोकांची तू सहायक बनावीस म्हणून बहुतेक तो अन्याय झाला असावा.

ती दुर्घटना झाली नसती, तर तू माझ्याबरोबर एका सुंदर दांपत्यजीवनाचं सुख अनुभवलं असतंस. आई झाली असतीस. पण आता तर तू साऱ्या विश्वाच्या आशीर्वादाचं सुख उपभोगते आहेस. आज तू असंख्य असहाय मुलं, स्त्रिया आणि पुरुषांची आई झाली आहेस. जगत्जननी होण्यासाठीच तुझा जन्म आहे. म्हणूनच दैवानं तुझ्याबरोबर हा निष्ठुर खेळ खेळला.

वरेण्या! मी तुझ्यापासून कधीही दूर गेलो नाही. त्या दारुण दुर्घटनेनं मला तुझ्या किती जवळ आणलं आहे, याची तुला कल्पनादेखील नाही. माझ्या शासकीय अधिकारात तुझ्या नकळत तुझ्या कामासाठी जितकी शक्य होती तितकी मदत, सहयोग देण्याचा मी नेहमी प्रयत्न केला आहे. माझ्या जागी दुसरा कोणीही त्या जागेवर असता, तर तोदेखील यापेक्षा अधिक काही करू शकला नसता. ही माझी उदारता नाही, तर माझं कर्तव्य. पण सगळेच काही कर्तव्यपरायण होऊ शकत

नाहीत. तूच मला कर्तव्यपरायण केलं आहेस.

तू हॉस्पिटलमधून घरी आल्यावर मी तुझ्या बोटात घातलेली ती हिऱ्याची अंगठी आमच्या घरी परत आली.

'हे लग्न शक्य नाही' असा निरोप आमच्याकडून तुझ्या घरी गेलेला नव्हता. पण याबाबतीत आमच्याकडून मौन राहणं म्हणजे 'नास्तीवाक्य' असं तुझ्या घरच्यांनी समजणं ही अगदी स्वाभाविक गोष्ट होती. तुझ्या हातातून अंगठी काढताना तू अगदी निर्लिप्त होतीस, असं ऐकलं होतं. तुझ्या आईच्या डोळ्यांतील पाणी बघून तू म्हणाली होतीस, ''कोणावर ओझं बनून राहण्याची माझी इच्छा नाही. उदारपणे त्यांनी या लग्नाचा विचार केला असता, तरी माझ्याकडून या लग्नासाठी काही प्रश्नच उरत नाही. यात त्यांचा काहीच दोष नाही. अशा बाबतीत स्वाभाविकपणे असंच घडतं. मला एकाच गोष्टीचं वाईट वाटतं, ते म्हणजे हृदयरंजन एकदादेखील भेटायला आले नाहीत. आम्ही दोघं काय चांगले मित्र होऊ शकलो नसतो का? अगदी व्हीलचेअरवर बसून मी त्यांच्या लग्नाचा आनंद घेऊ शकले नसते का? अर्थात त्यांनी अजून लग्न केलं नाही. पण त्यांनी लग्न करणं उचित आणि मला त्याचं बोलावणं करणं हेदेखील उचित...ते मला मनानं इतकी कमकुवत नक्कीच समजत नसतील, असं मला वाटतं.'

अंगठी परत आल्यावर आणि तुझं सगळं बोलणं ऐकल्यावर मला तुझ्यापुढे अगदीच क्षुद्र झाल्यासारखं वाटलं. तुला भेटायची माझी खूप इच्छा होती. पण माझी कसली असहायता होती कोण जाणे, जी मला जडवत करून टाकत असे. पण मी तुला पाहत असे, वर्तमानपत्रातील बातमीमध्ये, तर कधी कधी टेलीव्हिजनच्या कार्यक्रमात. तू तशीच नुकत्याच फुललेल्या गुलाबाच्या फुलासारखी प्रसन्न दिसायचीस. तुला बघून मी तुझ्यासाठी आनंदी व्हायचो. मला होणाऱ्या भयंकर यातनांचा मला विसर पडायचा. या सगळ्यात मी किती लवकर म्हातारा दिसायला लागलो, ते तू बघितलं नाहीस. पण त्याच दुर्घटनेमुळे तुझ्या वयावर मात्र काही प्रभाव पडलेला दिसत नाही. नोकरीच्या काळात मला मिळालेली प्रशंसापत्रं आणि मेडल्स कपाटाच्या ज्या कप्प्यात ठेवलेली आहेत, तिथेच तुला घातलेली ती हिऱ्याची अंगठीदेखील ठेवलेली आहे. माझी पत्नी विनया, कपाट आवरताना ती हिऱ्याची अंगठी मोठ्या प्रेमानं उचलून पुसते आणि जतनपूर्वक परत ठेवते. प्रश्नार्थक मुद्रेनं माझ्याकडे बघते, तिची शांतता मला विचारत राहते, 'एकदा भेटायला का गेला नाहीत?' ती दुःखी होत असे. तिचाच दीर्घश्वास तिच्या उदास चेहऱ्यावर हात फिरवून तिची समजूत काढे. तिचं कसलं दुःख ते मला समजलेलं नाही, तिनी सांगितलं नाही, मी विचारलं नाही. प्रत्येकाचं दुःख स्वतंत्र आणि एकट्याचं, स्वतःचं; त्याचे कोणीही भागीदार होऊ शकणार नाही. मला इतकं समजलं आहे, की मनुष्याला

त्याच्या आयुष्यात सुख मिळो किंवा न मिळो, पण दुःख मात्र नक्की मिळतं. माझ्या पत्नीनं मला कधीही विचारलं नाही, 'हिऱ्याच्या अंगठीचा शेवट काय?' मलादेखील तो माहीत नाही. बहुतेक मृत्युपत्रात लिहून ठेवेन, की ती अंगठी तुझ्या नावानं असलेल्या संग्रहालयाला द्यावी. अर्थात तेव्हा तू असशील अथवा नसशील. इच्छा खूप आहे, पण तू असेपर्यंत तुझ्यासाठी एक संग्रहालय मी करू शकेन का नाही? त्यात तुला मिळालेले सगळे पुरस्कार, मेडल्स आणि साऱ्या जगभरातील लोकांसमवेत काढलेले तुझे फोटो ठेवावेत. तुझ्या वापरात असणाऱ्या साऱ्या वस्तू तिथे ठेवाव्या. पण माझ्या तुझ्याबरोबर काढलेल्या साखरपुड्याच्या फोटोला त्यात स्थान मिळणार नाही. कसले हे विचार! छे छे सगळ्यांच्या नजरेत मी घृणेला पात्र ठरेन. तुझ्या अनुष्ठानाचा मृत्यू नाही की तुलाही मृत्यू नाही.

खरोखरच का मी तुझ्यापासून तोंड लपवून फिरतो, हे मी स्वतःही सांगू शकत नाही. मला वाटतं, कदाचित मी तुझ्याकडे करुणापूर्ण नजरेनं बघेन, की जे तुझ्यासारख्या धैर्यशील स्त्रीसाठी अजिबात योग्य नसेल. पण त्या दिवशीसारखं मी आजही सांगू शकतो, की माझ्यातून तुला बाहेर काढण्याची क्षमता कोणाला नव्हती व आजही कोणात नाही. आज माझ्या डायरीतील हे पान तू कधीही वाचू शकणार नाहीस. माझं दुःख काय, ते तू कधीच जाणू शकणार नाहीस. माणुसकीच्या नात्यानं का होईना, पण एकदाही हॉस्पिटलमध्ये शेवटी मी तुला भेटायला का आलो नाही ते तू समजू शकणार नाहीस. आणि त्यामुळे तुझा काही फायदा झाला असता, असं मला वाटत नाही. फक्त टेलीव्हिजनच्या लोकांनी त्यांच्या पडद्यावर दाखवलं असतं, की अपघातात जखमी होऊन मृत्यूशी सामना करीत असलेल्या भावी वधू वरेण्याला भेटायला हृदयरंजन आले होते. तेही माझ्या मनात नव्हतं. कधीकाळी तू माझी होणारी पत्नी होतीस, ही गोष्ट मला सुख नव्हे तर दुःख देते. वरेण्या! तुला मी परत एकदा दवाखान्यात असो वा घरी असो भेटलो असतो, तर माझ्या नजरेत तुझ्यासाठी दिसणाऱ्या दया व करुणेनं, तुझ्या साठी असलेल्या माझ्या अनंत प्रेमाला झाकोळून टाकलं असतं. तुला प्रेम दिसलं नसतं; दिसली असती फक्त करुणा, ज्याची तू हकदार नाहीस. तू कोणाच्याच करुणेची पात्र नाहीस, हे माहीत असूनही तुझा विचार मनात आला तरी मी कारुण्याच्या समुद्रात बुडून जाई आणि हेच होतं तुला न भेटण्याचं कारण, असं मी म्हणालो तर त्यावर कोण विश्वास ठेवेल?

तुझं माझं आता न भेटणंच चांगलं. कारण जर भेटलो, तर तुझ्या कार्याची प्रशंसा करायला मला शब्द सापडणार नाहीत. मला अकाली इतकं वार्धक्य आलं आहे, की आपण भेटलो तर तूच मला दया व कारुण्यपूर्ण नजरेनं बघत राहशील आणि दुःखी होशील की काय, अशी मला भीती वाटते. कारण तू तर कारुण्यपूर्ण आहेस! ■

। दोन ।

सावलीसारखा माणूस

रणरणतं ऊन असो, मुसळधार पाऊस असो वा थंडीच्या दिवसात सावली उलटते, त्या वेळी एखाद्या फाटकाच्या दारात एक सावली उभी राहिलेली दिसते. फाटक हळू आवाजात वाजवून घरातल्या लोकांचं लक्ष वेधून घेतं. घरातून कोणी बाहेर आलं तर तो बारीक, सडपातळ माणूस बघता बघता एखाद्या पांढऱ्या ढगासारखा लुप्त होतो वा क्षणभरात डोळ्यांपुढून निघून जातो. त्या वेळी लक्षात येतं, की ही सावली नव्हे तर हा माणूस होता. कोण ... कोण बरं होता तो? अगदी ओळखीचा वाटतो. पण बघायला गेलं तर अनोळखी. अशा सावलीसारख्या माणसांचं नाव, गाव कोणाला माहीत नसतं. जराशी आपली तोंडओळख. आपल्या आयुष्यातदेखील अशी फक्त चेहऱ्यानं ओळख असलेले बरेच जण असतात. या जगात तोंडओळख असलेल्या अर्ध्या लोकांबरोबर, आपली कितीतरी कामं असली तरी त्या प्रत्येकाचं नाव, गाव आपल्याला माहीत नसतं. दूधवाला, पेपर टाकणारा, मासेवाला, भेळवाला, भाजीवाला, फेरीवाला, रिक्षावाला, पोस्टमन अशा ओळखीच्या, बरेचदा आपल्याला गरज असणाऱ्या पण नाव, गाव माहीत नसलेल्या लोकांची यादी लांबतच जाते. आपल्या रोजच्या आयुष्याला ही माणसं किती सोपं करून टाकतात, गतिमान करतात. त्यांच्याशिवाय किती अडचणी भोगाव्या लागतील आपल्याला. खरं तर किती जवळची ही माणसं, पण कोण विचारतो त्यांचं नाव, गाव, पत्ता - त्यांच्या कुटुंबाची विचारपूस - त्यांची इतर चौकशी कोण करतो - कोणापाशी वेळ आहे इतका? विचारून फायदा तरी काय? आणि

न विचारून तोटा तो काय? ही माणसं तर आपोआप आपल्या दरवाजापाशी येतील. नाही आली तर आपणच त्यांना शोधू, कारण आपल्या रोजच्या वस्तूंची गरज हेच लोक भागवतात. हे एक सोडलं, तर त्यांच्यापाशी आपलं काही काम नाही. अशा कितीतरी माणसांशी आपला संबंध येतो. त्यांच्याबरोबर भावाची घासघीस, पैशाचं येणं-वसुली, पाच रुपये कमीजास्त यावरून थोडीफार बाचाबाची, कधीकधी थोडीफार शिवीगाळदेखील होते. त्यांच्यातदेखील एखादा आपल्याला आवडता, एखादा नावडता, कोणी चांगला, कोणी वाईट असा ठसा आपापल्या विचारांनी त्यांच्यावर उमटवून माणूस मोकळा होतो.

सावलीसारखा माणूस यांच्यापैकीच एक असतो. रिकाम्या हातानं येतो – फाटकाबाहेर थांबून सगळ्यांना क्षणभर बघून नाहीसा होतो. घरातून कोणी बाहेर आलं नाही तर कोणाची तरी वाट बघितल्यासारखा उभा राहतो, मनातल्या मनात पुटपुटतो सगळं ठीक आहे न? मुलंबाळं सुखात आहेत ना? तेवढंच जाणून घ्यायचं आहे. तुमचं सारं काही ठीक आहे, हे जाणण्याचा माझ्याकडे दुसरा काही उपाय नाही.' त्याची ही पुटपुट दुसऱ्या कोणालाही ऐकू जात नसे, तो स्वत:च ऐकत असे. बहुतेक तो स्वत:शीच बोलत असावा.

माणसाचं सगळं ठीक चाललं आहे का नाही हे समजण्यासाठी कानांची आवश्यकता नाही, त्यासाठी नजर पाहिजे. चेहऱ्याकडे नुसतं बघितलं, की कितीतरी गोष्टी उमजतात. तोंडानं जे काही सांगतो, बोलतो, ते सगळं खरं का असतं?; 'कसे आहात'चं उत्तर 'ठीक आहे' असं म्हणून जे सांगितलं जातं, त्यातलं किती खरं आणि किती खोटं, हे त्याला स्वत:ला तर माहीत असतं. एखादा जेव्हा सांगतो, की मी ठीक आहे; पण आपल्या डोळ्यांना तर समजतं, की तो बिचारा अजिबात ठीक नाही. किती तरी दु:ख, असमाधान आणि दैवाच्या फटकाऱ्यानं माणूस आतल्या आत धुमसत असतो. सहानुभूतीची जराशी फुंकर मारली, की दु:खाचा विस्तव झटदिशी पेट घेतो. मायाधरनं आपल्या साठ वर्षांच्या आयुष्यात हीच गोष्ट अनुभवली होती.

सुख आणि दु:ख - माणसाच्या आयुष्यात मनाच्या या दोनच अवस्था. यामध्ये सुख-दु:खानं भरलेलं आयुष्याचं जंजाळ. साधू-संतांची गोष्टच वेगळी, त्यांच्या प्रवचनातील गोष्टी श्रवणीय-ग्रहणीय, पण ग्रहण करता येत नाहीत. जीवन मोहग्रस्त, त्यासाठीच तर मनुष्य प्रवचन ऐकायला जातो, तेवढ्या वेळेपुरतं तरी आपण निर्लिप्त होतो असं त्याला वाटतं, बहुतेक त्यापासून त्याला क्षणिक शांती मिळते. साधुसंतदेखील काय खरोखरीच पूर्णपणे निर्लिप्त, सुखदु:खाच्या वर पोचलेले असतात! जगातील सुख-दु:ख, दैन्य, ताप बघून त्यांना त्रास होत नाही? खरोखरच का ते काम-क्रोध-लोभ-मोहाच्या पलीकडे पोचलेले असतात? खरं-

खोटं हे चणचण असणाऱ्या पोस्टमन मायाधरला माहीत नाही. पण त्याला हे माहीत आहे, की जे साधू-संतांचा वेष घालून गावातल्या नाटकांमध्ये काम करतात, त्या अभिनेत्यांप्रमाणे बरेच साधू-संत एक नाटकी, वेश पांघरलेले अभिनेतेच असतात. आपापल्या घरी संसारी जीवन व्यतीत करणाऱ्या लोकांमध्येदेखील कितीतरी साधू-संत असतात. तरीसुद्धा नकली बाबांच्याकडे कित्येक चांगली माणसेदेखील जातात. मनुष्य एक असहाय जीव! हे सगळे बाबा म्हणजे 'बुडत्याला काडीचा आधार' हे माहीत असूनदेखील मनुष्य त्यांच्या आश्रयाला जातो.

मायाधर स्वत: काही संत नाही. एक साधारण संसारी माणूस. पण कितीही दु:ख अगर अडचण आली, तरी तो या बुवांच्या मागे लागत नाही. त्यानं एकाचाच आसरा घेतलेला आहे, ज्याचं काही छद्मरूप नाही किंवा ज्याचं खरं रूप कोणालाही दिसत नाही. तो म्हणजे सर्व शक्तिमान ईश्वर. मायाधर स्वत: थोडा दु:खी आहे आणि थोडा सुखातदेखील आहे. त्याच्या आयुष्यात ईश्वरानं फक्त दु:खच दिलेलं आहे, असं म्हणून तो कधीही ईश्वराचा अनादर करत नाही. केवळ स्वत:च्या सुखात नव्हे, तर इतर पाच जणांच्या सुखातदेखील तो सुख मानतो म्हणून त्याचं दु:ख अर्ध्यानं कमी होऊन जातं. ज्या दिवशी त्याचा मुलगा मॅट्रिक फेल झाल्याची बातमी त्याला मिळाली, त्या दिवशी तो दु:खात बुडून गेला होता हे खरं, पण त्यानं कामाची सुटी घेतली नव्हती. सुटी घेतली असती तर इतकं मोठं दु:ख, वाघासारखं मानगुटीवर बसलं असतं. त्याखेरीज त्याची जी नोकरी, त्यात अचानक सुटी मिळणं वा घेणं शक्य नाही. पगार, पदवी कमी असू शकेल; पण नोकरीची जबाबदारी महत्त्वाची..त्याच्या टपाल खात्यातल्या नोकरीत त्याचा हुद्दा लहान असला तरी त्याचं काम अजिबात लहान नाही. त्याचं काम अतिशय महत्त्वपूर्ण. तो काही सामान्य पोस्टमन नाही, जो दिवसभर त्याच्या हाताखाली असणाऱ्या विभागात पत्र-वाटप करू शकला नाही तर पृथ्वीची उलथापालथ होईल. तो आहे तारवाला. सर्व तातडीची पत्रं व तारा पोहोचवणं, हे मायाधरचं काम. त्याच्यावर टपाल विभागाचा जितका विश्वास, तितकाच त्याच्यावर लोकांचा भरवसा. तातडीचं पत्र उशिरा मिळालं तरी चालतं. स्पीडपोस्टदेखील आजकाल उशिरा पोहोचतं. पत्र तर वेगानं धावत नाही, धावतो पोस्टमन. उन्हापावसाची तमा न बाळगता पोस्टमन धावला, की पत्राला वेग मिळतो. पोस्टमन असला म्हणून काय झालं, तोदेखील एक माणूसच आहे. तो काही वारा नाही, की ऊनपाऊस काही न बघता आपली सायकल मारून पत्र पोहोचवेल. पण पोस्टमन म्हटलं, की या सगळ्याला थाराच नाही. ज्या दिवशी त्याच्या हातात एखादी जरी तार असेल, त्या दिवशी तो स्वत:ला टपालवाला नाही तर तारवाला समजतो. तारवाला म्हणजे वाऱ्याच्या वेगानं जायला हवं. ऊनपावसाचा विचार करून कामात दुर्लक्ष झालं तर तारवाल्याला क्षमा नाही. तार

पोहोचवायला जर उशीर झाला, तर ती तार राहत नाही तर तिचं पत्र होतं. किती बेजबाबदारपणा, किती मोठा अपराध! तारेतील मजकूर दुःखाचा असो वा आनंदाचा, तार पोहोचवायला एक दिवस जरी उशीर झाला, तरी तो घोर अपराध; हे मायाधर जाणून होता. त्यामुळेच तार असली, की तो काहीही करून ती तार त्या पत्त्यावर पोहोचवत असे. स्वतःच्या घरातील ताप, सर्दी, बाळंतपणाच्या वेदना होत आहेत अशा बातम्या, मुलगा मॅट्रिक नापास झाल्याची बातमी, मुलीचं लग्न मोडल्याची बातमी; अशा कितीतरी वाईट बातम्या पचवून, त्याचं दुःख करून न घेता त्यानं आपल्या कामात कधीही दुर्लक्ष केलं नाही. अशा बातम्या त्यानं मनावर घेतल्या नाहीत; त्यामुळेच तर मोठाली व्यक्तिगत दुःखं, निराशा, संताप आणि मनाला होणाऱ्या त्रासापासून तो मुक्त झाला. त्या दिवशीदेखील मुलगा मॅट्रिक नापास झाल्याच्या प्राणघाती दुःखातून, कामावर गेल्यामुळेच तो मुक्त झाला. त्या दिवशी त्या विभागात वाटण्यासाठी त्याच्याकडे पाच तारा होत्या. त्या वाटण्यासाठी तो ताबडतोब बाहेर पडला. काय माहीत काय बातमी असेल, आनंदाची का दुःखाची! एखाद्याच्या हातात टेलिग्राम देताना त्याच्या छातीवर नेहमी दडपण येत असे. तो ईश्वराला हाक देत असे, "देवा, आनंदाची बातमी असू दे. माझ्या हातून कोणालाही वाईट बातमी न मिळो." पण हे काय नेहमी शक्य असतं का? ईश्वर नेहमी हाक ऐकतो का? ईश्वर बहुतेक कधीही माणसाची हाक ऐकत नाही. त्याच्या मर्जीनुसार ज्याला जे द्यायचं आहे, ते तो देतो, सुख-दुःख त्याच्याच विचारानं मनुष्याच्या वाट्याला येतं. माणसाच्या आयुष्यात कधीही नेहमीसाठी दुःख वा सुख नसते, सगळ्यांचे आयुष्य सुख-दुःखानं भरलेलं असतं. याबाबतीत रस्त्यावर काम करणारा मजूर असो वा करोडपती असो सगळे समान. बिचारा मायाधरदेखील स्वतःहून दुःखाची बातमी घेऊन कशाला जाईल एखाद्या संसारी माणसाच्या घरी! त्याचा पगार तो काय, छोटी नोकरी आणि केवढं मोठं ओझं! टेलिग्राम....टेलिग्राम .. ओरडत फाटकाजवळ सायकलची घंटी वाजवली, की घरमालक वा मालकीण घाईघाईनं दरवाजा उघडतात. चेहऱ्यावर उत्कंठा आणि डोळ्यांत उद्वेगाची भावना, कपाळावर घाम येत असतो; मायाधरच्या हातातून टेलिग्राम घेताना त्या माणसाचा हात थरथरतोय, घसा कोरडा पडतोय असं त्याला वाटे. टेलिग्राम देताना त्याचा स्वतःचा हातदेखील थरथरतो आहे असं वाटे. खरं तर त्या टेलिग्रामशी त्याचा काय संबध? तो टेलिग्राम पाठवणारा नाही की स्वीकारणारा नाही. त्याच्यात काही का निरोप असेना, त्याला काय मिळणार, की त्याचं काय जाणार? टेलिग्राम देऊन सही घेऊन, निर्लिप्त मनानं फाटकातून बाहेर जाणं हे त्याचं काम. पण टेलिग्राम देऊन झाल्यावर काही ना काही कारण काढून थोडावेळ तो तिथे उभा राही. ग्लासभर पाणी प्यायला मागितलं; तर कोणी नाही थोडंच म्हणणार आहे? जरा दम लागला

आहे, म्हणून फाटकाला टेकून उभं राहिलं तर नको कोण म्हणणार आहे? तेवढ्या वेळात टेलिग्राम उघडला जाई –एका ओळीत शब्द ते किती असणार? पण तेवढ्यानं पृथ्वी रसातळाला जाऊ शकते, भूकंप होऊ शकतो, वज्रपात होऊ शकतो किंवा हातात अमूल्य धन मिळू शकते, हत्ती आपल्या सोंडेतून सोन्याच्या कलशात पाणी ओतू शकतो, असं सर्व काही त्यानं पहिलं आहे. काही दुःखाच्या तर कितीतरी आनंदाच्या बातम्या त्यानं लोकांना दिल्या आहेत. ज्या लोकांशी त्याचा काहीही संबंध नाही; अशा लोकांबरोबर न कळत रडला आहे, त्यांच्याबरोबर आपल्याशीच आनंदात हसला आहे, त्यांच्या आनंदात न्हाऊन गेला आहे, तर त्यांच्या दुःखात बुडून गेला आहे. कोणाकडे अचानक वाईट बातमी दिल्यावर तो जेवू शकला नाही, रात्री झोपू शकला नाही, मी कशाला तारवाला झालो म्हणून उलट स्वतःलाच दोष देऊन झाला आहे. किती विचित्र हा मनुष्याचा जीव! स्वतःच्या मुलाबाळांना धरून, आपल्या स्वार्थाला घट्ट पकडून जगत असलो, तरी दुसऱ्याच्या दुःखात माणूस किती तरी वेळा मरण भोगतो; तर दुसऱ्याच्या सुखात, आनंदात स्वतःच्या दुःखाच्या खाईतून हळूहळू बाहेर पडतो. तो विचार करत असे; असू दे, माझ्या दुर्भाग्यामुळे मी नशिबात दुःख भोगतो आहे, पण आणखी पाच जण तर सुखात आहेत. त्याच्या हातून आनंदाची बातमी ऐकून लोक आनंदी होत आहेत, हे मायाधरचं भाग्यच नाही का? या इतक्याशा आयुष्यात संसारतापानं ग्रस्त झालेल्या माणसाला शुभ समाचार देऊन आनंदी झालेलं बघण्याचं भाग्य सगळ्या नोकरीत नसतं. त्यामुळेच स्वतःची नोकरी खूप मोठी महत्त्वाची समजून, तिचा सन्मान करून, मायाधर आपल्या नोकरीवर खूप प्रेम करत असे. आपल्या कामावर तो खूप खूश असे. त्याच्या मनात असंतोष नाही, कमीपणा नाही वा इतर मोठ्या नोकरीवाल्यांशी स्वतःशी तुलना करून दुःखी झालेलं त्याला कोणी बघितलेलं नाही.

त्याच्या नोकरीच्या काळात आजपर्यंत त्यानं शेकडो तारा किती घरांमध्ये पोहोचवल्या, त्याचा हिशोब नाही. पूर्वी जितक्या संख्येत तारा पोहोचवल्या जायच्या, ती संख्या कमी कमी होत गेली. सगळ्यांच्याच हातात आता मोबाईल फोन, हातापाशी कम्प्यूटर, घरोघरी लॅपटॉप, नोट पॅड अशी कितीतरी आधुनिक यंत्रं आली. गावातील मुले-मुली फेसबुक, ट्विटर का काय ते सगळं वापरून साऱ्या जगभर पसरलेले आहेत. पृथ्वीच्या एका टोकाला मोहरी फोडणीत टाकली, तर तिचा वास दुसऱ्या टोकाला पोहोचायला एक मिनिटदेखील लागत नाही. पण आता बघा, शहरी जीवनात एखाद्या घरात कोणी मरून पडलं असलं, तरी शेजारच्याला त्याचा पत्ता लागत नाही. प्रत्येक जण आपापल्या घरात आपला स्वतःचा स्वार्थ बघून आपल्याच घरात बंदिस्त. बंद दरवाजाची सभ्यता. ओळखीचा मरायला

टेकला तरी त्याची खबरबात नाही. अनोळखी लोकांबरोबर फेसबुक, ट्विटर इत्यादी माध्यमांतून प्रेमाचा पूर वाहतो. बिचारा टेलिग्राफ विभाग वेड्यासारखा बसून हे सारं बघतो आहे. मायाधरला मात्र अजूनही वाटतं, की तारखात्याची जागा कोणीही घेऊ शकणार नाही. तारेमध्ये असलेली बातमी जितकी विश्वासार्ह असायची, आजकालच्या फेसबुकवरची बातमी तितकी विश्वासार्ह नाही. काहीका असेना, त्याची नोकरी अजून थोडेच दिवस आहे. लवकरच संपेल. त्यानंतर जग कुठे का जाईना, मायाधरला त्याचं काही देणं-घेणं नाही. त्याला एका गोष्टीचं मात्र फार वाईट वाटतं, की त्यानं आजपर्यंत इतक्या लोकांना तारा वाटल्या, पण त्याला आजपर्यंत कोणीही एकदेखील तार पाठवली नाही. पाठवणार तरी कोण? बायको अन्नपूर्णेला तर शिक्षणाचा श्रीगणेशादेखील नाही. अर्धवट शिक्षण झालेली विमला, दोन दोन मुलींना जन्म दिला म्हणून सासरहून हाकलून दिल्यानं बापाच्या घरी येऊन पडली आहे. त्याचं काही निराकरण तो करू शकत नाही. आईच्या गर्भात मुलं ईश्वर घडवतो, त्यात त्याच्या मुलीचा काही दोष नाही, की बाप म्हणून मायाधरदेखील काही करू शकत नाही. त्याचा मुलगा मदन मॅट्रिक फेल होऊन, गावात हिरोगिरी करत हिंडतो. गावातल्या मुलींना मिसकॉल देऊन त्यांच्याबरोबर चेष्टामस्करी केल्यावरून, दोन वेळा पोलीस ठाण्याची वारी करून परतला आहे. आता गावात एक छोटंसं किराणा दुकान टाकून बसला आहे. पत्रं पोहचवण्यात मायाधरचं आयुष्य निघून गेलं. त्याला पत्र पाठवत असे फक्त त्याची मुलगी विमी. तिच्या आईच्या नावानं ती पत्र पाठवे. चांगली बातमी–वाईट बातमी विमीनी स्वत: लिहिलेल्या पत्रातून मिळत असे. कजरी गाईला वासरी झाली, बागेतल्या बन्तळा केळीला तीन लोंगर लागले आहेत, पाटकोपरा केळीला दोन लोंगर आणि चंपा केळीला तीन केळफुलं लागली आहेत. या सगळ्या झाल्या घराच्या आनंदी बातम्या वा शुभ समाचार. वाईट वा अशुभ बातम्यांत विमी लिहीत असे – नारळाची दोन फळती झाडं-त्यातील एक मरून गेलं, दुभती काळी गाय फाटूआ रोगाने मेली, तलावात अवलक्षणी उदमांजर काहीही टिकू देत नाही. अशा सगळ्या बातम्या खुलवून विमी आपल्या बापाला कळवीत असे. मात्र ज्या वेळी तिच्या संसारात अडचणी यायच्या, लग्न मोडायची वेळ यायची वा सासरी भयंकर छळ व्हायचा, किंवा अलीकडेदेखील तिचा नवरा तिला घरी परत न्यायला येतो, तेव्हा तिच्या - बरोबरच तिच्या बापाच्या साठवणीतून काही घेण्यासाठी तिला भाग पाडतो. त्या वेळी विमीच्या अक्षरात तिची आई अन्नपूर्णेच्या नावानं पत्र असे. विमीचं अक्षर-तिचीच भाषा, फक्त तिच्या आईच्या नावानं लिहिलेलं असायचं. स्वत:चा नवरा, घर याबाबतीतील गोष्टी ती बापाला लिहू शकत नसे, म्हणून वाक्यातील कर्ता, क्रियापद, बदलत असे. त्यातही मायाधरला आनंद असे, कारण त्यातच तिचा बापाविषयी असलेला आदर

दिसे. चांगल्या घराचे हे संस्कार. तिचं नशीब जरा खराब, अन्यथा विमी संस्कारी मुलगी. पत्राच्या शेवटी नेहमी नक्की लिहीत असे, 'घरी अतिशय अडचण आहे, गाईगुरं आजारी आहेत, बाग-बगिचा पुरा उद्ध्वस्त झाला आहे, सासूची तब्येतदेखील खूप वाईट आहे, या पत्राला तार समजून बसल्या जागेवरून उठून या.' पत्र वाचून मायाधर हसत असे. पत्राला तार समजून आयुष्यात एकदा सुटी घेऊन गेला होता. खूप झालं, आता नाही. पत्र कधीच तार होऊ शकत नाही. तारेचं महत्त्व पत्राला देता येणार नाही. पत्रात लिहिलेल्या सगळ्या अडचणी खऱ्या असल्या तरी लागलीच उठून जाण्याची गरज नसते. विमीनं त्याच सगळ्या अडचणी तारेनं पाठवल्या असत्या, तर मायाधर नक्की बसल्या जागेवरून उठून जाण्यासाठी रजेच्या अर्जाबरोबर ती तार ऑफिसरला दाखवू शकला असता. घटना खरोखर गंभीर आहे हे समजून मायाधरबरोबर ऑफिसरनेदेखील ती तार वाचून सुटी मंजूर केली असती. पण तार देण्याची बुद्धी आणि त्यासाठी पत्रापेक्षा लागणारा अधिक खर्च करण्याची क्षमता आणि मानसिकता खेड्यातील लोकांची जवळजवळ नाहीच. म्हणून स्वत:ला तार आली, की कसं वाटतं, तो अनुभव मायाधरला नाही. पण तार मिळाल्यावर मनाचा जो उद्वेग होतो, त्याच्याशी तो परिचित आहे.

कोलकत्त्याच्या ऐतिहासिक 'अलीपूर पोस्ट ऑफिसां'त मायाधरनं काम सुरू केलं होतं. एका नामांकित पोस्ट ऑफिसात आपण काम करतो, याचा त्याला अभिमान वाटे. टपालसेवा आणि रेल्वेसेवा या दोन्ही भारताला इंग्रजांनी दिलेल्या देणग्या आहेत. विलियम ब्रुक नावाचे एक विलायती डॉक्टर 'कलकत्ता मेडिकल कॉलेजा'त काम करत होते, असं त्यानं ऐकलं होतं. सन १९४८ साली डॉक्टर ब्रूक साहेब, व्हॉईसराय डलहौसी साहेबांना भेटून म्हणाले होते, की कोलकत्त्यात टेलिग्राम सेवा गरजेची आहे. पण दोन वर्षांनंतर डॉक्टरांच्या बोलण्याला महत्त्व देऊन डलहौसी साहेबांनी टेलिग्राफ लाईन टाकण्याची ऑर्डर दिली. ती लाईन 'अलीपूर टेलिग्राफ ऑफिस' व 'डायमंड हार्बर पोस्ट ऑफिस' या दोन्हीत टाकली गेली. तिथून भारतीय टेलिग्राम सेवेची सुरुवात झाली. लोकांनी त्याचा उपयोग करून घेतला. ओरिसातील एका अगदी छोट्याशा खेडेगावातून मायाधर नोकरीसाठी कोलकत्त्याला आला, त्या दिवशी त्याची आई त्याला म्हणाली होती, "इतक्या दूर जातो आहेस रे बाबा, मी मेल्याची बातमी पोहोचेपर्यंत स्मशानात गवत उगवलं असेल." आईला धीर देण्यासाठी तो म्हणाला होता, "केव्हापासून आपल्या गावातील लोक छोट्यामोठ्या नोकरीसाठी कोलकत्त्याला येऊन विदेशी गेले. कोलकत्ता काय विलायत आहे का, की तू इतकी काळजी करते आहेस? कटक शहरातून रात्रीला रेल्वेमध्ये झोपलं की पहाट होण्यापूर्वी माणूस कोलकत्त्यात. त्याशिवाय आता तार केली, की एका दिवसात बातमी मिळते. तुला एवढंतेवढं काही झालं,

की बाबा मला तार पाठवतील. अगं, मला टपाल विभागात नोकरी मिळाली आहे. तुला मी मुळीच मरू देणार नाही.'' काही वर्षांनंतर तार नाही, पत्र आलं बाबांकडून, ''आई अतिशय आजारी आहे. या पत्राला तार समजून बसल्या जागी उठून ये.'' खरोखरी त्या पत्राला तार समजून बसल्या जागेवरून उठून मायाधर घरी आला. पण त्याची आई आजारी तर नव्हतीच, त्याच्या लग्नाच्या तयारीसाठी कमरेला पदर खोचून, घरदार सारवत होती.

''का बरं खोटं लिहिलेत बाबा? मी खोटं पत्र दाखवून सुटी घेऊन आलो, हे काय योग्य आहे का? माझ्या ऑफिसरला समजलं तर माझं नाव खोट्या लोकांच्या यादीत जाईल.'' त्यावर खो खो हसत बाबा म्हणाले, ''जा पोस्ट ऑफिसात बसून बघ. आई आजारी, बाबा आजारी अशा तारा दिवसागणिक किती पाठवल्या जातात. सुटी मिळण्यासाठी आई-बाबांना वर्षातून तीन-चार वेळी आजारी पडणं आवश्यक, त्यात काही चूक नाही. ऑफिसरलादेखील या गोष्टी माहीत असतात. 'नरो वा कुंजरो अश्वत्थामा हत:' असं तर शास्त्र सांगते. त्याशिवाय आई आजारी पडणं, ही काय फार मोठी का गोष्ट झाली? तिचंही वय झालं आहे! तुझे दोनाचे चार हात झाले, की आईचं आयुष्य वाढेल बघ तू.'' मायाधरचे दोनाचे चार हात झाले. पण आईचे आयुष्य वाढलं तर नाहीच, संपलं. पत्र मिळून तो घरी पोहोचेपर्यंत स्मशानात आईची राख झाली होती. त्यावेळीदेखील बाबांनी ती अशुभ बातमी तार देऊन कळवली नाही. किती कंजूष माणूस! त्यावर त्यांचं सरळ उत्तर होतं, ''तार मिळून रेल्वेनं तू घरी पोहोचेपर्यंत तुझी सधवा आई मरून बराच वेळ उलटला असता का नाही? कसं ठेवलं असतं तिचं प्रेत मी? म्हणूनच कशाला उगाचच तार करण्याचा व्याप?''

नोकरीला तीन महिने उरले, तोच त्याच्या मनाला काळजी लागली. त्याच्या जागी आणखी एका माणसाची नियुक्ती होणार. तो माणूस निष्पाप भावनेनं तार लगोलग पोहचवेल का नाही? मायाधर आजकालच्या तरुण पोस्टमनचं वरवरचं काम बघत आला आहे. सरकार त्याच्या हातातून इतकं महत्त्वाचं काम काढून घेत आहे, याचं त्याला अपरंपार दुःख आहे. तो आणखी दहा वर्षं तरी आरामात काम करू शकेल. पत्राची त्याला इतकी काळजी नाही, काळजी आहे तारेची! काळजी करत असे दिवस काढत असतानाच, अचानक एक दिवस सरकारी हुकूम आला. ज्यानं मायाधरचे डोळे आश्चर्यानं विस्फारले. एकशे त्रेसष्ठ वर्षांच्या विश्वासयोग्य टेलीपरंपरेला सरकारनं एका दिवसात तिचा गळा दाबून मारून टाकलं, कशासाठी? मायाधरसारख्या कर्तव्यनिष्ठ कर्मचाऱ्याला सरकारनं विचारलं होतं का? लोकांचं मत विचारलं, मागितलं होतं का? तार पाठवणाऱ्याच्या आणि तार मिळणाऱ्याच्या मनाची घालमेल समजून घेतली होती का? भारतासारख्या अनेक खेडी असणाऱ्या

देशात उन्नती न झालेली अनेक गावं आहेत, जिथे तार हेच त्वरित बातमी पोहोचवण्याचं एकमात्र साधन आहे. सरकारच्या कागदोपत्री या दुर्लक्षित गावांच्या नावांची यादी नाही का?

शेवटी तो दारुण दिवस येऊन ठेपला. एकशे त्रेसष्ठ वर्षांच्या इतिहासाला पूर्णछेद दिला गेला. भारतीय टेलिग्राम सेवेचा तो अंतिम दिवस होता. टेलिग्रामला निरोप देण्यासाठी, रात्री बारा वाजेपर्यंत टेलिग्राफ ऑफिसात लांब रांग लागली होती. कधीही तार न केलेली तरुण मुलं व मुलीदेखील, इतिहासजमा होत असणाऱ्या या महत्त्वपूर्ण निर्णयात उत्साहानं भाग घेऊन, तार करण्याचं असलेलं आपलं अज्ञान आयुष्याच्या पानावर लिहीत होतं. अश्रुभरल्या डोळ्यांनी मायाधरनं त्या दिवशी स्वत:चीच स्वत:ला कोलकत्त्याच्या पत्त्यावर तार पाठवली. तीच होती त्याच्या जीवनातील पहिली आणि शेवटची तार, प्रेषक आणि प्राप्य दोन्ही तोच. त्यानं आपल्या मनाशी ठरवलं होतं, की तार मिळाल्यावर पुढच्या पिढीसाठी ती ऐतिहासिक तार तो जपून ठेवेल. त्यानं तारेत लिहिलं होतं, 'आज निरोपाचं पर्व आहे. अत्यंत व्यथित अंत:करणानं मी तुमचा निरोप घेत आहे. टेलिग्राम! तुला माहीत नाही मला तू किती आवडतोस.'

रात्री बारा वाजता टेलिग्राफ ऑफिसातून परत येऊन त्यानं आपली जुनी डायरी उघडली. त्या डायरीत तो फक्त विशेष घटनाच लिहीत असे.

त्या दिवशी त्यानं लिहिलं –

१४.०९.२०१३

रोज तार हातात घेतली, की माझ्या आतमध्ये जिवंतपणाची एक लहर उठते, पुन्हा मृत्यूची उदारतादेखील भरून जाते. दोन घडीच्या या आयुष्यात दुसऱ्याच्या सुखात सुखी आणि परक्याच्या दु:खात दु:खी होताना हृदय द्रवत असे. हे माझ्या प्रिय टेलिग्राम! तू मला माझ्या आवडत्या माणसांच्या सुख-दु:खाच्या क्षणी त्यांचा साथीदार बनवलेस. सुखात असो वा दु:खात, माणसाला साथीदाराची गरज असते, जो त्याच्या सुखात सुखी व दु:खात व्यथित होतो. तसं नसतं तर नाव-गाव माहीत नसलेल्या तारवाल्याला कोण कशासाठी ग्लासभर पाणी देईल?'

पोस्ट ऑफिसमध्ये आलेल्या शेवटच्या तारा दोन दिवसांत त्या त्या ठिकाणी मायाधरने मोठ्या निष्ठेनं पोहोचवल्या. रिटायर होऊन आपल्या गावी जाण्याअगोदर एकएक करत तो त्याच्या भागातील घरांच्या फाटकाजवळ जाऊन उभा राहिला होता. शेवटच्या दिवशी पुटपुटत तो म्हणाला होता, "जितक्या चांगल्या बातम्या तुम्हाला मी दिल्या, त्यासाठी ईश्वराशी कृतज्ञ राहा आणि जेव्हा वाईट बातमी दिली असेल, त्यासाठी मला क्षमा करा. सगळे सदैव सुखात असा."

■

। तीन ।

नवजातक

समोर पसरलेला बर्फाच्छादित शुभ्र हिमालय, पाठीमागच्या आश्रमातून येणारा मंत्रध्वनी, आणि त्यामध्ये माणसाचे सगळे अत्याचार व घाणीला सामावून समुद्राला मिळण्यासाठी वाहत असलेली, हिमालयातून उत्पन्न झालेली पुण्यतोया गंगानदी. समुद्राला जाऊन मिळाल्यानंतरही तिच्यावरचे माणसाचे अत्याचार थांबत नाहीत. बहुतेक, म्हणूनच आपल्या ध्येयाप्रत पोहोचल्यावरदेखील हिमतोया नदीच्या प्रवाहाचा अंत होत नाही. नदीचं ध्येय समुद्राला जाऊन मिळणं नाही, तिचं ध्येय आहे प्रवाहित असणे. माणसाचे दुःख, पाप, त्रास आणि अज्ञान जोपर्यंत अविरत चालू आहे, तोपर्यंत हिमगंगा तिच्या प्रवाहाचा शेवट कशी काय करेल? तिने तर चिरस्रोता असण्याची प्रतिज्ञा घेतलेली आहे. त्यामुळे तिला क्लांती नाही की शांती नाही.

''देवी!'' पाठीमागून हाक मारून कोणी ना कोणी ध्यानभंग करीत असे. ही माणसे एखाद्याला एकचित्तदेखील होऊ देत नाहीत. पण त्या दिवशी त्या आवाजात एक प्रकारचे संमोहन होते, विचलित करण्यासाठी नव्हे, तर शांत करण्यासाठी. दु;खी मनाच्या भळभळत्या जखमेवर जणू कोणी स्नेहाने हात फिरवावा – त्याच्या अमृतस्पर्शाने.

''देवी, बर्फ पडणं वाढत आहे, आश्रमाकडे परत फिरू या.'' कोण आहे, जे वारंवार ध्यानभंग करीत आहे?

''आश्रम? कुठला आश्रम? गृहस्थाश्रम सोडून मला तर खूप दिवस झाले आहेत. परत बंधनात कशाला ओढून नेता आहात सगळे?'' स्त्रीच्या बोलण्यात निर्णय घेतल्याची दृढता होती.

"गृहस्थाश्रम नाही, आनंदाश्रमात बोलावत आहे."

"आनंद आहे कुठे? सगळीकडे तर सुख-सुख आणि त्यातून निर्माण होणारा स्वार्थ. माणसाचा स्वार्थीपणा हेच त्याच्या दुःखाचं कारण असतं. मी आश्रमात राहण्यासाठी आलेली नाही. आले आहे मुक्तीच्या शोधात. आश्रम म्हणा, मठ, मंदिर, मशीद, चर्च, गुरुद्वारा नाव काहीही असो, प्रत्येक जागा हे एक एक बंधन आहे. मी ही सगळी बंधनं तोडून आलेली आहे. फक्त एक बंधन तोडू शकले नाही म्हणून अनंत दुःखं सोसली आहेत, बाबा." दुःखाने झाकोळलेला स्त्री-स्वर.

"कसलं बंधन, देवी?" मागून प्रेमळ आवाज आला.

"मला देवी म्हणून हाक मारू नका, बाबा. मला आई म्हणू शकाल? फक्त आई. मी माझं नाव, माझी ओळख, कार्य, यश सगळं काही हरवून आलं आहे. मला 'देवी' नाव कोणी दिलं? मी तर एक साधारण मानव आहे."

"या साऱ्या विश्वाची जननी तर स्त्री आहे – 'हिमाय' विश्वाच्या प्रथम आईचं नाव. ती नसती तर मनुष्य, पशू, पक्षी, जीव-जंतू, झाडं-झुडपं काहीही नसतं. फक्त हिमालय, फक्त आकाश, फक्त समुद्र आणि माती म्हणजे तर पृथ्वी नव्हे. आईच्या चिरंतन अमृत स्नेहाप्रमाणे ही चिरस्त्रोता जान्हवी, इतर सर्व नद्या, झाडांचा हिरवागार कोवळेपणा, वेगवेगळ्या रंगांची उधळण आणि वाऱ्याचं बासरीवादन, पावसाचं संगीत, पक्ष्यांच्या कंठातील मंत्रध्वनी, नवजात शिशूच्या रडण्याचा स्वर सगळं मिळून तर निसर्ग बनतो. या विश्वातील सारी तर तुझीच लेकरं, मग आई दुःख कशाचं?" तोच संमोहनकारी स्वर पुन्हा आला.

"आईचं दुःख काय – हे मुलांना समजत नाही, हेच तर दुःख आहे." स्त्रीने सोडलेल्या दीर्घ श्वासाने बर्फातल्या वाऱ्याला जणू शहारून टाकले.

"दुःख कोणाला नाही? सगळी दुःखं दिसत नाहीत. क्षितिजाच्या पलीकडे पृथ्वी आहे हे माहीत असूनदेखील ती कोणाला दिसत नाही. वाटतं, क्षितिजापाशीच जणू जमीन संपली आहे. तसेच ईश्वरानं माणसाला दिलेलं रूप, त्याचा पेहराव, धन-संपत्ती, हवेल्या, शिक्षण, पदव्या, मानमरातब इत्यादींबरोबर त्याच्या आत्म्याची अभिलाषा संपली असावी असं डोळ्यांना दिसतं. पण या सगळ्याच्या पाठीमागे मनुष्याच्या लाजिरवाण्या आयुष्यातील एक अपूर्ण अभिलाषा, जी माणसाच्या विव्हल हृदयात सुप्त बंद असते, हे कोणाच्याच उघड्या डोळ्यांना दृष्टीस येत नाही. दुःख फक्त स्त्रीलाच असतं असं प्रत्येक स्त्रीला वाटतं. पण पुरुषालादेखील अशेष दुःख असतं. मी एक पुरुष आहे. सुखाच्या व्याख्येनुसार मी एक संपन्न सुशिक्षित पुरुष. पण मला जे अमाप दुःख आहे, ही गोष्ट माझ्याशिवाय आणखी कोणालाही माहीत नाही." अंधारात त्या पुरुषाचा गंभीर स्वर ऐकू आला.

एका स्त्रीचे आणि पुरुषाचे अजाण दुःख बहुतेक अंधार आणि हिमालयच

समजू शकेल. पण स्त्री वा पुरुष कोणीच एकमेकांचे दु:ख समजू शकत नाहीत. पुरुष अंधारात अगदी सहजपणे जवळ येऊन बसला. कोणीही एकमेकाला बघू शकत नव्हते, दोघे फक्त अंधारालाच बघत होते. एकमेकांच्या श्वासाचे आवाज एक दुसऱ्याला जाणवत होता. दोघेही नि:शब्द. स्वत:च्याच विचारात मग्न.

कृती म्हणा – वा दुष्कृती म्हणा, सगळ्याच्या मुळाशी माणूसच असतो. पण कृतीपेक्षा दुष्कृती जेव्हा बलवान होत जाते, हे बघून मनुष्याच्या आत ईश्वर वास करतो यावर माणूस कसा विश्वास ठेवणार?

एखाद्या शांत जागी बसून स्वत:विषयी विचार केला, की त्याला एक अज्ञात जंगल दिसते. त्याच जंगलातील रस्त्यावर असलेल्या एका दुर्बोध ठिकाणी पडून असलेला तो आपल्या तान्ह्या आवाजात स्वत:ची उपस्थिती दर्शवित होता. तान्ह्या बाळाचा आवाज. त्याच्या रडण्याच्या आवाजात कुठली भाषा, तो कुठल्या घरचा, कोणता वर्ण, कोणत्या संप्रदायाचा वा जातीचा, कोणत्या ईश्वराचा मंत्रध्वनी असतो. त्याच्या ओठावरील निष्पाप हास्यात कोणत्या आई-वडिलांचे नाव व पत्ता लिहिलेला असतो? म्हणूनच बाळ कोणत्या संप्रदायाचे अथवा कोणत्या जातीचे, हे सांगणे ही आवाक्याबाहेरची गोष्ट होती. त्याला हिंदू, मुसलमान, शीख, ईसाई वा विश्वातील इतर कोणत्याही संप्रदायातील म्हणण्याचे काही कारण नव्हते. आश्चर्याची गोष्ट म्हणजे, त्या ठिकाणाहून जवळच, अगदी पुरातन काळातील जीर्ण अवस्था झालेली तीन पीठे, तीन सख्ख्या भावंडांप्रमाणे लागून उभी होती. एक मंदिर, एक चर्च आणि एक मशीद. जवळपास त्या तिन्ही संप्रदायांच्या माणसांचा वावरदेखील नव्हता. तिथे अरण्यवासीयांची एक वस्ती होती, ज्यांचा या तिन्ही संप्रदायांच्या धार्मिक कर्मकांडावर अजिबात विश्वास नव्हता. ते निसर्गाचे उपासक होते. जंगल, पहाड, चंद्र, सूर्य, नदी, झरे आणि धरित्री मातेला ते आपला ईश्वर मानत होते. त्यांचा ईश्वर ना पुरुष होता ना स्त्री! त्यांचा ईश्वर होता, या साऱ्या विश्वाचा परिपूर्ण निसर्ग. मूर्तिपूजेच्या संदर्भात ते अज्ञानी होते. उपासना पीठात चार भिंतींच्या आत ईश्वराला कोंडून ठेवण्याच्या ते सक्त विरोधात होते. त्यामुळेच ती तिन्ही प्रार्थना स्थळे दुर्लक्षित होऊन पडलेली होती. अरण्यवासीयांच्या वस्तीत राहणारे जुने लोक सांगत असत, की वेगवेगळ्या वेळी वेगवेगळ्या संप्रदायांतील लोकांनी येऊन, आपापल्या कल्पित ईश्वरासाठी ही प्रार्थनास्थळे बांधली होती. या वनवासींना प्रभावित करून आपल्या संप्रदायात आणण्यासाठी त्यांनी नाना प्रकार केले होते, पण आपल्या स्वातंत्र्यासाठी जागरूक असणाऱ्या वनवासी लोकांनी स्वत:च्या जुन्या विश्वासावर अटळ राहून, धर्माच्या त्या प्रभावशाली व्यापाऱ्यांना आपल्या धनुष्य, बाण आणि भाल्यांनी हाकलून लावले. त्यामध्ये धर्माचे बरेच व्यापारी जखमीदेखील झाले. त्यानंतर मात्र कोणीही तिथे येण्याचे साहस केले

नव्हते. पण त्यानंतर मात्र डोंगर खोदून खाणी खणून माणसानी त्याच्या प्रगतीच्या आतषबाजीला सुरुवात केली. कारखाने उभे राहिले आणि जंगलाची शांतता घालवून जरा दूर शहरे वसली; त्याच पीठांमध्ये कर्मकांडी, अंधविश्वासी, स्वार्थपरायण शहरी लोकांची मनोकामना पूर्ण करण्याच्या उद्देशाने ईश्वराला संतुष्ट करणे सुरू झाले; ज्याचे नाव होते 'पूजाअर्चना'. पण वनवासींवर या कशाचाही प्रभाव पडला नाही. तेदेखील पूजाअर्चना करीत होते, त्याच परम दयाळू सृष्टिकर्त्याची, निराकार ब्रह्माची, निसर्गाची, जे त्यांच्याशी गुजगोष्टी करून त्यांना जीवन देत होते आणि मृत्यूदेखील देत होते. भयातून निर्माण होते माणसाची भक्ती. पण त्या भक्तीत सरळ सरळ फक्त जगण्याची आस होती. वनवासींच्या भक्तीत अधिकार, अर्थ, यशप्राप्ती आणि शत्रूच्या नाशाची कामना नव्हती. वनवासी आणि शहरवासी यांच्या पूजा करण्यामागे हाच फरक होता.

वन्य समाजाच्या सरळ मनाच्या गाभ्याला, आपल्या व्याकूळ रडण्याने ज्या तान्ह्या बाळाने हेलावून सोडले होते व आपण मनुष्य आहोत हे जाहीर करीत होते, त्या पवित्र बाळाला 'अवैध' शब्द वापरून, त्याच्या पवित्रतेवर त्या समाजाने प्रश्नचिन्ह उमटवले नव्हते. त्या समाजात कोणतेही बाळ अवैध नव्हते. अवैध हा शब्दच त्यांना माहीत नव्हता. लग्नाअगोदर जर गर्भधारणा झाली असेल, तर साऱ्या समाजासमोर ते उघड करून, दंड म्हणून जातिबांधवांना भात-मांसाचे जेवण घातल्यावर, अविवाहित गर्भवती तरुणीला कोणत्याही योग्य पुरुषाशी विवाह करण्यात कसलीही अडचण येत नसे. लग्नाअगोदर जन्म झालेल्या बाळाची समाज कधीही घृणा करीत नसे. सगळी बाळे तिथे पवित्र बाळे होती. त्यामुळेच तिथे कोणत्याही सोडून दिलेल्या बाळाला कधीही दूर लोटून दिल्याचे एकही उदाहरण नव्हते. जवळच्या शहरातील कुठल्यातरी हृदय नसलेल्या जोडप्याचे, नको असलेले बाळ म्हणून कोणी कधी साधा उल्लेखदेखील त्याच्याबाबतीत केला नव्हता. रिप रिप पडलेल्या पावसामुळे ओल्या झालेल्या रस्त्यावर कार गेल्याच्या स्पष्ट खुणा दिसत होत्या. म्हणजेच संपन्न घरातील हे बाळ विपन्नावस्थेत रस्त्यावर पडून होते. बाळ नक्कीच आकाशातून पडले नव्हते. त्याला कोणीतरी गाडीतून आणून सोडले होते, यात काही शंका नव्हती. गाडीच्या चाकांच्या खुणांचा मागोवा घेत काही जण धनुष्य-बाण घेऊन बाळाला सोडून जाणाऱ्या त्या नराधमांच्या मागे गेले होते. पण शहराच्या डांबरी रस्त्यावर खुणा नाहीशा झाल्या होत्या. परत आल्यावर एका कुटुंबाने त्या देवशिशूला सांभाळण्याची जबाबदारी घेतली असली तरी इतर सगळे मिळून-मिसळून त्याच्या संगोपनाची जबाबदारी घेतील; असा निर्णय ग्रामसभेने घेतला होता. त्याला सांभाळणे, हे त्यांच्यासाठी कधीही जड नव्हते. रानात उमलणाऱ्या फुलाप्रमाणे बाळ आपोआप वाढत होते. त्यामुळे त्याच्या पालनपोषणापायी

तिथे कोणालाही जास्त काळजी नव्हती.

त्याची सरळ हत्या न करता मरण्यासाठी भयंकर जंगली जनावरे असतील अशा ठिकाणी त्याला सोडून देण्यात आले होते असे वाटणे अगदी स्वाभाविक होते. माणसाच्या पापबुद्धीतदेखील किती कपटीपणा. स्वत: मारले तर हत्या, मरण्यासाठी फेकून दिले तर ते त्या बाळाचे नशीब! माणसाचे हृदय मोठे विचित्र. जिथे वात्सल्याचा झरा वाहतो, तिथेच क्रूर निर्ममता वास करते. समाजाच्या भयाने मनुष्य दगड बनतो आणि स्वार्थाच्या माराने राक्षस बनतो.

आईचे दूध पिण्याची अनुभूती बाळाने घेतलीच नव्हती. त्याचा गोरापान रंग, मधाच्या रंगाचे त्याचे केस, पलाश फुलांसारखे त्याचे ओठ, बाणासारखे सरळ तीक्ष्ण नाक, हरणाच्या पिल्लासारखे लांबलचक हातपाय, साळाच्या झाडाच्या खोडासारखे बलिष्ट शरीर, बाल्यावस्थेतदेखील वनवासी लोकांपेक्षा ते बाळ वेगळे उठून दिसत होते. मोठा झाल्यावर त्याने ऐकले होते, की देवाचे बाळ म्हणून त्याचा सांभाळ करणाऱ्या आईने त्याला आपले दूध पाजले नव्हते. गायी-म्हशीचे दूधदेखील त्याला पाजले नव्हते. कारण त्यांच्या विश्वासानुसार गायी-म्हशींच्या दुधावर फक्त त्यांच्या व़ासरांचाच अधिकार असतो, माणसांचा नाही की देवतांचादेखील नाही. त्यामुळे कोणत्या झाडाचा चीक वा कोणत्या मुळीची पेज करून त्याला वाढवले होते, ते त्याला माहीत नव्हते. जंगलातील पिल्लू गेलेल्या प्राण्यांचे दूध काही दिवस त्याला पाजले होते, असे त्याच्या ऐकण्यात होते. ते दूध कोणत्या प्राण्याचे, हिंस्र वा साधा प्राणी, हे त्याला माहीत नव्हते. मनुष्य हिंस्र का पाळीव? जर या प्रश्नाचे उत्तर हिंस्र असेल, तर त्याला सिंहीण अथवा वाघिणीचे दूध पिऊन मोठे झाल्याबद्दल दु:ख नव्हते. कारण त्याला हे माहीत होते, की हिंस्र असू दे वा पाळीव, पशू असो वा माणूस, आईच्या दुधात कधीही हिंस्रपणा असणार नाही. मनुष्याच्या बाळासाठी कोणत्याही प्राण्याचे दूध हे संजीवनी म्हणजेच जीवनामृत असते. त्याच्या आठवणीत, जंगलातील फळे/मुळे, मऊ पेज, आणि हांडिया (भातापासून तयार केलेली एक प्रकारची दारू) खाऊन-पिऊनच तो असा उंचापुरा वाढला होता. पण लहानपणापासून आपण आईच्या दुधाला वंचित राहिलो आहोत, ही गोष्ट त्याच्या मनाला खोलवर कुठेतरी विदीर्ण करून, दु:ख आणि विद्रोहाचे एक मिश्रण त्याच्या मनात निर्माण होत असे. जराशी समज आल्यावर तो जेव्हा एखाद्या लहान मुलाला आईच्या छातीला आपले ओठ लावून अमृतपान करताना बघत असे, त्याच्या मनात भयंकर प्रतिक्रिया उमटत असे आणि त्या वेळी त्याच्या बालमनात प्रश्नांचे काहूर उठे, की ज्या घरात आपले लालन-पालन झाले, ते घर आपले नाहीच का? तो ज्यांना आपले आई-वडील मानतो, ते त्याचे खरे आई-बाप नाहीत का? त्याच्या आईच्या कुशीत बसून त्याच्याच वयाचा लहान मुलगा तिचे

स्तनपान करीत आहे हे बघून, तो त्याला आईपासून ओढून दूर करत असे व स्वत: आईच्या मांडीवर तिच्या अंगावर पिण्यासाठी जाऊन बसत असे. पण कधीही तो त्याच्या प्रयत्नात यशस्वी झाला नाही. हावरटासारखा तो आपल्या आईच्या छातीकडे बघे व भावाच्या तोंडातून गळणाऱ्या अमृतधारेकडे बघताना त्याच्या मनात येई, की कशी चव असेल या अमृताची? मऊ भातासारखी, पेजेसारखी, हांडीयासारखी, महूल फुलांच्या रसासारखी का मधमाशीच्या फेण्यातून गळणाऱ्या मधासारखी, का फुलातल्या मधासारखी. जंगलातील फुलांचा मध चोखून चोखून तो आईचे स्तनपान करण्याची आपली हौस भागवत असे. तान्हेपणातील त्या वंचित अधिकाराने त्याच्या मनात भयंकर असा एक कायमचा निष्फळ विद्रोह निर्माण केला होता. एकदाच का होईना, पण आईच्या अंगावर दूध प्यायला असता तर त्याचा राग, विद्रोह शमला असता. एक ही गोष्ट सोडली, तर त्याच्या आयुष्याची पहिली पाच/सात वर्षे त्या सरळ माणसांच्या निष्कपट प्रेमात मोठ्या आनंदात गेली होती. बहुतेक तोच त्याच्या जीवनाचा उत्तम काळ होता. त्याला कोणीही अवैध वा अनाथ म्हणत नव्हते. कोणीही त्याच्याकडे वेगळ्या नजरेने बघत नव्हते. त्या वस्तीवरचे सगळे वनवासी जणू एकाच परिवाराचे सदस्य होते. एका विश्वासात ते सगळे बांधलेले होते. मानवी मूल्य हे त्यांच्या सरळ हृदयाचे ऐश्वर्य होते. असे असूनही त्यांच्यात हिंस्रपणा व क्रूरपणादेखील होता. स्वत:च्या समाजाचा कायदा मोडला की कठोर शिक्षा तर होतीच, पण त्याचबरोबर क्षमादेखील होती. शहरी सभ्य समाज त्यांना माणूस न म्हणता असभ्य, पशू इत्यादी विशेषणे देऊन हीन समजत असला; तरी सभ्य समाजाची जटिलता, कुटिलता, अपराध प्रवीणता, अमानवीपणा यापेक्षा ते कितीतरी वरती होते, हे सारे मोठा झाल्यावर त्याला समजले होते, त्याच्या लक्षात आले होते.

आईच्या अंगावर दूध पिणे, या बाळाच्या मानवी अधिकाराला सिद्ध करण्यात तो सतत अपयशी झाला आणि त्याची हीच अपूर्ण इच्छा त्याला शाळेतील इतर मुलांपासून वेगळी करत होती. अगदी मोठा होईपर्यंत तो आपल्या उजव्या हाताचा अंगठा तोंडात घालून चोखत असे; ज्यामुळे त्याला शिक्षकांची बोलणी खावी लागत, तसेच मित्रांनी केलेली चेष्टा सहन करावी लागे. वर्गातील मुलींनी केलेल्या चेष्टेचा त्याला जितका त्रास व्हायचा, तितका तो जास्त तापट व बंडखोर बनायचा. ज्या आईने त्याला आपल्या गर्भात नऊ महिने वाढवले आणि जन्म दिला, त्याच आईने त्याला मरण्यासाठी फेकून का दिले? समाजाची भीती स्त्रीला इतकी जर क्रूर करू शकते तर तो समाज त्या स्त्रीला इतकी असहाय का करतो? पण त्याचा हा राग मातीत मिसळून जाणाऱ्या गारांप्रमाणे असे, जेव्हा तो या समाजात एखाद्या स्त्रीवर होणारा अत्याचार आणि तिची असहायता बघत असे आणि काही करू

शकत नसे. त्या वेळी त्याची आईदेखील अशीच असहाय झाली असेल. तिच्या हातातून तिच्या बाळाला ओढून नेऊन मरायला फेकून दिले असणार. मग आईने काय आत्महत्या केली असेल? नाही नाही... तो स्वतः आत्महत्येच्या विरोधी आहे. आईदेखील तशीच असणार. जगाच्या कुठल्यातरी कोपऱ्यात का होईना, पण ती असणार. कधीतरी भेट होईल, अशी आशा तो धरून आहे. बघितलेल्या प्रत्येक स्त्रीकडे, ती आपली आई असावी अशा संशयाने तो बघत असे. अयशस्वी बंड, द्विधा मन:स्थिती आणि संघर्ष यांत इतकी वर्षे निघून गेली. पण तो हरला नाही. आतल्या आत एखाद्या नवीन जन्माला आलेल्या बाळासारखे त्याचे सतत रडणे जरी चालू असले, तरी जगाच्या दृष्टीत तो एक यशस्वी पुरुष होता.

या एकाच जन्मात त्याने कितीतरी जन्म घेतले होते. त्यांपैकी कुठल्याही जन्मात तो माणूस म्हणून जगला, असे काही त्याला मनापासून वाटत नाही. या एकाच जन्मात त्याला अनेक मानलेले आई-वडील मिळाले होते. आई-वडील बदलले गेले, तसे तसे अनेक धर्मदेखील बदलले गेले. धर्मबदलामुळे नावदेखील बदलत राहिले. त्याच्यावर लादलेल्या नावामुळे तो समाधानी झाला नाही, की लादलेल्या धर्मांतरामुळे तो सुखी झाला नाही. त्याने स्पष्टपणे ओरडून सांगितले, की धर्माचे परिवर्तन होऊ शकते, पण विश्वासाचे परिवर्तन होऊ शकणार नाही. एक माणूस म्हणून त्याचा जन्म झाला होता व आत्ताही तो एक माणूसच आहे. तो ना हिंदू आहे, ना ख्रिश्चन आहे ना मुसलमान आहे. फक्त मानव धर्मावरच त्याचा विश्वास आहे.

त्याचे गाव कुठले? त्याचे घर कुठे? ते काहीही त्याला माहीत नव्हते. ज्या गावाच्या मातीत उभा राहून तो स्वतःचे अस्तित्व दाखवत होता, त्याच गावात त्याच्या आई-वडिलांचे घर आहे का, का ते आणखी कुठल्या दुसऱ्या गावाचे? हे 'विश्व माझे घर आहे' असे जेव्हा तो म्हणत असे, तेव्हा सगळे त्याला वेडा म्हणत असत. पण खरे पाह्यला गेले, तर हे विश्वच त्याचे घर होते. कुठेही गेला, तरी तो तिथे जगू शकेल. मग विषुववृत्तावर असो वा कुठल्याही ध्रुवावर असो. माणूस एक विश्वविलासी जीव आहे. (होमोसापियन) असा विचार करून किती नोकऱ्या त्याने घालवल्या, किती प्रलोभनांना दूर सारून तो एकाकी चालत राहिला. असा विमुक्त, वंजारी लोकांसारखा फिरत फिरत तो हिमालयाच्या अनंत पसरलेल्या पायथ्याशी वाहत असलेल्या गंगा नदीच्या किनारी येऊन पोहोचला, जिथे साधूंच्या मंत्रोच्चाराने पहाटेचा तांबूस रंग प्रकंपीत होत होता. संध्याकाळचा केशरी रंग आश्रमाच्या आरतीच्या आवाजात नम्र होऊन पवित्र संध्येचे संगीताच्या आवाजाने स्वागत करत होता. शुद्ध स्नान करून संध्यादेवी अंधाराचे वस्त्र परिधान करून आश्रमात प्रवेश करत असताना, देवीसमान एक स्त्री बाहेर आली होती, जिच्या

चेहऱ्यावर रात्रीचा पदर ओढलेला होता. आश्रमाच्या सीमेच्या एका सिमेंटच्या चौथऱ्यावर ती स्त्री बसली होती, जिच्या मागोमाग अगदी सहजपणे हा वंजारी येऊन पोहोचला.

कोणी त्याला दिशाहीन रस्त्यावर आणून सोडले होते, कोणी त्याला या अंतहीन ध्येयाकडे प्रेरित केले होते? या अंतहीनतेचा इतिहास – भूगोल त्याला काही माहीत नव्हता. चारही दिशा त्याला आईमय दिसत होत्या. हीच स्त्री नक्की त्याची आई असणार. हिच त्याला जंगलात फेकून आता आपले घर सोडून आली असणार! तो जसा आपल्या आईला शोधत फिरतो आहे – ही स्त्रीदेखील आपल्या बाळाला शोधत फिरते आहे. या अंधकाराच्या रहस्यात आज आई-मुलाचे अपूर्व मीलन होणार. कलकल आवाज करणारी पुण्यगंगा आणि शांत हिमालय या मीलनाचे साक्षीदार असतील.

मनात कोणताही द्विधा भाव न आणता त्याने प्रश्न केला, ''देवी नाही, तुम्हाला 'आई' म्हणून संबोधत आहे, स्वीकार्य आहे न?''

'''आई' या संबोधनाला कोणी राक्षसीदेखील नाकारू शकणार नाही, बाबा.''

''मग तुम्ही मला आपल्या अंगावरचे दूध पाजाल का? मी मातृ स्तनपान करीन. सगळ्या आयुष्यात तोच एक ध्यास होता. मी अर्धा – अपूर्ण आहे. आई मला परिपूर्ण कर – संपूर्ण कर.'' त्याचा काकुळतीचा स्वर.

एका क्षणाच्या शांततेनंतर स्त्रीने दृढ स्वरात प्रश्न केला, ''तुझं वय किती?''

''माहीत नाही. कोणत्याही दवाखान्याच्या यादीत माझी जन्मतारीख लिहिलेली नाही. सटवीची पूजा माझ्यासाठी झाली नाही. मी हिंदू, मुसलमान का ख्रिश्चन कोणालाही माहीत नाही. जन्म होताच मला टाकून दिलं. शाळेत जी जन्मतारीख लिहिली आहे, ती अंदाजानं लिहिली आहे. जी मी मानत नाही. माणसाचं वय त्याच्या शरीरावर नाही, तर आत्म्यावर अवलंबून असते. आत्मा चिरंतन असतो त्यामुळे मी काही वर्षांचा किंवा नुक्ता जन्माला आलेलादेखील असू शकतो. माझ्या आत असलेलं अबोध बाळ मातृ स्तनपान करण्यासाठी अविरत रडतं आहे. तेवढीच उणीव मला आहे. माझं तेच वय आहे असा विचार करा.''

ती स्त्री दृढ स्वरातच म्हणाली, ''स्तनपान करणाऱ्या बाळाच्या वयाची एक सीमा असते आणि स्तनपान देणाऱ्या आईच्या वयाचीदेखील एक सीमा असते. आपण दोघांनी वयाची ती सीमा ओलांडलेली आहे. तू एक वयात आलेला पुरुष आहेस, हे तुझ्या आवाजावरून स्पष्ट होत आहे.''

युवकदेखील त्याहून जास्त दृढ स्वरात म्हणाला, ''तुम्ही अजूनदेखील तीच हाडा-मांसाची बाई आहात. 'आई' व्हा. आणि बघा, तुम्हाला मी एक तान्हं बाळच दुधासाठी हट्ट करतंय असं वाटेल. तुम्ही एक ममतामयी स्त्री आहत. मायेचा गंध

आला, की मी कोणत्याही बाईजवळ वंचित असलेलं बाळ होईन. आत्ता मी तुमच्यासमोर बाळ होईन.''

अंधारात त्या बाईची आकृती प्रार्थनेच्या मुद्रेत बसल्यासारखी वाटली. बाईला कुठेही संकोच वाटला नव्हता. स्थिर शांत आवाजात म्हणाली, ''मी शास्त्रपुराण युगातली एखादी सती नाही, जी तुझं बाळात रूपांतर करेल. देवांचं बाळात रूपांतर करून त्यांना स्तनपान देण्यासाठी त्या काळच्या सतीमध्ये शक्ती होती. माझ्यात ती शक्ती नाही.''

युवक म्हणाला, ''मी तुमच्या सतीत्वाची परीक्षा घ्यायला आलेला कपटी देव नाही. तुमच्या मातृत्वाच्या शक्तीचा अनुभव घेऊन एक परिपूर्ण मनुष्य होण्यासाठी आलेला एक भुकेला बाळ आहे. मला निराश करू नका. माझ्यावर दया करून स्त्रीदेहाच्या बंधनातून मुक्त होऊन मातृभावाच्या पुण्यधारेत बदलून जा.''

''मी अजूनपर्यंत आई झालेली नाही. वासरू नसलेल्या गायीच्या दुधाची धार काढणं शक्य आहे का?'' तिचा अविचलित स्वर.

प्रवचन दिल्यासारखा समजावणीच्या स्वरात युवक म्हणाला, ''प्रत्येक स्त्रीमध्ये एक आई दडलेली असते. बाळाच्या ओठांच्या स्पर्शानं तिच्या वक्षातून अमृत झरायला लागतं. मी जर तान्हं बाळ होऊ शकतो, तर तुम्ही स्तनपान देणारी आई का होऊ शकत नाही? मग काय फायदा या भगव्या वस्त्रांचा, साध्वी वा तपस्विनी वेष धारण करण्याचा? मला तर तुमच्यात एका ज्योतिर्मयी स्त्रीचं दर्शन घडतं आहे.?''

''ना...नाही...नाही मला सती व्हायचं नाही. सतीचं काय दुःख हे तुला, एका पुरुषाला कधीच समजायचे नाही. आयुष्यभराच्या साधनेची गोष्ट राहू दे. या वेषात सती जिवंत दग्ध होतात. नाही, नाही, हे मी चुकीचं बोलले. पतीच्या चितेवर पत्नीनं आत्मविसर्जन केलं किंवा त्या चितेत पत्नीला जाळण्यात आलं तर ती स्त्री सती बनते. त्यामुळेच या देशात फक्त मृत सतींचंच जयगान होतं. कोणत्याही जिवंत सतीचं जयगान मी तर कधी कुठे ऐकलेलं नाही.''

चकित होऊन युवक म्हणाला, ''जीवनभर पतीची प्रतारणा करून परपुरुषाच्या प्रेमात पडून नंतर मृत पतीबरोबर आत्मदहन केलं तरी ती सती बनते!''

''हो, माझ्या आयुष्यात तर मी हेच बघत आले आहे. त्यामुळे सती होण्याची मला आकांक्षा नाही. माझं दुःख बरोबर घेऊन, मला माझ्या वाटेनं जाऊ दे.'' ती म्हणाली.

''हे काय धर्मशास्त्रात सांगितलं आहे?'' त्याने विचारलं.

''शास्त्रात सांगितलेलं नाही. त्याच्या आड साधलेला स्वार्थ. अंधविश्वासी, मठाधीश, पीठाधीश, खोटे पंडित व ज्ञानी मूर्खांचं हे मत आहे. शास्त्राचा आपल्या

सोयीनुसार काढलेला चुकीचा अर्थ. कोणत्याही महापुरुषाच्या वाणीत अमानवीयता असेल तर ते महापुरुष या पदवीला योग्य नाहीत. शास्त्र वचन असलं, तरी ते प्रत्येक वेळी ग्रहणीय असतंच असं नाही. 'शास्त्रवाणी' असं न म्हणता 'पुरुषवाणी' असं म्हणणं यथार्थ ठरेल. सगळी शास्त्रं तर पुरुषांनी केलेली. आणि जर शास्त्रात असेल; तर त्या शास्त्रात सुधारणा करणं आवश्यक आहे, नाही तर अशी शास्त्रं काही उपयोगाची नाहीत.'' स्त्रीने ठामपणे सांगितले.

चकित होऊन तो म्हणाला, ''हे शास्त्राच्या विरुद्ध नाही का?''

''माझ्या या बोलण्यानं, माझा कुठल्याही शास्त्र वा धर्मावर आक्षेप आहे असं वाटून घेऊ नका. ही त्या लबाड पंडितावर केलेली टीका आहे. आजदेखील आपल्या देशात सतीदाह, बालविवाह, विधवाविवाह याबाबतीत विमुखता, अस्पृश्यता, काही माणसांना मंदिर प्रवेश विरोध, धर्माच्या नावाखाली रक्तपात वगैरे अव्याहत चालू आहे. माझं हे बोलणं तुम्ही अमानवीयतेच्या विरोधात केलेल्या विद्रोहाचा स्वर आहे असे का समजत नाही? तुम्हीदेखील एक विद्रोही आहात असं दिसतं. दुःखानं जेव्हा मनुष्याची छाती फाटते तेव्हा हे त्यानं आपले डोकं आपटून रक्त काढण्यासारखं आहे.'' स्त्री म्हणाली.

जिद्दी आवाजात तो म्हणाला, ''मीदेखील एक विद्रोही आहे. स्तनपानाची प्रार्थना ही त्या विद्रोहाची पहिली पायरी आहे. तुम्ही स्तन्यपान द्यावं म्हणून तुमच्याशी हातमिळवणी करीत आहे.''

''छान, पण प्रथम तू बाळ होणं आवश्यक आहे. मी तुझी परीक्षा घेईन.''

''मी तयार आहे.''

''आता तू अबोध बाळाप्रमाणे तुझा अंगठा चोखायला सुरुवात कर. त्यात तुला आईच्या अंगावर दूध प्यायल्याचा आनंद मिळतो का नाही, हे मला या अंधारात-देखील समजू शकेल.''

''त्यानंतर?''

''अंगठा चोखून तुला जर स्तनपानाचा अनुभव मिळू शकतो, तर तुला स्तनपानाची काय आवश्यकता आहे? या जगात अनेक लहान मुलांना पोटापुरतं अन्न मिळत नाही. अंगठा चोखत चोखतच ती मोठी होतात आणि आयुष्यात विविध क्षेत्रांत नाव कमावतात.''

त्याने मोठ्या विरक्तपणे प्रतिवाद केला, ''हे तर माझ्याबरोबर कपट आहे. आई कधीही मुलाबरोबर कपटीपणानं वागत नाही. मी आत्ता अंगठा चोखून परीक्षा देतो. बघा मी संतुष्ट आहे का नाही. पण बाळपणीची ती अपुरी राहिलेली इच्छा तेवढ्यानं भागणार नाही.''

युवकाने आपला अंगठा तोंडात घालून चोखायला सुरुवात केली आहे हे

आवाजावरून तिला समजले, त्यात आपला दीर्घश्वास मिसळून ती म्हणाली, "वत्सा, तू परीक्षेत उत्तीर्ण झाला आहेस. तू एक बाळ झाला आहेस. मी तुला स्तनपान द्यायला तयार आहे. पण...." आपले बोलणे अर्धवट सोडून ती कुठल्यातरी विचारात मग्न झाली.

चकित होऊन त्याने प्रश्न केला, "मी परीक्षेत उत्तीर्ण झाल्यावर पुन्हा हा पण कुठून आला.?"

"मी आई आहे. माझं म्हणणं तुला ऐकायला पाहिजे. कुठल्यातरी कारणानं स्त्रीचं वस्त्रहरण करणं, ही पुरुषाची प्रवृत्ती असते. बाई मात्र सतत आपल्या पदराखाली पुरुषाचं रक्षण करत आलेली आहे. आज मात्र मातृत्वाच्या अधिकारानं मी तुला पूर्णपणे बाळ करू इच्छिते. अंगावर पिणाऱ्या बाळाप्रमाणे तू आपले सर्व कपडे काढून ये. हा माझा आदेश आहे. मगच मी तुला माझं दूध पाजीन. पहाट व्हायला आली आहे. आणखी वेळ काढला, तर सूर्याच्या प्रकाशात तुझ्यातील बाळाची पवित्रता नाहीशी होईल. म्हणून आणखी वेळ न काढता कपड्यांचा लवकर त्याग कर, मी तयार आहे."

हिमालयाच्या कुशीतून बालसूर्याचा उदय होऊन तो वर आला. अगदी रक्तबिंबाप्रमाणे. चारही दिशांना रहस्यमय प्रकाश पसरला होता.

पद्मासनात मातृमूर्ती प्रार्थनेच्या मुद्रेत स्थिर होती. अंधाराबरोबरच नवजातक कुठल्या कुठे नाहीसा झाला होता! बालसूर्यामध्ये जागा पटकावून डोळे मिचकावत होता. ही आईची भीती - का अज्ञान!

■

| चार |

अग्निमूर्ती

कोणी उत्पन्न केला हा सारे काही गिळंकृत करणारा जाळ!

ज्या वेळी विस्तव नव्हता, त्या वेळीदेखील माणूस जगत होता, मुले-बाळे जन्माला घालत होता, माणसाचा वंश वाढत होता जो आजपर्यंत वाढतच चालला आहे. त्या काळात माणूस कच्चा पाला, फळे, कंदमुळे, मासे आणि मांस खात होता. त्या सगळ्यालादेखील एक चव असणार. तरी या हरामजादा माणसांनी सुकलेल्या काठीवर काठी घासून विस्तव तयार का केला? घर जाळण्यासाठी? गावे, शहरे, बाजार, मुली-बाळी, सुना यांना जाळण्यासाठी? प्रेतासाठीदेखील विस्तवाची गरज नाही. प्रेतासाठी तर कबरस्तान आहे – मिट्टी. आग की क्या जरुरत! अग्नीचा शोध लावला म्हणून शाबासकी मिळवण्यासाठी? बघायला गेले तर अग्नीचा शोध कोणीच लावलेला नाही. अग्नी होता, आहे आणि राहणार. पोटात जाळ - भुकेचा, नजरेत जाळ – हिंसा आणि क्रोधाचा, ओठात जाळ – घृणा व शिवीगाळीचा, मनात जाळ – सिर्फ प्यार मोहबत का नाही – बुरी नजर का भी. फक्त इतकेच नाही, तर आकाशात जाळ, मातीवर जाळ, डोंगरावर जाळ आदिम काळात होता, आजही आहे. अहो, आता घरे जाळणारा माणूस, एकदा वाळक्या काठ्या हातात घेऊन खेळत होता आणि अचानक विस्तव बाहेर पडला, माणसाला वाटले, की तोच आहे विस्तवाचा विधाता-कर्ता.

खैरून बीबी आता विस्तवाला घाबरत नाही. विस्तवाशी खेळणे ये आदमीका काम है, औरतका नही. आदमी के हात की आग

घर जलाती, बस्ती जलाती, औरत जलाती. लेकिन औरत के हात की आग, आदमीला जिवंत ठेवण्यासाठी चुल्हा जलाके खाना बनाती. खैरुनीच्या मते आदमी आणि औरतमध्ये इतकाच फरक आहे. पण त्या बदनसीब संध्याकाळपासून तिने परत चुल्हा लावला नाही, रोटी सेकल्या नाहीत, शेवयाची खीर वगैरे काही म्हणजे काही केले नाही. पुलाव, बिर्याणी, मटण इत्यादी सणावारीदेखील केले नाही. इतर दिवशी डाळ-भात, साधी भाजी करण्यासाठी-देखील चुल्हा पेटवला नाही. फक्त इतकेच नाही, तर रात्री डिबरीदेखील जाळली नाही. कारण आग पेटवली, की तिचा चुल्हा वा रॉकेलचा दिवा पेटत नसे, तर तिच्या हृदयात आग उठत असे. तिच्या डोळ्यातले पाणी ती आग विझवू शकत नसे. घरामध्ये कुठे प्रकाश दिसला, तरी तिच्या चारी दिशांनी काळाभोर अंधार दाटून येत असे. दोन्ही डोळे आंधळे! त्या आंधळ्या डोळ्यांना जे दिसे, त्याने तिचे दिल-दिमाग घायल होऊन जात असे. ती वेडापिशी होऊन जात असे. चक्रासारखे डोके फिरायला लागे. धडपडून ती खाली पडत असे. तिची शुद्ध हरपून दातखीळ बसत असे. ज्या वेळी ती शुद्धीवर येत असे, तिच्या डोळ्यांतील बुबुळे दिसत नसत. पांढरे पडलेले तिचे डोळे, कॉफिनमध्ये बांधलेल्या प्रेताच्या पांढऱ्या पिशवीसारखे दिसत. जेव्हा बुबुळे दिसू लागत; तेव्हा त्यात जिवंतपणाचे काही नामो-निशाण नसे, दिसत फक्त ते दोन निर्जीव डोळे.

खैरून बीबीचा खसम मिर्जा मुस्ताक मियाँ दुबईत खानसामाचे काम करे. भरपूर पैसे रोजगार मिळे. किती रोजगार करतो, त्याचा खैरून बीबीला पत्ता नाही. ती तर गावाकडे राहते. मुस्ताकच्या पहिल्या बिबीकी चार चार बेटियाँ. क्या फायदा! खैरून बीबीशी मुस्ताक मियाँने शादी केली मुलगा पैदा करण्यासाठी. ती आपली सवत सबिनासारखी दिसायला सुंदर नाही. ती एका गरीब आईची मुलगी. तिचा अब्बा कोलकत्त्याला काम करे. तिथे त्याला औरत सुखाची वाण नाही. तिच्या अम्माची किस्मत पण अगदी खराब. तिने लागोपाठ दोन बेटी पैदा केल्या. कोण खसम अशा औरतला तलाक देणार नाही? तीन वेळा तलाक म्हणून अब्बानी तिच्या अम्माला तलाक देऊन टाकला. तो कोलकत्त्यावरून परत कधी आला नाही. तिथे आणखी एकीशी निकाह करून तिथे राहिला आहे. इथे दुःखात कामधंदा करून दोन मुलींचा तिच्या अम्मानी सांभाळ केला. मिर्जा मुस्ताक मियाँला म्हणे मुल्लांनी सांगितले, की खैरूनशी निकाह केला तर वो बेटे का बाप हो जायेगा. कोणास ठाऊक काय, मुल्लांनी तिची किस्मत वाचली होती, का गरीब अम्माच्या बेटीचा उद्धार करावा म्हणून त्यांनी असे सांगितले होते? मुल्ला बहुत अच्छा. सगळ्यांसाठी त्यांच्या मनात दया. त्यांची बात सच झाली. मुस्ताक-बरोबर निकाह झाल्याच्या दोन वर्षांत मियाँ दोन मुलांचे, आदिल आणि आशिकचे अब्बा झाले. त्याचे दुःख दूर झाले. ती माँ झाल्यावर खसमनी तिच्याशी प्यार-

मोहबत केली वा केली नाही, कोई बडी बात नही. तिच्या खसमनी तिला कपडा, अन्न देऊन घरी तर ठेवले आहे. त्यांनी आपली सुंदर पहिली बिबी सबिनाबरोबर प्यार-मोहबत केली, तर त्यात तिच्या अंगाला आग लागायचे काय कारण? ती सुंदर नाही, हे तिला माहीत आहे. मर्द को चाहिये खूबसूरत बिवी – हे काही पाप नाही की चूक नाही. तो एक चांगला माणूस आहे. ज्या वेळी तिच्या बहिणीसाठी कपडालत्ता देई, अम्मासाठी काही पैसेदेखील देत असे. इतना बडा दिल सब खसमका नहीं होता. तशात तिची लहान बहीण नसीमाची पण शादी झाली. सध्या अम्माजान अगदी खूश आहे.

आदिल आणि आशिक आता सहा आणि पाच वर्षांचे झाले. लव-कुशासारखे जुळ्या भावांप्रमाणे दिसत. त्यांना मामा नव्हता, तरी ते आपल्या माँच्या अम्मीच्या घराला 'मामाचे घर' म्हणत असत. तिच्या गावात त्या दोन्ही मुलांसाठी प्रत्येक घरात मामा होता. हिंदू-मुसलमान असा भेदभाव तिथे नव्हता. मामाच्या घरी जाण्यासाठी ते एका पायावर तयार असत. आज्जीच्या घरी दोन वेळा पुरेसे अन्न नसले, तरी त्यांना त्याची काही चिंता नव्हती. अंडा, चिकन, मटणाची गोष्ट खूप दूरची! त्यांच्यासाठी प्यार, मोहब्बत, श्रद्धा याशिवाय गोड काहीही नव्हते. त्याच गोडीत लटपट होऊन वर्षांतून एकदा तरी आपल्या अम्मीबरोबर ते मामाच्या घरी नक्की येत. तिची सवत सबिना बडी अच्छी औरत है. बिचारी चार चार मुलींना जन्म देऊन अशक्त झाली आहे. खैरूनसारखी ती सशक्त नाही. खैरून घरातली सगळी कामे करे. सकाळी मुर्गा ओरडेपर्यंत जी काय ती तिला झोप मिळे, तितकेच तिचे भाग्य... सबिना बीबी तर कायम खाटेवर पडून आराम करत असते. तिचे हात पायदेखील हीच दाबून देत असे. घरात सहा सहा मुले, म्हातारे सासू-सासरे या सगळ्यांची सेवा, काळजी खैरूनलाच घ्यावी लागे. यामध्ये सबिना बीबीला मुस्ताक मियाँने दोनदा दुबईला फिरवून आणले, पण मुलांना कधी नेले नाही. हवाईजहाजात मुलांसाठीदेखील खूप पैसे पडतात म्हणे. कंजूस कहींका! मुलांना सोडून जगात कुठेही गेले तरी सुख, आनंद मिळतो का? दुबईला फिरून येण्याची, तिचीदेखील अजिबात इच्छा नाही. एकदा दया वाटून मुस्ताकनी बोलावले होते. त्या वेळी त्याला काहीतरी आजार उद्‌भवला होता. तो म्हणाला, 'सबिना तर अनेकदा दुबईला आली आहे. इस बार तू चल. आदिल-आशिकला तिच्या जवळ सोड. माझ्याजवळ दोन महिने राहा. मी पूर्ण बरा झालो, की तुला दुबई फिरवून आणेन. मग तू परत ये.' तिने साफ सांगितले, "माझ्या दोन मुलांना सोडून मी फक्त कफनमध्येच जाईन, आणखी कुठेही जाणार नाही. तुझी सेवा करायला सबिनात बळ नाही असे वाटत असेल, तर आणखी एक शादी करून तिला बरोबर घेऊन जा. जर मी आले तर माझ्याबरोबर माझी दोन मुलेदेखील येणार. आजकाल गावातदेखील सायकल,

गाडी-मोटार-बाईक, मारधाड, फौजदारी, जाळपोळ वगैरे कितीतरी संकटे आहेत. ही सगळी संकटे बापाच्या नजरेस येत नाहीत. ते सगळे अम्मीच्याच डोळ्यांना दिसते.'' सबिना बीबी वर्षातून एकदा दोनदा तरी तिला तिच्या अम्मीच्या घरी जायला सोडत असे. किती चांगली सवत आहे तिची. अम्मीच्या घरी खाण्या-पिण्याचे जरा हाल सोडले, तर बाकी काही त्रास नसे. गावात खांद्याला खांदा लावून आणि घराला घर लागून असलेल्या हिंदू असो वा मुसलमान, तिची दोन्ही मुले आदिल व आशिक सगळ्यांची लाडकी होती.

सगळ्या गावात तिच्या दोन्ही मुलांचे खूप कौतुक होत असे. गावातल्या रस्त्यावर दोन्ही भाऊ हातात हात घालून चालायचे, तेव्हा लोक म्हणत राम-लक्ष्मणाची जोडी चालली आहे. हरी साहू, ज्याने आपल्या घराबाहेरच्या व्हरांड्यात दुकान मांडले होते, तिथे दोन्ही भावांसाठी, नैवेद्य ठेवल्यासारखा एक चोखायच्या पेन्सिलीची गोळी नक्की ठेवायचा. त्यांनी मागायच्या आधीच ती दोघे आली, की ती चोखायची पेन्सिल हातावर ठेवायचा. पेन्सिल तर एक आणि मुले दोघेजण. लोक म्हणायचे, म्हातारा कंजूस आहे. दोन गोळ्या देऊ शकला नाही. दोघेजण काही दिवसांसाठी तर आपल्या मामाच्या घरी आली आहेत. एका पेन्सिलीने म्हाताऱ्याचा धंदा का बुडणार आहे? पण खैरुनला माहीत आहे, की हरीयाचाचा कंजूस नाही, खूप प्रेमळ आणि दयाळू आहे. तिच्या अम्मीला उधार-बाकी देऊन तारले आहे. पेन्सिलीची एक गोळी हातावर पडल्यावर जे घडायचे, ते बघण्यासाठीच फक्त तो एकच चोखायची पेन्सिल द्यायचा. बहुतेक आदिलच ती पेन्सिल घेत असे. त्यानंतर दातांनी त्याचे दोन समान भाग करे. जर दोन समान भाग झाले नाही, तर पुन्हा दाताने तोडून त्याचे समान वाटे करे. आणि मग भावाच्या तोंडात अर्धा भाग व आपल्या तोंडात अर्धा भाग घालत असे. आशिकदेखील वाट बघत उभा राही. कधीही दोन्ही भावांच्यात त्यासाठी हाणामारी झाली नाही. दोघांच्या तोंडात ती गोड गोड चोखायची गोळी गेल्यानंतर, लाल लाल गुलाबी ओठांनी दोन्ही भाऊ एकमेकांच्या गालांचे लाडाने गालगुच्चे घेत खेळत असत आणि हे बघून मग हरियाचाचा त्याच्या मळक्या पंचाने आपले डोळे पुसे. इतर बघणाऱ्यांची मनेदेखील हे दृश्य पाहून हेलावून जात असत. हरीयाचाचा म्हणे, ''वा वा, यासारखे स्वर्गीय प्रेम माणसांमध्ये मोठे झाल्यावरदेखील टिकून राहिले तर जगात एवढे दंगे, मारधाड-फौजदारी, हिंसाकांड होणार नाही. या दोन्ही मुलांना अल्ला लंबी उमर दे. असे लोकच पृथ्वीचे रक्षण करतील.''

त्या वेळीसुद्धा अम्मीच्या घरी आल्यावर खैरून खूप खूश होती. नानीकडे आल्यावर दोन्ही नातवांची बडबड सुरू होई. नानीबरोबर ती दोघे खूप गप्पा मारायची. दोन्ही भावांचे गावातील सगळे इतके लाड करायचे, की वर्णन करता

अपुरे पडे! तिचे मन अगदी भरून यायचे. इतके प्रेम! मुलांना पोटाशी धरून ती अल्लाला हाक मारायची, 'हे अल्ला, या प्रेमाला माणसाची नजर लागली तरी एक वेळ चालेल, पण तुझी नजर न लागो.'

खैरून बीबी तिच्या अम्मीकडे गेली, की मुस्ताक मियाँ खफा होत असत. त्याची प्यारी पहली बीवी, सबिना बीबीला जास्त काम पडून तिची तबियत जर खराब झाली तर? खैरूनदेखील पंधरा दिवसांच्यावर राहत नसे. जायचा दिवस जसा जसा जवळ येई, गावातल्या लोकांची मनेदेखील दु:खी होत. आदिल व आशिकला सोडण्यासाठी त्यांच्या नानीच्याच नाही, तर इतर लोकांच्या मनाचीदेखील तयारी नसे. नानीचा तर ते जीव की प्राण होते. पण तिला हे ठाऊक होते, की जितके दिवस अम्मीकडे राहू; दोनवेळचा भात, रोटी, सब्जी, नाश्ता सगळे काही मुलांना खायला घालण्यासाठी अम्मीला किती कष्ट करावे लागतात, पण म्हणून अम्मी थोडीच सोडे. रोज काही नाही, तरी एका अंड्याची भुर्जी करून दोघांना खायला घाली. याहून जास्त आणखी ती काय देऊ शकणार होती? दुपारी चार वाजता मुलांना घेऊन नदीपलीकडच्या सासरी तिने पोचायला हवे. ती घरी परत गेल्यानंतर तिचा खसम सुट्टी घेऊन घरी येण्याचे ठीक झाले होते. अम्मीच्या घरी-सुद्धा मुलांसाठी काही कमी अडचणी नाहीत. त्यामुळेच तर ती अम्मीबरोबर कामाला जाऊ शकत नाही. त्यांच्या एका खोलीच्या झोपडीसमोर एक खोल तलाव आहे. उन्हाळ्यातदेखील त्यात पाणी असे. दोन्ही भावांसाठी खेळायला सगळ्यात तीच एक मोठी जागा होती. काय काय नाही त्या तलावात....चेंग, बेडूक, कऊ, शेऊळ, मऊराळी, बालीघुंगुरा, केरांडी, मागुर, रता, झिंगी, चिंगुडी, खेकडे, गोगलगायी, शिंपले, पाण्यातले साप, जळवा, पानफुटी, शेवाळ अशा कित्येक गोष्टींचा तो तलाव संग्रहालय होता. तलावाच्या एका कोपऱ्यात पांढरी, लाल, निळी कमळे फुलत. त्याच्या एका कोपऱ्यात गायी-गुरांची धुवायची व्यवस्था, मध्यभागी असणारी जागा माणसांची अंघोळ, वापरायला पाणी, भांडी-कुंडी इत्यादी धुण्यासाठी तसेच शौचविधीनंतरच्या कामासाठी, अशा अनेक दैनिक जरुरीच्या कामासाठी होती. तलावाचा अर्धा भाग पानफुटीने व्यापलेला होता, ज्यावर आकाशी रंगाची फुले येत. दोन्ही मुलांची नजर पाण्यातल्या मासे वगैरेंबरोबरच त्या फुलांवरदेखील असायची. फुले तोडून खेळण्यासाठी दोघे पूर्ण ओलेचिंब होत. पोहत असणाऱ्या माशांमागे जा, गोगलगायी, शिंपले धर; हे त्यांचे खेळ असायचे. खैरून काय काय सांभाळणार? दिवसा हे संकट. रात्री त्याच तलावाच्या निर्मळ पाण्यात पडणारे चंद्राचे प्रतिबिंबदेखील लहान संकट नव्हते. एकदा निष्काळजीपणामुळे चंद्राला पकडून आणायचे म्हणून पाण्यात उतरलेले दोन्ही भाऊ बुडणारच होते. नशीब चांगले, अल्ला का लाख लाख शुक्रिया. तलावाचा मालक गोविंद चाचा कामाहून परत येऊन हात-पाय

धुवायला तलावापाशी आले होते म्हणून, पाण्यात उतरून त्यांनी दोन्ही मुलांना बाहेर काढले. तिच्या लाडल्यांनी भरपूर पाणी प्यायले होते. थोडक्यात वाचले. हाय अल्ला! नाही तर खैरूननी काय केले असते. दोन्ही तिचे जीव की प्राण, त्यांना कुठून आणले असते? त्या दिवसापासून तिला तलावाची भयंकर भीती बसली होती. पाण्याचा काय भरवसा? तलाव जर तिच्या अम्मीचा असता; तर मासे, शिंपले वगैरे जाऊदे खड्ड्यात, अम्मीने तलाव नक्की बुजवून टाकला असता, पण आता गोविंद चाचाला कसे सांगणार, की तलाव बुजवून टाक. त्यामुळेच आदिल-आशिक झोपले असतील, तर ती वा तिची अम्मी कुठेही बाहेर गेल्या तरी दरवाज्याला बाहेरून कडी घालून जात असत. ते उठल्यावर जे काही करतील, ते सारे घरातच. फक्त एवढेच नाही, तर घराच्या पाठीमागे बांबूचे वन, निवडुंगाची झाडे आणि केवड्याची बने. सापाची वारुळे, कोल्ह्यांची वस्ती, त्यात परत उन्हाळ्यात वेड्या कुत्र्यांचा उपद्रव. त्याबरोबरच रस्त्यावर फिरणाऱ्या मारक्या गायी आणि सांड. सगळ्याच गावात अशी संकटे असतात. पण तिच्या अम्मीच्या त्या टीचभर झोपडीच्या चारी बाजूला, आदिल-आशिकच्या जन्माच्या आधीपासूनच संकटांनी घेरून टाकले आहे. अम्मी म्हणे, 'उगाचच घाबरते आहेस. तुम्ही दोघी बहिणी एवढयाशा होतात, तेव्हादेखील हा तलाव होता, सगळी संकटे-भीती होती. तुमच्या पायात काटादेखील बोचला नाही. या दोन्ही मुलांनी कोणाचे काय वाईट केले आहे, की त्यांच्यावर काही संकट येईल?' माँच्या मनात नेहेमीच धाकधूक असते, हे अम्मीला ठाऊक होते. पण मुलीची समजूत काढण्यासाठी ती असे बोले. तिची अम्मी खूप कणखर औरत, एकटीने सगळ्या संसाराचे ओझे डोक्यावर पेलले आहे. तिचीच बडी बेटी खैरून. तिने तिच्या अम्मीपेक्षा जास्त कणखर असायला पाहिजे. माणसाचा जन्म इतका सहज नाही, राजा झाला तरी त्याला दुःख भोगावे लागते. कणखर नसेल, तर माणूस जगणार कसा?

अंडे, मटण, तरकारी नसली, तरी मुलांसाठी नेहमी थोडा तरी भात पातेल्यात अम्मी ठेवत असे. त्या दिवशी भूक भूक म्हणून दोघे खूप रडले. घरी अंडे नव्हते की कांदाही नव्हता. संध्याकाळ झाली, की भाताबरोबर अंडाभुर्जी खाऊन दोघे झोपून जात. हरी चाचा खूप दयाळू माणूस. उधार-बाकी देऊन अम्मीला रोज एक अंडे देत असे. त्याला माहीत आहे, की तिची अम्मीजान आयुष्यभर कष्ट करेल आणि त्याची बाकी चुकती करेल. मुले दोन्ही रडून रडून झोपी गेली होती. अम्मी म्हणाली, "मी हरिया भाईच्या दुकानात जाऊन अंडे आणते. तू गोविंद भाईच्या घरी जाऊन जरा एखादा कांदा मागून आण. अंडाभुर्जी केली होती गं, पण ती हरामजादी मांजर झाकण उघडून खाऊन गेली." सांगून ती दुकानात गेली. खैरुनला माहीत होते, की अंड्यात कांदा घातला, नाहीतर मुले त्याला तोंडदेखील लावायची नाहीत. दोन्ही

भाऊ एकमेकांना मिठी मारून झोपले होते. किती निष्पाप चेहरा! पोटातल्या भुकेने त्यांचे चेहेरे थोडेदेखील रडवे दिसत नव्हते. तिने दोघांच्यावर एक चादर पांघरली, त्या दोघांना कुरवाळले. आदिलच्या डोळ्याबाहेर असलेल्या थेंबाला हळूचपणे आपल्या मळक्या पदराच्या टोकाने पुसले. पुटपुटत म्हणाली, 'बाबांनो, नानीच्या घरी जितके सुख तितकीच भूक पण आहे. आणखी तीन दिवस, आपल्या घरी परत जाऊ. तुमचे अब्बाजान आले असतील. त्यांनी खूप गोष्टी आणल्या असतील. खजूर, गोळ्या, बिस्कीट, शर्ट-पँट, खूप खेळणी ..... झोपा, झोपा मी गेले आणि आले, अंडाभुर्जी झाली, की उठवीन.'' मुलांच्या डोक्यापाशी जळत असलेली डिबरी तिने दूर केली. रॉकेलचा डबा भिंतीकडे सरकवला. घरात चोहीकडे नजर टाकली. सुरी, विळी वगैरे गोष्टी वर उचलून ठेवल्या. शेजारच्या घरात टीव्ही पाहून मुले आता सुऱ्या, कोयते घेऊन खेळायला लागली होती. हे टीव्ही, सिनेमादेखील काही कमी खतरनाक नाहीत. सगळ्या जगाला नष्ट करतोय. न शिकण्याच्या अनेक गोष्टी मुले त्यातून शिकत आहेत. दरवाजा ओढून तिने बाहेरून कडी टाकली आणि गोविंद चाचाच्या घराकडे धावली. त्या दिवशी तिने घराची भिंत बाहेरून सारवली होती. उंदरांची बिळे बुजवली होती. अम्मीचेही आता वय झाले आहे, एकटी काय काय करणार. खैरुनला जरा दमायला झाले होते. गोविंद चाचाच्या घरी कांदे नसल्याने त्यांचा मुलगा ते आणायला निघाला होता. तिला त्यांनी थांबायला सांगितले.

बस, इतकाच काय तो वेळ. त्यातही मनात धाकधूक होतच होती, मुले उठून रडली तर काय! डिबरी विझून गेली असेल, तर मुले अंधारात घाबरून जातील. कांदा घेऊन तलाव पार केला, की घर. त्याच वेळी तलावाच्या बाजूने घो...घो...घो आवाज ऐकू आला. अम्मीच्या हातात अंडे आणि हिच्या हातात कांदा. दोघी वेड्यासारख्या धावत सुटल्या. त्यांचे एकुलते एक घर तळापासून वरपर्यंत ज्वाळांनी वेढले होते. कडी उघडून मुलांपाशी जाण्यासाठी, मायलेक दोघीजणी धावल्या. दोघींना कोणीतरी दोन्ही बाजूंनी पकडून अडवले. दोघींची शुद्ध हरपली. शुद्ध आली, तोपर्यंत सारे काही नष्ट झाले होते. सगळ्याचा ग्रास करणाऱ्या अग्नीने त्यांच्या झोपडीमागे असलेल्या उंच नारळाच्या झावळ्या व शहाळीदेखील जाळून खग्रास केली होती. किंचाळत खैरून ओरडली, ''का मला घट्ट धरून ठेवलंत, कोणी मला धरलं होतं. मी आत शिरले असते, तर आग विझून गेली असती. मी माझ्या मुलांना आगीतून उचलून आणलं असतं.'' तिने कोणालाच काही बोलू दिले नाही. कोणीतरी तिला गप्प करून मोठ्या आवाजात म्हणाले, ''आम्ही सगळे काय पाषाण? आम्हाला समजलं तोपर्यंत सगळ्या घराला आग लागली होती. पुरुष कामं संपवून परत येत होते. बायका टीव्ही बघत होत्या. गाणी/नाच यामध्ये मुलांचं ओरडणं कोणालाही ऐकू आलं नाही. गोविंदकडेही टीव्ही मोठ्या आवाजात चालू

होता. त्यामुळे खैरुनला तिच्या मुलांचे अम्मी अम्मी ओरडणे ऐकू गेलं नाही. तिला ऐकू आलं असतं तर तिची दोन्ही मुलं वाचली असती.''

वर्तमानपत्राच्या पहिल्या पानावर, टीव्हीच्या पडद्यावरील बातम्यात सगळे रडले. पण आत्मा विदीर्ण होऊन रडत होती एक आई, फक्त खैरून. कोणी कोणी किती आर्थिक मदत केली, तेदेखील वर्तमानपत्रात छापून आले. त्याच मदतीच्या साहाय्याने अम्मीच्या त्या जळलेल्या घराची भिंत उभी राहील, झोपडीवर छप्पर टाकले जाईल; पण आणखी एका अम्मीचे जळून खाक झालेले भविष्य परत येणार नाही.

बातमी मिळताच बदनसीब अब्बाजान मिर्जा मुस्ताक मियाँ दुबईहून लागलीच आला. आधी आपल्या घरी गेला. दाराची आदळआपट करून चार दिवस रडत बसला. त्यानंतर सासूच्या घरी आला. दातओठ खाऊन खैरूनच्या अंगावर धावून जात म्हणाला, ''माझ्या मुलांना जाळून मारलंस तू, तू माँ नाहीस चुडैल आहेस. तुला मी जिवंत सोडणार नाही, चल आपल्या घरी.'' तोपर्यंत तिचा दगडी पुतळा झाला होता. दोन्ही डोळे मेल्यागत झाले होते. त्यात जरादेखील हालचाल नव्हती. गावच्या लोकांनी मुस्ताकला समजावले. म्हणाले, ''यात कोणाचाही दोष नाही. दोष असेल तर तो नशिबाचा. तिची जरा समजूत काढून घरी घेऊन जा. अजूनपर्यंत ती रडलेली नाही. रडली नाही, तर दुःखानं तिची छाती फाटून जाईल. तूच तिला वाचवू शकशील.'' मुस्ताक मियाँ खूप रडला. डोळे पुसले, जरा शांत झाल्यावर म्हणाला, 'अल्ला की मर्जी. हम कौन? चल घरी चल. आपल्याला पुन्हा मुलगा होईल.' पुतळ्याला जणू काही आग लागली. पायापासून डोक्यापर्यंत जणू पुतळा थरथरला. आतून एक दृढ आवाज आला, 'शीः कसला बाप आहेस तू? तू मला शंभर मुलांची माँ करू शकशील, पण मला माझे लाडके आदिल व आशिक देऊ शकणार नाहीस. अल्ला की कसम, मी यापुढे चुल्यात वा या देहाला आग लावू शकणार नाही. तू परत जा.'' मुस्ताकने डोळे गरागरा फिरवले, म्हणाला, ''मुलांच्या मरणाला तू जबाबदार आहेस, मी नाही. तुझी मला आता गरज काय? सर्वांनी ऐका – या करमजलीला मी आजपासून सोडलं – तलाक तलाक तलाक.'' तोंड फिरवून तो तिथून निघून गेला. सगळे अगदी गप्प. मुस्ताकने बेकायदेशीर काहीच केलेले नाही. दगडाच्या पुतळ्यालादेखील त्या कायद्याचे काही वाटले नाही.

महिनादेखील झाला नसेल. रणरणत्या दुपारी गावाच्या शेवटी असलेल्या हरीजन वस्तीतील दिना चाचाच्या घरी आग लागली. सगळे धावले – खैरूनदेखील. अख्खे घर आगीत जळत होते. घरात तीन लहान मुले होती. दिना चाचाचा मुलगा मंगूळीभाईची मुले. बाहेर असहाय, काकुळतीला आलेला सगळा गाव. जवळ हातापाशी पाणी नाही, असते तरी आग विझवायला तेवढे पाणी पुरेसे नव्हते.

सगळ्यांना ढकलून जळत असलेल्या घरात अग्नीची मूर्ती धावत गेली. अग्नीला अग्नी जाळू शकत नाही. डोळ्याची पापणी लवायच्या आत, एका क्षणात अर्धवट जळलेले दार ढकलून एक अग्निशिखा घरात शिरली. इतर सगळे स्तब्ध झाले. कोणाच्याही तोंडातून एक शब्ददेखील उमटत नव्हता. कोणीतरी आगीच्या बंबासाठी कळवले होते, पण काय उपयोग? बाहेरून अम्मीचा व्याकूळ चीत्कार ऐकू येत होता, "बाहर आ जा, खैरून मेरी जान!" तीन मुलांना पोटाशी धरून घरातून अग्नीची एक मूर्ती बाहेर आली.

"माझा आदिल, माझा आशिक, माझे लाडके ..." असे म्हणत तिन्ही मुलांच्या बरोबर ती अग्निमूर्ती जमिनीवर पडली.

■

| पाच |

चंद्रबिंदू

अनंत पसरलेल्या हिमालयाच्या पलीकडे जे आकाश दिसते; ते त्याचे आकाश, जी माती दिसत नाही, ती मातीदेखील त्याचीच – तोच त्याचा देश....

त्याने आपला देश बघितलेला नाही. त्याच्या वडिलांनीही तो बघितला नव्हता. ज्यावेळी शत्रूच्या अत्याचारांनी त्यांचा देशाच्या पवित्र भूमीला, त्यांच्या देवाला, त्यांच्या भाषेला आणि अनादी काळापासून असलेल्या त्यांच्या विश्वासाला त्यांच्याच रक्ताने पुसून पूर्णपणे निश्चिन्ह करण्यासाठी चंग बांधला; त्या वेळी काही निर्भिड, देशभक्त लोक एकत्र येऊन हिमालयाच्या बर्फाला स्वत:च्या रक्ताने गरम करून इकडच्या देशात पळून आले होते. त्या वेळी त्याच्या आजोबांचे वय होते सव्वीस, आजीचे वय त्यांच्यापेक्षा खूपच कमी होते. हनिमून साजरा करायच्या आधीच आपल्या देशाचे रक्षण करण्यासाठी ती दोघे युद्धभूमीवर उतरली होती. एकमेकांबरोबर प्रेमालाप करण्याऐवजी देशप्रेमाच्या घोषणा त्यांनी दिल्या होत्या. आजीला एकांतात भेटण्यासाठी सुरक्षित ठिकाणी अंधार असलेल्या खोलीत ओढून नेण्याऐवजी, तिचा हात धरून तिला गजबजलेल्या रस्त्यावर आजोबांनी ओढून आणले होते. त्याच्या आजीची देशभक्तीदेखील काही कमी नव्हती. घरात पाऊल स्थिरावण्याआधीच ती दोघे युद्धभूमीवर अवतरली होती. क्रांतिकारी जिवंत राहिले तरच क्रांती टिकणार. पण रोज या स्वातंत्र्यसैनिकांना मारणे चालूच होते. आणखी काही उपाय नाही हे बघून देश सोडून जाणाऱ्या गटात सामील होऊन, छातीवर दगड ठेवून, पर्वताच्या शिखराकडे लक्ष देत, त्यांनी हिमालय चढायला

सुरुवात केली. आजोबांना माहीत होते, बहुतेक या जन्मात तरी त्यांच्या प्रिय देशात तिबेटच्या मातीत काही परत जाणे होणार नाही. पण सरळ मनाच्या आजीला त्या छोट्या घराची किती ओढ, किती प्रेम, किती स्वप्ने! शिवाय कितीतरी संपत्ती त्या घरात होती. हे घर आपण कायमचे सोडून जात आहोत, यावर तिचा अजिबात विश्वास नव्हता. म्हणून तिने आपल्या लग्नातले चांगलेचुंगले कपडे, दागदागिने एका ट्रंकेत नीट ठेवून त्याला कुलूप घातले होते. ट्रंकेवर धूळ जमेल म्हणून चार पदरी एक मऊ गालिचा घालून ठेवला होता. मनातल्या मनात आजोबा म्हणत होते, 'या वेडीला कसे समजत नाही, की या घरात तर सोडा, पण या देशातसुद्धा या जन्मी परत येणे होणार नाही. एकदा वाटतंय तिला सांगावे, की सगळे दागदागिने बरोबर घेऊन चल. उगाच शत्रूचे कशाला धन करायचे?' पण ते सांगू शकले नाहीत. सांगितले असते तर त्याची आजी घर सोडून आली नसती. तिचे म्हातारे सासू-सासरे घरात पडून होते. त्यांना असहाय अवस्थेत सोडून नवऱ्याचे अनुसरण करणाऱ्यातली ती हृदयहीन मुलगी नव्हती. त्यांची देखभाल करण्यासाठी नात्यातले एक-दोघेजण होते. अशी कितीतरी कुटुंबे शत्रूच्या अन्यायी आक्रमणामुळे उद्ध्वस्त झाली होती. दोघे वडिलांना नमस्कार करायला लागले, तेव्हा खोल गेलेल्या त्यांच्या डोळ्यांना पाण्याची धार लागली. त्यांच्यात देश सोडण्यासाठी हिंमत असली, तरी बायकोचा हात धरून तिला बाहेर आणणे शक्य नव्हते. आईच्या तर काहीच लक्षात येत नव्हते. तिला वाटत होते, की नवविवाहित मुलगा-सून कुठे तरी फिरायला निघाले आहेत, तर जाऊ देत. इथे तर नेहमीचेच युद्ध चालू आहे. शांती कुठाय? शांती मिळवण्यासाठी दुसऱ्या ठिकाणी जरा फिरून आले तर काय बिघडणार आहे? आई-वडिलांना आणि आपल्या देशाच्या मातीला नमस्कार करताना आजोबांच्या डोळ्यांत पाणी आले. माणसाच्या धैर्यापेक्षा अश्रूंची ताकद जास्त. अंगणात बहरलेल्या झाडाने आपल्या कोवळ्या फांद्या हलवून निरोप दिला. त्या वेळी आजोबा मनात म्हणाले, 'आता तुझे नशीब! या मातीत जर माणसाचा विध्वंस झाला, तर तुझादेखील विध्वंस होईल. माझ्याकडे त्यावर काही उपाय नाही.'

देशत्यागी लोकांच्या गटाबरोबर त्यांनी हिमालय चढायला सुरुवात केली. हिमालयाच्या पलीकडे जो अतिथिवत्सल पवित्र देश भारत या लोकांना आपलेसे करून घ्यायला तयार होता, त्याच देशाच्या मातीत देशत्यागी गटाच्या लोकांचा मृतदेह मिसळून जाणार. माणूस जितक्या सहजपणे स्वातंत्र्य घालवून बसतो, तितक्या सहजपणे ते परत मिळवू शकत नाही. एका आयुष्यात अशी युद्धे संपत नाहीत. तरीपण त्याचे आजोबा व त्यांच्या गटातील इतर लोकांना हा विश्वास होता, की त्यांचे शरीर जरी परक्या भूमीत मिसळले गेले, तरी त्यांचा आत्मा एका क्षणात हिमालय पार करून स्वतःच्या देशात उडत येईल. माणूस स्वतःसाठी क्रांती करत

नाही. स्वत:चा ईश्वर, धर्म, आस्था आणि विश्वास यांसाठी करतो. पण प्रत्येक क्रांतीचे फळ मिळतेच असे नाही. माणसाचे आयुष्य असे किती असते? शंभर वर्षे जगला तरी काळाच्या प्रवाहात वाळक्या पानाप्रमाणे बघता बघता शंभर वर्षे कुठे उडून जातात आणि त्यात माणसाची आशा, अभिलाषा, तारुण्य आणि जीवन सगळेच लयाला जाते. पण असा सगळा विचार करून माणूस क्रांतिसंग्राम करत नाही. कारण क्रांतीचे फळ त्यांना चाखायला नाही मिळाले, तरी त्यांचे वंशज नक्कीच चाखतील आणि विजयाचा मुकुट त्यांच्या देशाच्या डोक्यावर असेल. एखादे झाड लावले, की त्याला किती वर्षांनी फळे येतील याचे गणित माणूस हिशेबाच्या वहीत मांडून ठेवत नाही. तरीदेखील याचे फळ नक्की एक ना एक दिवस मिळणार अशी आशा माणसाला असते.. शंभर वर्षांनंतर मिळणार असेल, तर मिळू दे. मुळात ते मिळेल का नाही, हेही माहीत नाही. अर्धे लोक विद्रोहाला टिकवून ठेवण्यासाठी स्वत:ला वाचवणे आवश्यक, म्हणून देशत्यागी लोकांच्या गटात सामील झाले होते. अर्ध्या लोकांना वाटत होते, की परमुलखात आश्रित राहून कसला संग्राम करता येणार आहे? उलट स्वत:च्याच देशात मरणे उत्तम. पहिल्या अर्ध्यांचे म्हणणे होते, की स्वत:च्या देशात राहून मरायचेच असेल, तर त्यापेक्षा परदेशात राहून विद्रोहाची आग धुमसत ठेवून त्याची आच देशात असलेल्या देशभक्तांपर्यंत पोचली, तर विद्रोहाला आणखी जोर येईल.

पण शत्रूने त्याच्या देशाचा झेंडा यांच्या देशात फडकावला. शत्रूंनी व्याप्त केलेल्या आपल्या देशाच्या मातीवर देशप्रेमाच्या घोषणा देऊन मरणेच श्रेयस्कर नाही का? अशा अनेक द्विधा विचारांना मागे टाकून दोघे या गटात सामील झाले होते. त्यांच्या गटाचे नेतृत्व एक तरुण युवक करत होता. ज्याचे व्यक्तित्व भारावून टाकणारे व आकर्षक होते. त्याच्याच आकर्षणामुळे आणखी कितीतरी जण आपापला कुटुंबकबिला घेऊन निघाले होते. काहीजण अर्ध्या वाटेतच कोलमडून पडले. त्यांच्यापैकी काही जणांनी बर्फाच्या रस्त्यावर ऋतू बदलाच्या त्रासाने पीडित झालेल्या स्वत:च्या मुलांची, एका मागोमाग एक अशी देशप्रेमाच्या यज्ञात आहुती दिली. या नवविवाहित जोडप्याला मूल-बाळ काही नसल्याने, कसेतरी स्वत:चे प्राण वाचवून ते अतिथी देशात पोहोचले होते. वाटेतच जे गतप्राण झाले होते, त्यांना हिमालयाच्या एका खोल दरीच्या कुशीत श्रद्धांजली देऊन सोडून आले होते. जे ज्या ठिकाणी मरून पडले त्यांना तिथेच सोडून येण्याव्यतिरिक्त, त्यांची शेवटची कर्मे करण्याचा अन्य काही उपाय नव्हता. त्यांच्या आत्म्याला शांती मिळाली असेल का नाही कोण जाणे? पण माती कुठल्याही देशाची असो, तिने त्यांना आपल्या कुशीत घेतले असेल यात काही शंका नाही. स्वत:चे नातेवाईक आणि देशबांधवांच्या झालेल्या मृत्यूच्या दु:खाला, अशा प्रकारे स्वीकारून अर्धमेल्या अवस्थेत या गटाचे

लोक येऊन पोहोचले. अतिथी देशात पोचल्यानंतरदेखील बर्फामुळे जखमी झालेले, अशक्त आणि रोगग्रस्त झालेल्या देश सोडून आलेल्या कितीतरी लोकांनी 'देश देश' असा जप करीत आपले डोळे मिटले, त्याचा हिशोब आजोबांपाशी नव्हता.

एक खूप मोठा देशप्रेमी लोकांचा गट हिमालयाच्या पलीकडे असलेल्या एका पवित्र भूमीवर येऊन पोहोचल्याबरोबर त्याचा शरणार्थी झाला. ती त्यांची एकमात्र ओळख होती. हिमालयाच्या या बाजूला राहिला त्यांचा सुंदर देश, घरदार, आई-बाप, पूर्वजांचे आत्मे व त्यांची खरी ओळख. या बाजूला शरणार्थी शिबीर त्यांची वाट बघत होते. त्याचे आजोबा म्हणत, 'हे शरणार्थी शिबीर नाही, सेना शिबीर आहे. युद्धासाठी छावणी टाकून देश सोडून आलेले देशप्रेमी इथे राहत आहेत. आम्ही सगळे शरणार्थी नाही तर योद्धे आहोत. त्यांच्या गटाचे नेतृत्व करणाऱ्या दलाई लामांच्या अलौकिकतेच्या बळावर साऱ्या विश्वातून मदतीचा आणि प्रेमाचा हात पुढे आला होता. अतिथी देशात त्यांच्या मानवी अधिकारावर काही आच न येवो यासाठी सगळे प्रयत्नशील होते. असे असूनही त्यांच्या हृदयात आग आणि हताशा जळत होती. आणखी किती दिवस हे शरणार्थी जगणे?

त्याच शरणार्थी शिबिरात मुलाच्या वडिलांचा जन्म झाला होता. याच बर्फाच्छादित प्रदेशात त्यांचे शिक्षण घेत ते मोठे झाले होते, तिथेच त्यांचे लग्न झाले होते. त्यांना आवडलेल्या प्रेमिकेचा जन्म शरणार्थी शिबिरातच होऊन तिथेच ती मोठी झाली होती. त्या दोघांच्या प्रेमातून जन्माला आलेल्या मुलाचे नाव त्यांनी ठेवले 'हिमाचल'. या नावातच कितीतरी अर्थ, किती इच्छा होत्या. हिमाचल, जो या देशापासून त्या देशापर्यंत पसरलेला. दोन्ही देशांच्या मातीला एका पवित्र बंधनात बांधून ठेवणारा. म्हणून दोन्ही देशांना हे नाव मंजूर होते. हिमाचलच्या जन्माच्या वेळी हा परिसर एका सुंदर शहरात बदलून गेला होता. पण वडील आणि आजोबांच्या तोंडून ऐकून ऐकून हिमाचलला कसे कोणास ठाऊक माहीत झाले होते, की पर्वताच्या पलीकडे असणारे त्याचे गाव या शहराहून अधिक सुंदर आहे. कधीही न पाहिलेल्या नदीच्या काठावर आळस देणारा त्यांचा गाव सगळ्या विश्वातील सुंदर गाव आहे, असे तिथे आपली काही वर्षे आयुष्य घालवलेले त्याचे आजोबा आणि त्या गावाला कधीही न बघितलेले, शरणार्थी शिबिरात जन्म घेतलेले त्याचे वडीलदेखील हेच सांगायचे. आता हिमाचलदेखील तीच गोष्ट सांगतो. आजोबांच्या डोळ्यांत त्यांनी आपल्या गावाचे तेच प्रतिबिंब बघितले होते. हा देश महान आहे. या देशातील गावेदेखील खूप सुंदर आहेत. पण हिमालयापलीकडच्या त्याच्या गावाहून जरा कमी आहे, असे हिमाचलदेखील सांगतो. सगळ्याच गावात दुःख आहे, भीती आहे, मरण आहे, किती अघटित घडणारेदेखील आहे. पण घरात विंचू चावेल म्हणून कोणी स्वतःच्या घराला हे वाईट आहे म्हणून घर सोडून जाऊ शकेल? विंचवाला मारणे हेच त्याचे

कर्तव्य आहे, जसे शत्रूचा विनाश करणे हे हिमाचलच्या पुढच्या पिढयांचे कर्तव्य आहे. त्याच्या वडिलांना विश्वास होता, की ते जिवंत असेपर्यंत युद्ध संपेल, धर्माचा विजय होईल आणि ते हिमाचल व त्यांच्या इतर कुटुंबाला घेऊन आपल्या गावी परत जातील. पण त्याच्या आजोबांना मात्र असा विश्वास नव्हता. ते म्हणत, ''मी तर तिथे होतो, तोपर्यंत शत्रूच्या अत्याचारात तिळातिळाने मरून जगत होतो. शत्रूचे ते सगळे रोमहर्षक कारनामे मी बघितले आहेत. त्याच्या षड्यंत्रांची पुरेपूर माहिती मला आहे. हे युद्ध सहजपणे संपणारे नाही. पण म्हणून या युद्धातून बाहेर पडता येणार नाही.''

कितीतरी देशप्रेमी शरणार्थींनी त्याच्या समोरच शरणार्थी जीवनातून मुक्ती मिळवण्यासाठी आत्माहुती दिली होती. पण त्याचे आजोबा म्हणत, ''माझा नातू नक्की देशप्रेमी होऊन जगणार, मरणार नाही. आत्माहुती दिल्याने शत्रूचे काय नुकसान होणार आहे?'' पण त्याला माहीत होते, की त्याचे नशीब आजोबा आणि वडिलांपेक्षा काही वेगळे नाही. म्हणूनच तो या देशात साधेसरळ जीवन जगण्याचा प्रयत्न करीत होता. या देशात त्याचे अनेक मित्र आहेत. पण का कोणास ठाऊक, त्यांच्याबरोबर असताना तो इतका मोकळा होऊ शकत नाही. आपल्या आजोबा व वडिलांप्रमाणे त्यालाही आपण एक शरणार्थी आहोत, असेच वाटे. त्यांच्या तारणकर्त्याने मुक्तिसंग्राम व शरणार्थींच्या मानवी अधिकारासाठी आपले प्राण दिले होते. इतके असूनही त्याला वाटे, की तो अगदी एकटा आहे. त्याला देश नाही. या देशात जन्म घेऊन तो शिक्षण घेऊन मोठा झाला, उदरनिर्वाह करतो आहे, जसे काही तोच या शिबिरातील पहिला शरणार्थी आहे व तो शरणार्थी जीवन जगत आहे. त्याच्या जीवनात अंधार अगदी दाटून आला आहे. तो फक्त यंत्रवत या देशात जगतो आहे.

त्याच्या वडिलांचे एक दुकान होते. त्यांच्या देशातील कलाकृती, गालिचे वगैरे विकून त्यात मस्तपैकी त्यांचे आयुष्य चालले होते. पण त्याचे वडील काय माहीत नेहमीच दुःखी दुःखी दिसत. आपल्या वडिलांचा दुःखी चेहरा बघायला लागू नये म्हणून तो त्यांच्या दुकानात अजिबात बसत नसे. वडिलांसारखे दुकानात बसून या देशात असणाऱ्या माय-भगिनी विणत असलेल्या वस्तू व गालिचे या 'आमच्या देशाच्या' वस्तू सांगून प्रवाशांना विकण्याची त्याला मुळापासूनच इच्छा नव्हती. त्यामुळे त्या पर्वतीय भागात उद्देशहीन हिंडता हिंडता पर्यटक लोकांसाठी तो आपणहूनच गाईड झाला. त्या प्रवाशांना आपल्या देशातील विद्रोहाचा इतिहास सांगावा, शत्रूने केलेल्या अत्याचाराच्या गोष्टी सांगाव्या व या विद्रोहाला मदत करण्यासाठी त्यांना प्रेरित करावे, याकडे त्याचा जास्तीत जास्त कल असायचा. हा विद्रोह एका शरणार्थी गटाचा नसून तो साऱ्या मानवजातीचा मुक्तिसंग्राम आहे, असे तो त्यांना सांगायचा.

गेला आठवडाभर तो ज्या पर्यटकाच्या मागे अगदी सावलीसारखा लागला आहे, ते मुळात एक संशोधक आहेत. शरणार्थी समस्यांवर ते संशोधन करत होते. हिमाचल त्यांना आजोबा व वडिलांकडून ऐकलेल्या स्वत:च्या मुक्ती-संग्रामाची गोष्ट सांगत होता. अठरा वर्षांचा तो ऐंशी वर्षांच्या अनुभवी देशप्रेमीसारखा बोलायचा. तो सांगत होता, "पायाखाली देशाची जमीन व डोक्यावर देशाचे आकाश असले, की वाटते, एका ईश्वराशिवाय आणखी कोणावरही अवलंबून राहावे लागत नाही. तो जो अगदी दूर शुभ्रबिंदू हिमालयाच्या शामल कपाळावर चंदनासारखा शोभून दिसतो आहे, त्याला 'मूनपॉइंट' वा 'चंद्रबिंदू' म्हणतात. तो आहे माझ्या देशाच्या कपाळावर चमकत असलेला ध्रुवतारा – जो दिशा दाखवतो, जवळ बोलावतो, देशाच्या मातीवर उडी मारण्यासाठी आकर्षित करतो."

संशोधकांनी प्रश्न केला, "माझा देश कुणाला म्हणतो आहेस? तुझा जन्म तर या देशातला." त्यावर हिमाचल म्हणाला, "हीच तर शरणार्थींची समस्या आहे. त्याचा देश असे काही नाही. पलीकडचा देश शत्रूचा आणि इकडचा देश मित्राचा. मग माझा देश कुठे? माझा देश माझ्या मनात आहे. त्यामुळे आपल्याला दाखवू शकणार नाही. माझे आजोबा, माझे वडील व इतर सगळ्यांना फक्त आमचा देश आम्हालाच दिसतो. आपण याल का मूनपॉइंटजवळ? रस्त्याने खूप चालावे लागते. पर्वतातील रस्ते. त्याच रस्त्यावरून गेले, की एका वळणावर ध्यानस्थ असलेल्या कड्यावरून खाली वाकून बघितल्यावर माझा देश दिसतो. माझे आजोबा, बाबा आणि आणखी किती तरी जण त्या पर्वतातील रस्त्यावरून चालत चालत त्या ठिकाणापर्यंत जाऊन आपला देश बघत असत. पण शेवटपर्यंत सोडून आलेल्या देशात ते परत जाऊ शकले नाहीत. त्यांचे दु:ख मला समजते, आपण समजू शकणार नाही. कारण देश सोडायचे दु:ख काय असते, हे आपल्याला माहीत नाही. 'मूनपॉइंट' जिथून दिसायचा, त्या पठारावर एक तरुण बसायचा. दुर्बिणीच्या साहाय्याने आलेल्या प्रवाशांना तो मूनपॉइंट व आणखी इतर दूरची ठिकाणे दाखवायचा. आणि त्यातून काही पैसे कमवायचा." संशोधक दुर्बिणीला डोळे लावून एकाग्रतेने मूनपॉइंटकडे बघत होते. हिमालयाच्या छातीवर गोठलेला बर्फ म्हणजे तो मूनपॉइंट होता, जिथे या देशप्रेमी, देशत्यागी लोकांचे गोठलेले दु:ख आहे.

हिमाचल त्या पठारावर अनेकदा फिरत असे. प्रवासी जे देत, तीच त्याची कमाई असे. दुर्बीण ज्याच्याकडे होती, तो मुलगा प्रत्येक प्रवाशाकडून पाच रुपये घेत असे. पूर्ण दिवस त्या निर्जन ठिकाणी बसून तो अशी किती कमाई करत असेल? त्यात त्याचे भागत असेल का? बहुतेक त्यासाठी नव्हे, तर प्रवाशांना आनंद देण्यासाठी तो तिथे बसत असे व स्वत:ही आनंदी होत असे. तोदेखील म्हणत असे, की मूनपॉइंटच्या पलीकडे त्याचा देश आहे, जो त्याला बोलावतो.

संशोधक विचार करत होते, खरेच, देश असा बोलावतो? देशाची हाक खरोखर का इतकी उत्कट! आणि असे जर असते; तर पात्रतायोग्य मुले, आपला देश सोडून साऱ्या विश्वभर पसरून, तिथे आपापली घरदारं करून कशी राहिली असती? अर्थात आपणहून आपला देश सोडून दुसऱ्या देशात जाऊन राहणे व शरणार्थी होऊन दुसऱ्या देशाचे आश्रित होऊन राहणे यात फरक आहे. मूनपॉइंट जिथून दिसायचा, तिथे हिमाचल दिशाहीन भटकताना दिसत असला तरी तो दिशाहीन अजिबात नव्हता. त्याचे एकच ध्येय होते, त्याच्या देशाची मुक्ती आणि शरणार्थींना स्वदेशात पाठवणे. आपोआपच त्याच्या देशाच्या रक्तांत इतिहासाची मर्मस्पर्शी कहाणी त्याच्या तोंडातून गाण्याच्या रूपाने बाहेर पडली. त्याने स्वतःचा देश बघितला नव्हता, स्वतःच्या देशात जन्म घेतला नव्हता, जसे की त्याच्या वडिलांनीदेखील त्यांचा देश बघितला नव्हता, की तिथे जन्म घेतलेला नव्हता. त्यामुळे आपल्या देशाच्या मातीला स्पर्श करणे खूप दूरची गोष्ट होती. पण एकदा तरी आपल्या देशाच्या मातीला स्पर्श करावा, अशी त्याच्या वडिलांची अखेरची इच्छा होती.

दमणूक घालवण्यासाठी पर्यटक पाईन वृक्षांच्या खाली असलेल्या सिमेंटच्या बाकावर बसले. हिमाचलचे लहानपण या वृक्षांच्या सावलीत गेले आहे. त्याची अनेक रहस्ये या वृक्षांना ठाऊक आहेत, जी या संशोधक माणसाला माहीत नाहीत. संशोधक त्याचे बोलणे ऐकतात का नाही, याकडे त्याचे इतके लक्ष नव्हते. तो आपला सांगत चालला होता, आपल्या हृदयात दडलेला देशाचा इतिहास, "त्यांनी आमच्या देशाच्या छोट्याशा जागेवर आपला अधिकार गाजवला. आमच्या देशाचे ते राजा झाले. आम्हाला त्यांनी खाली ओढले. त्यांच्यापेक्षा आम्हाला ते हीन, सुमार समजले. आपल्या मातीला आणि जातीला कोणी लांच्छित केले, तर कोण सहन करेल? आमच्या देशाची जनता रक्तरंजित युद्ध करण्यात मागे पडली नाही. पण त्या अत्याचारींनी बंदुकीच्या धाकाने सगळ्यांना गप्प केले. रक्ताच्या सड्यात आमच्या मातीवर त्यांनी आपला झेंडा फडकवला. त्यांनी आमच्या ईश्वराची हत्या केली. आमच्या मातृभाषेची हत्या केली. आमची संस्कृती, सणवार, नृत्य, गीत, साहित्य, शास्त्र सगळ्यांची ते हत्या करत गेले. पण आमच्या संस्काराची हत्या ते करू शकले नाहीत. आमच्या देशभक्तीची हत्या ते करू शकले नाहीत. मग सुरू झाला हृदयविदारक नरसंहार. तरुण मुली-मुले, निष्पाप बाळे, गर्भवती स्त्रिया, म्हातारे-कोतारे कोणाला म्हणजे कोणालाही सोडले नाही. पण त्यांना हे माहीत नव्हते, की आमच्या देशाचा एखादा माणूसही जिवंत असेपर्यंत आमच्या ईश्वराचा मृत्यू होणार नाही व आमची मातृभाषा मरणार नाही. आमच्या सगळ्यांचा मृत्यू झाला तरी आमचा ईश्वर राहील आणि आमची मातृभाषा ईश्वराच्याच तोंडातून

उच्चारली जाऊन शत्रू-देशाच्या आकाशात निनादली जाईल. एक माणूस स्वतःला दुसऱ्या माणसापेक्षा श्रेष्ठ का समजतो? का एक देश दुसऱ्या देशावर विजय मिळवतो? बंदुकीच्या धाकावर मिळवलेला विजय म्हणजे विजय आहे का? बुद्धदेवांची अमर वाणी त्यांनी ऐकलेली नाही का, 'तलवारीवर मिळवलेला जय, जय नाही, हृदयावर मिळवलेला जयच खरा जय आहे.''

दुःख, राग, दोषारोप आणि बदला अशा मिश्रित आवेगाने त्याचा आवाज जरा कसातरी झाला. पण स्वतःला पूर्ववत करीत तो म्हणाला, ''सर, या दुःखाची तीव्रता किती आहे हे आपण समजू शकणार नाही. आपला पवित्र देश वारंवार लुटला जातो; विदेशी लोकांचे अधिपत्य, सत्ता यामुळे आम्ही कलंकित व लज्जित होतो. पण तुमच्या देशातील लोक गटागटाने दुसऱ्या देशात जाऊन शरणार्थी जीवन घालवत नाहीत. तुमच्या देशाने सर्वांना शिकवण देऊन प्रेम-मैत्री-अहिंसेचे महत्त्व साऱ्या विश्वाला ऐकवले आहे. पण यांनी अहिंसेचे उल्लंघन करून हिंसेचे तांडव चालवले. त्याचाच परिणाम म्हणून आम्ही आज शरणार्थी आहोत. आमचा निष्फळ क्रोध व अहेतुक खेद तुमच्या कसा लक्षात येणार? माझे आजोबा म्हणायचे, संकटकाळी धैर्य हीच श्रेष्ठ प्रार्थना असते. हेदेखील बुद्धांचेच सांगणे. याच वाणीने प्रेरित होऊन एका तरुणाने त्या दिवशी देशत्याग करण्याचे नक्की केले. त्याचेच अनुकरण माझ्या आजोबांनी आणि त्यांच्या नवविवाहिता पत्नीने म्हणजे माझ्या आजीने केले. त्या दोघांचे जीवन खूप रोमांचकारी आहे. त्यांच्या कष्टप्रद प्रवासाची गोष्ट मला रोमांचित करते. ती गोष्ट संपली नाही, अजून लिहितो आहे. ज्या दिवशी आम्ही आमच्या अखंड देशात परत जाऊ शकू, त्याच दिवशी या गोष्टीचा शेवट होईल. आपल्या संशोधनाचा निष्कर्ष आपल्याला त्याच्या आधी मिळणार नाही.''

शरणार्थींच्या समस्येवर गेली वीस वर्षे त्यांचे संशोधन चालले आहे. याला बहुतेक ती गोष्ट माहीत आहे. म्हणूनच त्यांच्याशी तो संपर्क साधून आहे. काही जण आपल्या देशातदेखील शरणार्थी जीवन जगत असतात. आपले गाव, पूर्वजांची पूर्वापारपासून असलेली जागा, त्यांचा आत्मा जिथे फिरत असतो ते गाव, स्मशान, ग्रामदेवता, पूर्वीच्या नद्या, जंगले यांना विस्थापित करता येत नाही. म्हणून नव्या जागी विस्थापित झाल्यावर या देशाचे नागरिक म्हणून मिळणाऱ्या सर्व सुखसोयी, अधिकाराचा उपभोग घेत असूनही स्वतःच्या गावच्या मातीसाठी झुरत असतात. अधिक समृद्ध होण्यासाठी जे आपला देश सोडून उन्नत देशाचे नागरिक होतात, तेदेखील मनातल्या मनात आपल्या देशाला वरचे स्थान देत असतात. स्वतःच्या लहानपणाच्या आठवणींनी कासावीस होतात. त्यांच्या देशाचा कोणी अपमान केला, तर त्यांना अपमानित वाटून त्यावर प्रतिक्रियादेखील देतात. पण ही अशी

परिस्थिती या तरुणाच्या परिस्थितीपेक्षा संपूर्ण वेगळी आहे. पण यात आश्चर्याची गोष्ट ही, की याने ज्या देशात जन्म घेतला, शिक्षण घेतले, ज्या देशाची हवा-पाणी, प्रेम, सदिच्छा व सौहार्दावर तो मोठा झाला; त्याच देशाला तो आपला देश मानायला तयार नाही. ज्या देशाला त्याने वा त्याच्या वडिलांनी बघितले नाही, जिथे त्याचे वडील, तो व त्याच्या भावंडांनी जन्म घेतलेला नाही; त्याच देशासाठी तो झुरतो आहे. त्या देशाची मातीच त्याची मुक्ती आहे. देश जीवनापेक्षा मोठा, पार्थिव सुख-विलासापेक्षादेखील मोठा, हेच या सगळ्याचे सार आहे हे संशोधकांच्या लक्षात आले. बॅगेतून डायरी काढून त्यांनी आपल्या भावना थोडक्यात लिहिल्या, 'देश हा एक असा अनुभव आहे, जो शब्दांच्या पलीकडे आहे. देश भूगोल नाही वा इतिहास नाही, अगदी ईश्वरासारखा तो एक अपार्थिव आवेश आहे. ईश्वराचे विटा-सिमेंटचे मंदिर करून एखादी कल्पित मूर्ती घडवून पूजा करता येते, पण देशासाठी विटा-मातीचे मंदिर पुरणार नाही. देशाची कल्पित मूर्तीदेखील घडवता येणार नाही. भूगोलाच्या सरांनी शिकवल्याप्रमाणे देशाचा नकाशा काढून पाठ केलेल्या रेखाचित्रात देश मुळीच सीमाबद्ध करता येणार नाही. सीमाहीन प्रीतीच्या हृदयमंदिरात देश राहत असतो. म्हणूनच शरणार्थी तरुणाच्या तिन्ही पिढ्यांनी आपले जीवन या देशात घालवले असले, तरी त्यांना स्वत:च्या देशाची आठवण होणे यात अस्वाभाविक असे काही नाही. इथे त्यांना कितीही सुख-सोयी मिळत असल्या तरी शेवटी त्यांची गणना शरणार्थी अशीच आहे.' त्याच्या आजोबांच्या देशत्यागाची कहाणी संशोधकाला जितकी व्यथित करीत होती, त्यापेक्षा तरुणाची देशभावना जास्त रोमांचित करत होती. भेटीच्या मध्येच याच देशप्रेमींच्या देशत्यागाच्या कष्टप्रद प्रवासाचे एक वृत्तचित्र दाखवले जात होते. तेच वृत्तचित्र संशोधकांनी बघितले होते. ते अतिशय जिवंत आणि मर्मस्पर्शी होते. याच त्यांच्या संपूर्ण प्रवासातील वाटेतले कष्ट, उत्साह, प्रेरणा आणि व्रतनिष्ठता तरुणाच्या चेहऱ्यावर प्रतिबिंबित होत होती.

हिमालयचढाच्या पहिल्या टप्प्यापासूनच वाटेत घटना-दुर्घटनांच्या अनेक अडचणी निर्माण होत होत्या. पण त्यांचा वाटाड्या, वीस वर्षे वयाचा या क्रांतीचा नायक ईश्वरासारखी वाट काढून सगळ्यांना मैत्रीच्या धामी नेत होता. गर्भवती युवतींसाठी तर ही वाट सर्वात कष्टदायक होती. वाटेत कितीतरी लहान मुले, म्हातारे पाय घसरून जे पडले ते एकदम दरीच्या तळाशी गेले. त्यांना तिथल्याच अज्ञात मातीत समाधी मिळून ते देशमुक्तीची बातमी घो घो वाहणाऱ्या वाऱ्याच्या सुरात गात होते, बर्फात आपल्या घरट्यातून उडत जाणाऱ्या पक्ष्यांच्या आर्त कूजनात त्यांचे ते गीत ऐकू येत होते. त्या वेळी जे आपले जीवन पणाला लावून चालले होते, ते फक्त आपला जीव वाचवण्यासाठी नाही, तर क्रांती टिकवण्यासाठी ते अव्याहतपणे चालत होते. काही

काळाने वसंत ऋतू पाईन व देवदार वृक्षांच्या फांद्याफांद्यांवर डोकावू लागला. जणू दिवे घेऊन हिरवेगार पाईन वृक्ष ओळीने उभे राहिले होते. त्यांनी इहलोकीची आपली एक यात्रा संपवली होती. आणखी एक नवीन जीवन जगण्यासाठी मैत्रीच्या मातीने त्यांना आपल्या कुशीत घेतले होते. देश-विदेशातून मदतीचा ओघ बरसत होता. माणसाच्या मानवी अधिकारासाठी साऱ्या विश्वाने मैत्री व सौहार्दतेचा हात पुढे केला होता. बघता बघता काहीही नसलेल्या त्या हिमपर्वताच्या पठारावर एक शहर वसले गेले. असे होते, तरी या शहरातील तिसऱ्या पिढीच्या युवकांच्या मनात आपल्या देशाच्या मातीसाठी प्राण देण्याची ही काय दुर्दम्य इच्छाशक्ती होती!

चंद्रबिंदूचे चमकणारे मंडळ सूर्यास्तानंतर प्राणज्योत विझल्यासारखे अंधारात लीन झाल्याबरोबर त्याने प्रवाशांचा निरोप घेतला, आणि दुसऱ्या दिवसासाठी सुप्रभात दिल्यासारखा म्हणाला, ''उद्या सकाळी पुन्हा भेटेन. आणखी काही मनोरंजक गोष्टी सांगेन. ज्या तुम्हाला उपयोगी पडतील. शक्य झाले तर आपण आपल्या संशोधन-पत्रिकेत काही ओळींत ती गोष्ट लिहा. त्या ओळी वाचून एखादा कवी स्वत:ला शरणार्थी समजून एखादी हृदयस्पर्शी कविता लिहील, आणि गोष्टी लिहिणारा एक अविस्मरणीय कथा लिहील. पण त्यामुळे आमचा काहीही फायदा होणार नाही. असे कितीतरी लेख छापून आले आहेत. आम्ही शरणार्थी मात्र पिढयान्‌पिढया या देशाचे उपकाराचे ओझे डोक्यावर घेऊन वाकलेले आहोत. इथे का आणि किती लोकांनी आत्माहुती दिली आहे, हे आपल्याला नक्की माहीत असणार. माहीत नसेल, तर रात्री नेटवर वाचा.''

संशोधक चिंतेने म्हणाले, ''आत्माहुती ही एक हिंसात्मक क्रिया आहे. स्वत:साठी हिंस्रता – हिंसेचेच एक वेगळे रूप नाही का? हे तर अजिबात बुद्धांच्या सांगण्यानुसार नाही. म्हणून तर गौतम बुद्धांनी शरीराला त्रास देणारे उपास सोडून अन्नग्रहण केले होते व शेवटी त्यांनी दिव्यज्ञान प्राप्त केले होते.'' रागाने तो म्हणाला, ''बुद्धदेवांनी तर आणखीही अनेक गोष्टी सांगितल्या होत्या. पण माणसाचे दु:ख, रोग-व्याधी, मृत्यूला थांबवू शकले का? केवळ उपदेश दिला होता, कामनेच्या विनाशात दु:खाचा विनाश आहे. विचार करा, देशप्रेम ही काय कामना आहे का? आणि जर कामना असलीच, तर त्याच कामनेला घेऊन आम्हाला मोक्षप्राप्ती नको आहे, उलट आम्ही देशमुक्तीच्या कामनेत जगू व मरू.'' त्याची दृढता बघून पर्यटक जरा विचलित झाले. उद्या सकाळी हा तरुण त्यांच्या समोरच आत्माहुती देणार तर नाही! आत्माहुती म्हणजे काय, हे त्यांना आधीपासूनच माहीत होते. पण आत्माहुतीमुळे परराज्यातील लोभी माणसांचे मन द्रवते? पहाड दुभंगतात, नद्या-नाले कोरडे पडतात? कोणत्याही समस्येचे समाधान काय आत्माहुती होऊ शकेल? क्लांत-श्रांत संशोधक त्या दिवशी चिंतीत मनाने गेस्ट हाउसवर परत गेले.

इतक्या दिवसांत गेस्टहाउस चालवणाऱ्या माणसाबरोबर त्यांची चांगली ओळख झाली होती. दिवसभर काय काय केले, हे त्यांच्याबरोबर बोलून खूप चांगले वाटायचे. थकवा निघून जायचा. हिमाचलनी सांगितलेल्या आत्माहुती प्रसंगाची त्यांच्याबरोबर रात्री चर्चा झाली. ऐकून ते गंभीर झाले. शंकित स्वरात म्हणाले, 'सर! त्याचे वागणे कधी कधी रहस्यमय वाटते. तोच सगळ्या पर्यटकांना संमोहित करून त्या पॉइंटला घेऊन जातो, जिथून चंद्रबिंदू दिसतो. त्याला तंत्रविद्या माहीत आहे की काय! कित्येक पर्यटक या काही दिवसांत नाहीसे झाल्याची अफवा पसरली आहे. गोष्ट खरी असली तरी अफवा यासाठी म्हणतो आहे, कारण पोलिसांकडे तशी काही नोंद नाही. त्याने नक्की तुम्हाला त्या पॉइंटला जाण्यासाठी बोलावले असणार. आपण त्याच्याबरोबर तिकडे जाऊ नका. अर्थात तिथे पोहोचणे सगळ्यांसाठी शक्य नाही. लोक म्हणतात, तिथे एकदा पोहोचल्यावर परतण्याचा रस्ता नाही. शरणार्थी लोकांनी त्याच रस्त्याने या देशात प्रवेश केला होता. इथे त्यांना सर्व सुख-सोयी असूनही त्यांच्यात देशप्रेमाची आग प्रज्वलित राहिलेली आहे. याच आगीत ते आत्माहुती देत चालले आहेत. हे सारे काही अगदी भयंकर आहे.''

''पण तोच पॉइंट इतक्या आकर्षणाचे केंद्र का आहे? तो हिमालयातील बर्फाच्या ढिगावर असलेला एक बिंदू तर आहे. त्यात विशेष असे काय? मुख्यत्वे या हिमाचलला त्याचे इतके आकर्षण का आहे?'' संशोधकांनी विचारले. त्यावर गेस्ट हाउसचा तो माणूस म्हणाला, ''आपल्याला बहुतेक माहीत नाही, त्या पॉइंटच्या खाली एका वळणावर त्याचे वडील रहस्यमय पद्धतीने अंतर्धान पावले होते. स्वत:च्या देशाला बघण्यासाठी चालत चालत ते तिथे नेहमी जायचे. कधीकधी आपल्या मुलालादेखील बरोबर बोलावून नेत असत. तिथून त्यांचा देश दिसायचा का नाही, हीदेखील शंका आहे. पण परत येताना ते ताजेतवाने होऊन परत येत. खूप अद्‌भूत आहे ही देशप्रेमाची आसक्ती. याच आसक्तीमध्ये वाहून गेले, की माणूस जे असाध्य ते साध्य करू शकतो. त्याचे वडील तिथून घसरून खाली पडले, का त्यांनी तिथून उडी मारली ही गोष्ट कोणी सांगू शकत नाही. त्यांचे मृत शरीरदेखील कोणीही बघितलेले नाही. अजूनही त्यांना मृत म्हणून घोषित केलेले नाही. हिमाचल याबाबतीत गप्प आहे. पण शरणार्थी लोकांच्या यादीतून त्यांचे नाव काढून टाकण्यासाठी तो जोर धरून आहे. त्याचे वडील याच मातीत जन्माला आले, वाढले, आपला संसार केला आणि शेवटी माझादेश... माझादेश.... करत एक दिवस नाहीसे झाले. तो आपल्या प्रश्नाचे उत्तर देऊ शकतो. पण मी आपल्याला सतर्क करतो, की मूनपॉइंटच्या बाजूला आपण जाऊ नये.''

गेस्ट हाउसच्या माणसाने इतके सावध केलेले असूनही सारी रात्र तोच चंद्रबिंदू

त्यांना हात दाखवून बोलावीत होता. झोपेतही तो बिंदू त्यांना स्पष्टपणे दिसत होता. शोध हा संशोधनाचा आत्मा आहे. चंद्रबिंदूच्या शोधात सूर्योदय झाला. संशोधक त्याच ठिकाणी जाण्यासाठी बाहेर पडले. दुर्बीण धरून बसणारा मुलगा जणू त्यांचीच वाट बघत होता. म्हणाला, "परत एकदा चंद्रबिंदूकडे नीट लक्ष देऊन बघा. त्याच्या जवळ एक मंदिरदेखील आहे. मंदिराचा ध्वज एका पांढऱ्या पक्षांच्या पिसासारखा आहे, असा नजरेला भास होतो. आज आपल्याला त्याच्या जरा जवळ जायला हवे." त्या मुलाने जणू निकाल ऐकवला. संशोधकांनी आश्चर्य प्रकट करीत विचारले, 'तुला कसे काय रे माहीत, की हिमाचल आज मला बोलावेल आणि मी नक्की त्याच्याबरोबर जाईन?"

'मला हे माहीत आहे, म्हणून तर मी सांगितले. कितीतरी लोक गेले, आपणदेखील जाणार. ही दुर्बीण हातात धरून मी वर्षांनुवर्षे बसतो आहे, आणि दूरच्या न दिसणाऱ्या गोष्टीदेखील दाखवतो आहे. अदृश्याला दृश्य करणे, हेच माझे काम आहे." रहस्यमय हसत तो म्हणाला. जणू काही खरेच या दोन मुलांमध्ये काहीतरी पारलौकिक योगाचा एक धागा होता. "तू काय शरणार्थी?" "शरणार्थी कोण नाही?" प्रवचन दिल्यासारखा तो मुलगा म्हणाला. ऐकून संशोधक गंभीर झाले.

हिमाचलपाशी संशोधकांचे आणखी काही काम नव्हते. त्यानी जे काही सांगितले होते, ते त्यांच्या संशोधनासाठी विशेष महत्त्वाचे नव्हते. मग का त्यांनी हिमाचलचे बोलणे ऐकून वेळ घालवला आणि आज इथे काहीही काम नसतानाही ओढल्यासारखे आले? चंद्रबिंदू परत एकदा दुर्बिणीतून त्यांनी बघितला. मुलाच्या हातात पाच रुपये ठेवून निघण्याच्या विचारात असतानाच हिमाचल तिथे येऊन पोचला. पाईन वृक्षाच्या सावलीत असलेल्या बाकावर ते बसले. सकाळची उन्हे पाईन वृक्षांच्या फांद्यांच्या जाळीतून झिरपत जाऊन त्यांना छान गरम शेक देत होती. अचानक हिमाचलकडे आकर्षित होऊन त्यांनी विचारले, "काल काहीतरी सांगीन म्हणून म्हणाला होतास ना? काहीतरी रहस्य उलगडून सांगीन, असे वचन दिले होतेस." त्यानेही काही इकडेतिकडे न करता सांगायला सुरुवात केली, "माझ्या वडिलांच्या बाबतीत अनेक कहाण्यांचा इथे प्रचार झालेला आहे. कोणी म्हणते, माझे वडील वेडे होते. चंद्रबिंदूला जायच्या वळणावरून त्यांनी उडी मारली. परत काहीजण म्हणतात, माझे वडील तोल सांभाळू न शकल्याने पाय घसरून तळाशी गेले. काहीजण तर, मी त्यांना पाठीमागून ढकलून दिले, असेही म्हणतात. अशा अनेक अफवा तुम्ही त्यांच्याबाबतीत ऐकल्या असतील. परत असेही पसरले आहे, की त्यांचा आत्मा पर्यटकांना चंद्रबिंदूच्या बाजूला ओढून नेतो व मग ते नाहीसे होतात." त्यावर ते काही न बोलता शांत राहिले. हिमाचल पुन्हा सांगायला

लागला, "आपण या कपोलकल्पित गोष्टींवर अजिबात विश्वास ठेवला नसेल, असे मला वाटते. कारण, आपण एक संशोधक आहात. आपण नक्की सत्याचा शोध घ्याल आणि माझ्या वडिलांच्या नाहीसे होण्याच्या रहस्याचा शोध घेण्याचा प्रयत्न कराल. पण त्यासाठी आपल्याला त्या चंद्रबिंदूच्या दिशेने जायला हवे. शेवटी पर्वताचे तेच कड्याचे वळण – तिथून माझा देश दिसतो. माझ्या वडिलांच्या आत्म्याची सावली दिसते. चला आता. दुपारच्या वेळी सगळे स्पष्ट दिसते. कारण या ऋतूत संध्याकाळचे आकाश कधी बदलेल त्याचा नेम नाही. क्षणाक्षणाला बदलणाऱ्या ढगाळ हवेमुळे चेहेरा भारावून जातो." दृढनिश्चयी हिमाचल पुढे पुढे जात होता. त्याला जणू खात्री होती, की संशोधकांना त्याच्या पाठोपाठ जाण्याशिवाय गत्यंतर नाही. ते मात्र एखाद्या चित्रासारखे बाकावर बसून राहिले. त्याच्या पाठोपाठ जाण्याची इच्छाही नव्हती.

त्याने आपली पावले वळवली. म्हणाला, "तुम्हाला माझे बोलणे खोटे वाटत आहे का? मग माझे वडील नाहीसे होण्यामागचे रहस्य ऐका. त्यांनी आपल्या देशाचे तोंड कधीही बघितले नव्हते. पण त्यांनी देशाला निरंतर आपल्या मनात धारण करून आपले जीवन घालवले होते. देशमुक्ती हीच त्यांची एकमात्र इच्छा होती. त्यांनी स्वत: देशाचा त्याग केला नव्हता. स्वत:च्या देशात पराधीन होऊन जगणे कधीही दु:खदायक, पण परदेशात शरणार्थी होऊन जगणे कधीही आनंददायक नाही. त्यामुळे प्रत्येक श्वासागणिक त्यांचा मुक्तिसंग्राम चालू होता. देशाच्या मातीला स्पर्श करणे, ही त्यांची अखेरची इच्छा होती. पण ते शक्य नव्हते. देशत्यागींचे वंशज या नात्याने आम्ही कधीही आमच्या देशाची सीमा ओलांडून आत प्रवेश करू शकणार नाही. जर कोणी कधी प्रवेश केला, तर शत्रूच्या हाताने त्याचा मृत्यू अटळ! आपली शेवटची इच्छा पूर्ण करण्यासाठी त्यांनी असा एक उपाय शोधून काढला, ज्यामुळे ते देशाच्या मातीला मिठी तर मारतील, पण शत्रू मात्र त्यांची हत्या करू शकणार नाही. सध्याच्या परिस्थितीत याहून मोठा बदला काहीही होऊ शकला नसता. म्हणून वडिलांनी मला त्यांची अखेरची इच्छा पूर्ण करण्यासाठी गळ घातली. त्यांच्या सांगण्यावरून मुलगा या नात्याने मी त्यांची ती शेवटची इच्छा पूर्ण केली. माझीदेखील फक्त तीच इच्छा आहे. देशाच्या मातीला एकदा तरी स्पर्श करावा. पण मी अविवाहित आहे. लग्न करून मी आणखी एका शरणार्थीला जन्माला घालू इच्छित नाही. कारण शरणार्थीचे दु:ख काय असते, ते मला माहीत आहे. माझा कोणी वारस नसल्याने माझी अंतिम इच्छा कोण पूर्ण करेल, हीच चिंता मला सतत लागून राहिलेली आहे."

"पण वडिलांची शेवटची इच्छा तू कशी पूर्ण केलीस? ज्यामुळे ते देशाच्या मातीला स्पर्श तर करू शकले, पण त्यांची कोणी हत्या केली नाही.?"

"हा..हा..हा..... तुम्ही म्हणे संशोधक, नुसते तलावात असणाऱ्या माशांना ढवळत बसा – आकाशात उडणाऱ्या माशांना कल्पनेतही स्थान देणार नाही. जे घडून गेले आहे त्याचाच शोध घ्याल; पण जे घडलेले नाही अथवा घडणे शक्य आहे त्याची कल्पनादेखील तुमच्या मनाला शिवणार नाही. संशोधनात म्हणे कल्पनेला स्थान नाही. मग ऐका – मी माझ्या वडिलांचा मृतदेह खांद्यावर टाकून चंद्रबिंदूच्या वळणापर्यंत घेऊन आलो, त्यांच्या पायाला हात लावून नमस्कार केला. देशमुक्तीसाठी प्रार्थना केली. आणि त्यांच्या मृत शरीराला काहीही होऊ नये, अशा प्रकारे त्यांना आमच्या देशाच्या मातीवर ढकलून दिले. हीच माझ्या वडिलांची शेवटची इच्छा होती. आता मला सांगा, शत्रू त्यांची हत्या करण्यासाठी दर्पोक्त हुंकार टाकत धावून आला असेल आणि पराजयाची ग्लानी त्याने भोगली असेल का नाही! त्यांचे मृत शरीर कदाचित क्षणभरासाठी जिवंत झाले असेल आणि अट्टाहास करून शत्रूला त्यांनी जाणवून दिले असेल, की त्याने अजिबात विजय मिळवलेला नाही!"

■

। सहा ।

गोधुळी रंगाची कविता

दरवाजा उघडला, तेव्हा सकाळ ओलीचिंब होऊन उभी होती. झाडांची सगळी पाने थरथरत होती. फुलांच्या कळ्यांवर थिरकत होता पावसाचा थेंब. सकाळच्या चेहऱ्यावरचे पाणी पुसण्यासाठी एकही कोरडे पान नव्हते. सगळेच तर ओले! याच वेळी सूर्यदेखील आपले तोंड लपवून बसलेला.....जाऊ दे! आता कोणाला म्हणू, 'सकाळ मला ऊब दे, प्रेम दे, माझ्या डोक्यावरचे पाणी पूस' आणि विनीत कोणाला म्हणेल, की 'मला माझे बालपण परत दे आणि ते साधंसरळ प्रेमळ मनमिळाऊ गाव परत दे.' तो कोणाला सांगेल, 'माझ्या या आयुष्याच्या कटकटीतून मरगळ पुसून ने.' आता कोण आहे इथे – या घरात –या गावात!

इथे आता विनीतची आई नाही की मदतीला कोणी नाही. बाप नाही की डोक्यावर काही सावली नाही. अर्थात लहानपणी विनीतला आईची काहीच मदत नव्हती, की डोक्यावर बापाची सावली नव्हती. आईच्या प्रचंड रागामुळे, घर सोडून निघून जावे असे मुलांना वाटले, तरी कुठे जायचे, हे न समजल्यामुळे भीतीने पळून जात नसत. बाबादेखील कधीच डोक्यावरची सावली नव्हते. पण सावलीसारखा माणूस मात्र होते. कधी कधी आईबरोबर त्यांचे घरगुती भांडण इतके कडाक्याचे व्हायचे, की घर सोडून काय माहीत ते कुठे नाहीसे व्हायचे. त्यानंतर पोटभर खायला मिळणेदेखील शक्य नसायचे. कारण, काही झाले तरी बाबा एक छोटेमोठे किरकोळ दुकान चालवायचे आणि त्यात घर चालवण्याइतपत पैसे कमवायचे. ज्या वेळी ते अधून मधून असे नाहीसे व्हायचे, त्या वेळी मुलांच्या त्रासाला सीमा नसायची.

पण त्याचा विनीतला काहीही त्रास व्हायचा नाही. तो लहानपणापासूनच कष्टाळू होता. घरचे काही ना काही काम केले, तरच आई त्याला गोळाभर अन्न देत असे. कधी जंगलातून लाकडे तोडून आणायचा, कधी दूरच्या विहिरीवरून पाणी भरायचा, कधी बाबाच्या दुकानात बसून विक्री करायचा. इतके काम करून परत तो शाळेत जाऊन चांगला शिकत होता. पण त्याकडे कोणाचेच लक्ष नव्हते. त्याच्या आईसाठी अन्न आधी, शिक्षण नंतर. ती तरी बिचारी काय करणार? लागोपाठ पाच मुलांना जन्माला घालून त्यांच्या पोटापाण्याची व्यवस्था बघणे, हे तिच्यासाठी सगळ्यात मोठे काम होते. तीन मुलांना तर ती आधीच घालवून बसली होती. मोठा भाऊ शाळा संपवून आर्मीत गेला तो परत घरी आला नाही, की घरासाठी पैसे पाठवले नाहीत. त्यानंतर तर विनीतचे दुःख वाढत गेले. पण परीक्षेच्या वेळी मात्र तो आपल्या आईचे रागीट डोळे वा तिच्या माराची पर्वा करीत नसे. लाकडे तोडायचा नाही, विहिरीवरून पाणी आणायचा नाही, की बाबाच्या दुकानात बसायचा नाही. आईने सांगितलेले काम जो करणार नाही, त्याचे जेवण बंद असायचे. खरोखरच सगळ्यांना जेवायला देऊन स्वत: जेवून ती झोपी जायची. काळ्या पडत आलेल्या कंदिलाच्या अपुऱ्या उजेडात, विनीत एकाग्र चित्ताने अभ्यास करत असे. आणि अंधारात त्याच्या भविष्याचे एक अपूर्व स्वप्न बघत असे.

त्याच वेळी अर्ध्या रात्री कोणीतरी येऊन त्याला खाऊ घालत असे. ती होती, त्यांच्या वस्तीतील न्हाव्याची बायको, जिने विनीतच्या घराशेजारच्या जागेत आपला संसार थाटला होता. तिला अख्ख्या गावातून गोडधोड मिळे. गावाची तशी प्रथा होती. पण का कोणास ठाऊक विनीत तिला इतका आवडायचा, की त्याच्या आईच्या इतक्या शिव्या ऐकायला लागायच्या, तरी त्याची ती काडीमात्र पर्वा करायची नाही. म्हणायची, "आई आहे का डाकीण! शिकणारा मुलगा, तोंडावर परीक्षा आलेली, अभ्यास करतो म्हणून अन्न बंद!" पण त्याच्या आईबद्दलदेखील तिच्या मनात अपार प्रेम आणि करुणा होती. म्हणायची, 'बालाची आई आणखी काय करणार? ती तर ब्राह्मणाची बाई, तिची जातच तिच्या आड येत असे. ती दुसऱ्याच्या घरी कामे करू शकणार नाही, की माझ्यासारखी पदर पसरून घरोघरी फिरून गोडधोड, तोंडी लावणे, भाजी वगैरे मागू शकणार नाही. मुलाबाळांनी काम नाही केले, तर ती एकटी इतके काम कशी काय करणार?'

मोठ्या भावाचे नाव बालगोपाल म्हणून आई सगळ्या गावासाठी 'बालाची आई' आणि बाबा 'बालाचे बाबा' होते, जे अर्धा दिवस फरार असायचे. न्हाव्याच्या बायकोला कधीकधी आश्चर्य वाटायचे. नवऱ्याला चोवीस तास शिवीगाळ करते म्हणून नवरा घर सोडून पळून जायचा. मग त्याची आई मुलांना आसपासच्या गावात पाठवून बाबांना शोधून आणायची. त्याचे वडीलदेखील खूप अजब माणूस. ज्या

गावात जायचा, तिथे एक छोटे दुकान उघडायचा. तिथेही त्याला गिऱ्हाइकाचा अभाव नसायचा. पण सगळीकडे तेच छोटेसे दुकान. गोळ्या, तुकडा बिस्किटे, पानपट्टी, सुपारी, तंबाखू, कात, चुना, विडी, गुडाखू अशा छोट्या-मोठ्या जिनसांनी काही दिवसांतच दुकान भरून टाके. कारण, घर सोडून निघताना दुकानातील चीजवस्तू एका गाठोड्यात भरून घेऊन जात असे. जो काही पैसाअडका साठवला असेल, तोदेखील दूरच्या गावात शांती मिळवण्यासाठी बरोबर नेत असे. आता बायको-मुले काय करतील, याची चिंता त्याला नसे. पण जास्त दिवस शांती लाभणे त्याच्या नशिबात लिहिलेले नसायचे. थोड्याच दिवसांत बापाचा शोध घेऊन मुलाबाळांना हाताशी धरून आई तिथे जाऊन पोहचत असे आणि सगळ्यांना सांगत सुटे, 'इतक्या मोठ्या कुटुंबाला सोडून हा बेजबाबदार माणूस पळून येऊन, कसा शांतीने जगतो आहे बघा!' त्या नवराबायकोच्या भांडणाच्या या प्रकारच्या सुखान्त नाटकातच, एक दिवस विनीतनेदेखील घर सोडले. त्याचे शालेय शिक्षण संपले. परीक्षेत खूप चांगले मार्क मिळवले, म्हणून गावच्या लोकांनी वर्गणी वगैरे गोळा करून, त्याचे जवळच्या शहरातील कॉलेजात नाव नोंदवले. पुढे जायचे, अशा दृढ निश्चयाने विनीत स्वतःचा अभ्यास करीत असे. तसेच त्याच्या उमद्या स्वभावामुळे थोड्याच दिवसांत सर्व अध्यापकांचा तो प्रिय विद्यार्थी झाला होता. तिथे त्याला जरा ढ असलेल्या विद्यार्थ्यांच्या शिकवण्या मिळाल्या. स्वतःच्या क्लासमधल्या मुलांनाही तो शिकवीत असे. अशा रीतीने तो ट्युशनमास्तर झाला. शिकवणीच्या पैशातून त्याने स्थानीय कॉलेजमधून बी.ए. पास केले आणि त्याच मुलांच्या पालकांच्या प्रेरणेने उच्च शिक्षणासाठी दिल्लीला गेला. त्यानंतर मात्र त्याने मागे वळून पहिले नाही. एकदा राजधानी दिल्लीच्या पठडीत माणूस बसला की बसला, मग हार मानणे वा त्या पठडीतून बाहेर पडणे शक्य नसते. विनीतसारख्या चारित्र्यवान, अभ्यासू, बुद्धिवान विद्यार्थ्यासाठी काहीही अशक्य नसते. चांगल्या विद्यार्थ्याचे शिक्षण कधी संपत नाही. मनाची अभिलाषा आणि स्वप्ने संपत नाहीत. उच्च शिक्षणानंतर उच्चतर शिक्षण, उच्चतराहून आणखी उच्चतम संशोधन, त्यानंतर नोकरीवर नोकरी, पदोन्नतीवर पदोन्नती आणि मग एका नामी कंपनीत सर्वांत वरची जागा मिळवणे, हे विनीतसाठी अजिबात आश्चर्यकारक नव्हते. त्यानंतर दिल्लीत भाड्याच्या घरातून स्वतःच्या घरात गृहप्रवेश, चांगली शाळा, कॉलेज, विश्वविद्यालयात मुलांचे शिक्षण, मुलांसाठी स्वप्न, इच्छा, त्यांच्या उज्ज्वल भविष्यासाठी साठवणूक, मुलांची लग्ने हे सारे काही तो नोकरीच्या काळात करू शकला. फक्त इतकेच नाही तर स्वतःची भावंडे, नातेवाईक, गावाहून आशेने येणाऱ्या मुलांना आर्थिक साहाय्य, आजारी वयस्कर लोकांसाठी औषधोपचार, या सगळ्यासाठी वेळ आणि आर्थिक मदत यासाठी तो नेहमीच तत्पर असायचा. ज्या ज्या वेळी त्याने अशी मदत केली,

त्या वेळी याची ते परतफेड करतील या आशेने केली नव्हती. किंवा पूर्वीचे कर्ज चुकवण्याच्या भावनेनेदेखील केली नव्हती. मदत करणे हे मनुष्याचे कर्तव्य आहे, या भावनेने त्याने सगळ्यांना मदत केली होती. भावनाप्रधान, प्रेमळ विनीतने या सगळ्यात स्वत:ला आकंठ बुडवून घेतले होते. आजारी गाववाल्यांसाठी दिवस दिवस त्याने दवाखान्यात बसून काढले होते. त्यांना स्टेशनवरून आणणे, पुन्हा गाडीत नेऊन बसवणे हे त्याचे कर्तव्य होते. हे सारे करण्यात त्याची दमणूक होत नसे.

त्याला बघणारे लोक म्हणत, 'किती कामं केली थोड्याच वर्षांत! इतक्या साऱ्या कामासाठी तर एक आयुष्य पुरेसे नाही.' वयाची झाक दिसत असलेल्या चेहऱ्यावर, तेच लहानपणीचे निरागस हसणे. तो म्हणे, 'मनापासून इच्छा असली,तर दुसऱ्याची सेवा करण्यासाठी एक जीवन अपुरेच आहे.' कोणी जर असे म्हणाले, की विनीत स्वत:साठी नाही तर इतरांसाठी करतो आहे, तर त्याला त्याचा त्रास होई. तो म्हणे, 'मी जे करतो ते माझ्यासाठी करतो. माझ्या गावची माणसं काय माझी नाहीत? त्यांचे प्रेम आणि मदतीशिवाय माझी माणसात गणना झाली असती का? म्हणून मला काही त्रास होत नाही. आज जे अडचण आहे म्हणून इथे येतात, ते कधी आनंदात होते आणि मी अडचणीत होतो. मी त्यांची भविष्यात मदत करीन, या आशेने काही त्यांनी मला मदत केलेली नव्हती. आणि ज्यांनी मला कधी मदत केली नव्हती, तेसुद्धा माझे गाववालेच तर आहेत. त्यांच्या पाठीमागे उभे राहण्यासाठी हे एवढे कारण पुरेसे नाही का? गावाकडची माणसे मला अती प्रिय व मी गावाचा अती लाडका. निवृत्त झाल्यावर मी गावात जाऊन राहीन. दिल्ली शहराचा हा गोंगाट आता मला नकोसा वाटतो. शहर कधी कोणाचे काही हरवलेले परत देऊ शकते, का कोणाचे कोवळेपण सांभाळून ठेवू शकते?' पण विनीतचे म्हणणे सगळे हसण्यावारी नेत. तो मात्र आपल्या प्रतिज्ञेवर अटळ होता. तो अनुभवत होता, की शहरात चुकण्या-मरण्यासाठी बंदुकीच्या गोळीची गरज नाही. शहरातला गोंगाट, धूळ, गर्दी, गाड्या-मोटारींचे आवाज हे सगळे मिसळून माणसाच्या आयुष्याला धुरासारखे उडवून देतील.

घर सोडून विनीत दिल्लीला गेला,तेव्हा घरात आई व बाबा होते. धाकट्या तिन्ही बहिणींची लग्ने झाली होती. दूरदूरच्या गावी आपापल्या घरी त्या सुखात होत्या. बाकीचे सगळे गावात होते, विनीतचे मित्र, शाळा-कॉलेजचे शिक्षक, त्याला रोज प्रसाद देणारे मंदिराचे पुजारी, चुरमुरे विकणारी बिसियाची आई, लाडू-गुलगुला दुकानात विकणारा राजू साहू, उधारीत डाळ-तांदूळ देणारा रामनिवास अगरवाल, विनीतच्या शिकवणीचे विद्यार्थी व्रज, मधु, विद्याधर, विजय, मीना, नल्ली, कांचन.... यातील मुली कुठे कुठे लग्न होऊन आपापल्या घरी गेल्या. मुले आपापले संसार

थाटून बसले आहेत. कोणी सुखात तर कोणी दुःखात आहेत. सगळेच त्याला प्रिय आहेत. काळाने काय सगळ्यांना उडवून नेले असेल?

दिल्लीत मोठ्या पगाराची नोकरी असलेल्या, उच्च पदावरून निवृत्त झालेल्या साठ वर्षांच्या विनीतने, गावाला जाणे म्हणजे एक वेडेपणा आहे असे सगळ्यांना वाटणे, यात काही चूक आहे, असे कोणी म्हणणार नाही. कोणाला माहीत, की त्याच्या गावी जाण्यात काही रहस्य असू शकेल. पुरलेला माल वा संपत्ती हे तर या रहस्याचे कारण नाही. गावात कुठली आलीय त्याची संपत्ती? जुने लिंपायचे मातीचे घर मोडून त्याने आई-वडील असतानाच त्यांना राहण्यासाठी, एक छोटे दोन मजली घर बांधले होते. तळमजल्यात आई-वडील होते. वरच्या मजल्यावरील भाडेकरू नावापुरते भाडे देत होते. तरी विनीतच्या चांगुलपणामुळे त्याच्या आई-वडिलांचीदेखील काळजी घेत होते. तो अधूनमधून त्यांना भेटायला जात असे. त्याला मदत करणारे अनेक जण, विशेषतः त्याला जेवायला घालणारी न्हाव्याची बायको वगैरे आता म्हातारे झाले होते. ते गरिबीने, आजाराने खंगले होते, विना उपचार, विना सेवा-काळजी, अंधारात आपल्या घरात पडून मरणयातना भोगत होते. या सगळ्याचा विनीतला फार त्रास होई. गावात नुसत्याच भटकणाऱ्या बेकार मुलांना एकत्र करून त्याने एक संघ तयार केला होता. मुलांना दरमहा काही आर्थिक मदत करून संघाच्या माध्यमातून त्यांनी गावाची सेवा करावी, हा त्यामागचा उद्देश होता. फलस्वरूप मुलांच्यात सुधारणा होऊन, गावातल्या म्हाताऱ्या लोकांची ते सेवा-काळजी घेऊ लागले, आजारी पडले तर उपचारदेखील करू लागले. विनीत आपल्या बोलण्याप्रमाणे संघाला नियमित पैसे पाठवत होता. आश्चर्याची गोष्ट म्हणजे त्या बेकार मुलांच्यात हळूहळू बदल होऊन, त्यांना आपल्यातल्या चांगुलपणाची जाणीव झाली. दुसऱ्याला मदत करण्यात काय आनंद असतो, हे त्यांच्या लक्षात यायला लागले. विनीत जितके दिवस गावात असायचा, सगळीकडे आनंद पसरायचा. पण नोकरी करत असल्याने तो जास्त दिवस गावात राहू शकत नसे. त्याला नेहमी वाटायचे, की तो कायमचा गावातच राहील व जे काही तो हरवून बसला आहे, ते मिळवून सांभाळून ठेवेल –सुख आणि दुःख–दोन्हीही.

नोकरी म्हणजे ताडाच्या झाडाची सावली व वय म्हणजे परत न येणारी उडून गेलेली चिमणी. बघता बघता दिल्लीला शिकायला आलेल्या वीस वर्षांच्या विनीतला आता साठ वर्षे पूर्ण झाली. नेहमी मदतीला असणारी नोकरीदेखील संपली. वय वाढल्याचे दुःख नव्हते पण नोकरी संपल्याचे दुःखदेखील अजिबात नव्हते असे नाही. छोटी नोकरी असो वा मोठी नोकरी असो, नोकरी म्हणजे एक मोह. तो संपूर्ण मोहमुक्त नव्हता. निवृत्त झाल्यावर काय करायचे, याचे संपूर्ण नियोजन त्याने केलेले होते. बायको-मुलांच्या भविष्याच्या सुरक्षिततेचे नियोजन आधीपासून केल्यामुळे,

आता तो निश्चिंत मनाने गावी जाऊन राहू शकतो, असे म्हणून त्याने आपले सामान बांधले. मुलांनी वडिलांना थांबवले नाही, कारण त्यांना हे माहीत होते, की स्वत:च स्वत:ला घडवलेले वडील जे काही करतील, ते पूर्ण विचारांती करतील. गावात जर त्यांना शांती मिळत असेल, तर ते गावात राहतील. जर तिथे रमले नाही, तर दिल्लीला परत येतील. बायकोनेदेखील त्यांची वाट अडवली नाही. ती स्वत: सून-मुलगा नातवंडे यांना सोडून, नेहमीसाठी गावी जाऊन राहू शकणार नाही, हे तिला माहीत होते. अधूनमधून नवऱ्याकडे जायला तिची काही हरकत नव्हती. विनीतमध्ये या वयातदेखील तारुण्यसुलभ शक्ती, सामर्थ्य व उत्साह होता. लोकांच्या मदतीला धावून जायचा न संपणारा उत्साह त्याच्यात ठासून भरलेला होता. शहरातदेखील तो खूप लोकप्रिय होता. तिथेदेखील तो अडल्या-नडल्याच्या पाठीशी उभा राहायचा. तोच त्याचा मूळ स्वभाव होता. अनोळखी माणूस अडचणीत असला, तरी तो त्याला आपला मदतीचा हात पुढे करायचा.

त्यामुळेच त्याने जेव्हा दिल्ली सोडली, तेव्हा तेथील त्याच्या मित्रांना दु:ख झाले. त्यांच्या चेहऱ्याकडे बघून तो म्हणाला, "जेव्हा केव्हा गरज पडेल, मी हजर होईन. दिल्ली काय फार दूर आहे का?" मित्रांनी विचारले, "पण तुम्ही जाताच आहात कशासाठी? तिथे तुमचं कोण आहे?" रहस्यपूर्ण हसत विनीत म्हणाला, आहे, आहे ज्याला शोधत शोधत मी जातो आहे. ती आठवण मनात ठेवून मी दिल्लीला आलो होतो आणि मला माहीत होतं, की दिल्लीच्या माझ्या आयुष्यात ती आठवण मला दिसेल. माझ्या आठवणीला एक अलौकिक शक्ती आहे. डोळे मिटले, की ती जन्म घेते आणि डोळे उघडून मी तिला बघतो. पण दिल्लीत माझं जे आयुष्य चाललं होतं, त्यात मला माझ्या आठवणीला शोधण्यासाठी कधी वेळच मिळाला नाही. बहुतेक माझ्यावर रागावून बसली आहे. कुठे नाहीशी झाली काय माहीत? किती दिवस झाले, तिला भेटलेलो नाही. अरे देवा! गावात ती मला नक्की भेटेल. माझ्या मनाला शांती लाभेल." असे म्हणून तो अगदी मोकळेपणाने हसला. आश्चर्यचकित मित्रांनी विचारले, "कोण, कोण आहे?" विनीत पुन्हा रहस्य टिकवून म्हणाला, "सगळ्या गोष्टी काय सगळ्यांना सांगायच्या असतात? आणि मी सांगितले तरी तुमचा विश्वास बसेल का, की मी अपार्थिव प्रेमाचा शोध घेतो आहे? म्हणून जाऊ दे ती गोष्ट. मला खात्री आहे, की मला ती मिळेल. ती माझी नक्की वाट बघत असेल." मित्रांना तसेच आश्चर्यात सोडून स्टेशनवर जाण्यासाठी तो सुटकेस उचलून गाडीत जाऊन बसला. मित्रांना वाटले, वरवर इतका साधारण दिसणारा माणूस एक छुपा रुस्तुम निघाला. याच्या बायकोला तरी सगळ्या गोष्टी माहीत आहेत का नाहीत? म्हणजे म्हणूनच तो मधूनमधून गावाला जायचा का......

विनीत गावाला पहाटे पोहोचला, त्या वेळी आकाशाचे डोळे धान उपसणाऱ्या

हंडीतून येणाऱ्या वाफेप्रमाणे धुरकट दिसत होते. गावचा पाऊस धुरालादेखील ओले करून टाकतो. विनीतने हे सगळे लहानपणापासून बघितले होते. गावातल्या बायका जेव्हा धान उपसायच्या (उकडा तांदूळ करतात, तेव्हा साळीचे तांदूळ एका मोठ्या हंडीत गरम पाण्यात घालून शिजवतात, त्याला धान उपसणे म्हणतात. धान म्हणजे साळ.), तेव्हा तो तिथेच बसलेला असायचा. हंडीतून येणाऱ्या वाफेच्या वासाने त्याचे पोट अर्धेअधिक भरून जायचे. खूप छान वास. कारण त्यात साळीबरोबर आळकुड्या, बटाटे टाकलेले असायचे, सकाळच्या पखाळ भातासाठी. (भात पाण्यात घालून ठेवतात, त्याला 'पखाळ भात' असे म्हणतात.) विनीतच्या भाग्यात गोळाभर पखाळदेखील नसायचा. आज आत्ता लक्षातही येत नाही, की सकाळचा नाश्ता काय असायचा. कारण तो जे मिळेल, ते खायचा. चुरमुरे, पोहे, शिळी पोळी, नाचणीची पेज काहीच नसेल, तर नुसते प्यायचे पाणी. ज्या वेळी तो बघायचा, की शेतावर जाताना सकाळी सकाळी त्यांच्या गावातील शेतकरी नालुदादा टोपभर पखाळ भाताबरोबर ओलूअची (सुरण) चटणी नेतो. त्या चटणीला लावून प्रत्येक घास पोटात ठुसतो, विनीतला इच्छा होत असे, पाहिजे तर उन्हातान्हात तोदेखील नांगर फिरवेल, म्हणजे सकाळी सकाळी पखाळ भाताबरोबर त्यालादेखील सुरणाची भरपूर चटणी तरी मिळेल.

पाणी न्यायचे म्हणून तो बादली घेऊन आला होता, ते त्याचे सकाळचे काम होते. ठीक वेळेत पाणी दिले नाही, तर आई स्वयंपाक करायची नाही, की त्याला शाळेत जायच्या आधी जेवायला द्यायची नाही. आईने जी वेळ दिली असेल, त्या वेळेत आणून दिले नाही; तर जी शिक्षा देईन म्हणून म्हणायची, ती देण्यात थोडासादेखील विलंब व्हायचा नाही. पण विनीत तरी काय करणार? लहानपणीचे त्याचे ते बालमन. नालुदादाचे ते पखाळ खाणे त्याला बघायला आवडायचे. राघव मावसा लाल चहात चुरमुरे घालून तो चहा सड सड आवाज करीत प्यायचा, ते बघूनच विनीतचे पोट भरायचे. निधू ककेई (गावातला काका) सकाळी सकाळी पोहे, केळी, गूळ, दही व त्यात खोबरे मिसळून त्याची फक्की मारायचा, ते बघून त्याला खूप इच्छा होई, की शाळेत न जाता या ककेईच्या दुकानात बसला, तर पोह्याची तशी फक्की तरी मारता येईल.

पण शाळा सोडून हे सगळे विनीतने कधीच केले नसते. तो तर स्वतःच्याच बाबाच्या दुकानात बसायला तयार नव्हता. आईने सांगितलेली कामे केली नाहीत तर जेवायला मिळणार नाही, म्हणून त्याला काम करणे भाग पडायचे. त्याशिवाय आईच्या माराची भीती होतीच. त्याला तर वाटायचे, की दिवस-रात्र अभ्यास करावा, काही लिहावे, गाणी म्हणावीत, चिमण्यांच्या बरोबर सुख-दुःखाच्या गोष्टी कराव्या आणि फुलांच्या वासाने दरवळणाऱ्या वाऱ्यालाच पिऊन भूक भागवावी. पण

माणसाच्या पोटाला भूक देऊन देवाने प्रचंड जंजाळाच्या ओझ्याखाली त्याचे आयुष्य असहाय करून टाकले आहे. हाच एक माणसाच्या आयुष्यातला मोठा त्रास आहे. लहान वयात त्याच्यावर कामाचे ओझे नसते, तर तो वर्गात पहिला आला असता. श्रीमंतांची मुले अभ्यासात इतकी मागे का असतात आणि कधी कधी नापासदेखील का होतात, हे त्याला समजायचे नाही. तसे दंगेखोर मुलांसारखे एकाच वर्गात दोन दोन वर्षे काढून मग वरच्या वर्गात जाणे, हे तर त्या काळी त्याच्या विचारातदेखील बसत नसे. पण सुटीच्या दिवसांत मात्र बाबाच्या दुकानात कधी कधी त्याला बसावेच लागे.

दुकानात बसण्यामागे एक आकर्षणदेखील होते. मोठ्या मोठ्या काचेच्या बरण्यांमध्ये संत्र्याच्या आकाराच्या गुलाबी, नारिंगी, हिरव्या, पिवळ्या रंगांच्या गोळ्या दुकानात समोरच ओळीने ठेवलेल्या असायच्या. गावाजवळच्या कारखान्यात तयार होणारी बिस्किटे, भाजलेले फुटाणे-वाटाणेदेखील काचेच्या बरणीत ठेवलेले असायचे. गावातल्या मुलांना तो गोळ्या विकत असे, पण त्याला मात्र त्या खायची परवानगी नसे. त्याच्या दुकानातून गोळ्या विकत घेऊन ती मुले, जेव्हा त्याच्या समोरच त्या चोखत चोखत आपल्या ओठातून रंगीत लाळ काढत बोलायची, तेव्हा तो स्वत:च्या तोंडात आलेली लाळ गिळून टाकत असे. स्वत:च आपल्या मनाला शिकवायचा, 'चूप! तू लहान असलास तरी दुकानदार आहेस, तुझ्याच वयाचा तो मुलगा गिऱ्हाईक आहे. गिऱ्हाईक तुझ्यासमोर लाळ गाळून गोळ्या खाणार आणि तू लाळ न गाळता विकणार. हाच नियम आहे. हा नियम तोडलास, तर बाबा तुझ्या हातावर एकही गोळी ठेवणार नाही, उलट पाठीवर एक धपाटा देईल, तेव्हा समजून-उमजून खबरदार.' पण बालपण, ते काही ऐकतच नाही. विनीतसारखा शिस्तीत वागणारा मुलगादेखील शिस्त मोडायचा. त्याच्या बालमनाला त्या गोळ्या खुणावायच्या, पण आपली इच्छा दाबू न शकल्याने तो एक संत्र्याच्या गोळीचा तुकडा तोंडात टाकायचा. भुकेला माणूस उष्टे-शिळे याचा काही विचार न करता खायला सुरुवात करतो, तसेच एका नंतर कितीतरी गोळ्यांचे तुकडे टकटक आवाज करून चावत त्याच्या पोटात जात. त्याला खूप वाटायचे, की प्रत्येक गोळी चोखत चोखत त्याचा वास आणि चव घेत, गोळीचा अगदी यथेच्छ उपभोग घ्यावा, पण वडील कुठल्याही क्षणी पोहोचतील या भीतीने तो एका पाठोपाठ गोळ्या तोंडात टाकत असला, तरी त्याच्या खऱ्या चवीचा आस्वाद घेऊ शकत नव्हता. खाऊन झाल्यावर त्याला खूप वाईट वाटायचे. वडिलांना समजले तर काय या भीतीने तो साशंक असे आणि त्याच्या सरळ मनाला त्यावर जालीम उपाय योजना सुचत असे. गोळ्या खाल्लेल्या समजू नये म्हणून तो बरण्यात गोळ्या नीट लावून ठेवायचा. बाबा दुकानात आले, की बाहेर उभे राहून कधीही दुकानात नजर टाकत

नाहीत, हे त्याला माहीत होते. घाईघाईत ते आत येऊन बसत आणि एकदा चोहीकडे नजर फिरवून त्याच्याकडे हिशोब मागत असत. अशा प्रकारे ही चोरी आश्चर्यकारकपणे कधीही बाबांच्या नजरेस आली नाही.

जेव्हा त्याची मुले विदेशी चॉकलेट बघून नाके मुरडत, तेव्हा संत्र्याच्या गोळीच्या तुकड्याचा तो वास त्याच्या नाकात घुमायचा. तो त्याच्या बालपणीच्या आठवणींना शोधायचा. दिल्लीत त्याला कधी त्या प्रकारच्या गोळ्या दिसल्या नाहीत. किती गोष्टी काळानुसार बदलत जातात. गावात कायमचा परत आल्यावर, बसमधून उतरून त्यानी छोटी छोटी दुकाने बघितली. पण ती छोटी दुकानेदेखील त्याला चांगली मोठी वाटली आणि बाबांच्या दुकानासारखी आपुलकीची आणि प्रेमळ वाटली नाहीत. घरी जाऊन पोहोचला, तेव्हा सगळे घर रिकामे पडले होते. आई-बाबांची कॉट, लिहिण्याचे एक टेबल व आणखी काही गोष्टी तशाच होत्या. आई-बाबा गेल्यानंतर तो प्रथमच या घरात आला होता. आता इथेच कायमचे राहावे, अशी त्याची इच्छा होती. आपली सुटकेस उघडून त्याने त्यातल्या जिनसा बाहेर काढल्या नाहीत. दोन-चार दिवसांसाठी गावाला आल्यावर जो आनंद त्याला मिळे, तसा आनंद त्याला शोधूनही सापडला नाही. ज्याला शोधत शोधत तो गावाला निघून आला होता, तो जणू नाहीसा झाला होता, वाऱ्याबरोबर उडून गेला होता किंवा मोठ्या वादळात मेला वा हरवला होता. गावात प्रथम त्याने सगळ्यांची विचारपूस केली. त्याचे सगळे मित्र त्यांच्या वयापेक्षा जास्त म्हातारे दिसत होते. गावात आणखी कोणी जास्त तरुण मुले नव्हती. जे त्याच्या लहानपणीचे मित्र होते, त्यांच्यात तोच तरुण असल्यासारखा उठून दिसत होता. त्याचे गाव आता ते पूर्वीचे गाव राहिले नव्हते. पण आजही गावच्या मातीवर पावसाचे दोन थेंब जरी पडले, तर त्यातून येणारा पूर्वीचा तो वास त्याचे सर्व अस्तित्व दरवळून टाकत होता. त्याच्या लहानशा बागेतील मोगरा रात्रीच्या वेळी पाकळ्या उमलवून, आपल्या वासाने झोपेतून उठवून, त्याला लहानपणीच्या काळात नेत होता. त्याकाळची झाडे-वृक्ष जे वादळातून वाचले होते, तेदेखील म्हातारे झाले होते. तरीदेखील त्यांनी आपले दिव्य गुण सोडले नव्हते. आतादेखील त्याला पालवी फुटत होती, मोहर येत होता, फळे लागत होती आणि त्या फळांची चवदेखील तशीच होती. अगदी आईच्या प्रेमाप्रमाणे निसर्गाचे प्रेमदेखील कधीही न बदलणारे होते. लहानपणी जो दंगेखोर मुलगा आपल्याला आई आवडते असा कधीही विचार करीत नव्हता, आज तीच आई त्याला प्राणापेक्षाही प्रिय आहे, असे त्याला वाटत होते. घरातल्या कणाकणांत त्याला आईची अनुपस्थिती जाणवत होती. प्रत्येक किरकोळ दुकानात त्याचा तो पळपुटा, बेजबाबदार बाप त्याला दिसत होता. अशा बापावरदेखील इतके प्रेम आणि इतका आदर आपण करतो आहोत, हे त्याला आत्ता जाणवत होते. त्यावेळची ती

न्हाव्याची बायको इतकी म्हातारी झाली होती, की एखाद्या घाणेरड्या गाठोड्यागत गोठ्यात पडून मेल्याचे विनीतने पाहिले होते. ज्या मुलांना त्याने त्या न्हाविणीची आणि इतर म्हाताऱ्या लोकांची जबाबदारी सोपवली होती, ते आपापल्या पोटापाण्याची व्यवस्था करण्यासाठी कुठे कुठे जाऊन आपला उदरनिर्वाह करीत होते. इतर जे होते, ते आपल्या आयुष्यातील कटकटींनी इतके त्रासलेले होते, की त्यांची काळजी कोण घेत असेल, हा प्रश्न विनीतला पडला होता. सगळे अगदी साधे-सरळ होते आणि सगळे खरे बोलत होते. त्यांनी कोणालाच दोष दिला नाही. सगळा गाव असा बदलला, जसा माणूस काळाच्या माराने बदलून जातो. या गावात काय त्याला शांती मिळणार?

ज्याला शोधत शोधत तो गावी परत आला होता, त्याचे अजून दर्शन नाही. येऊन दोन महिने झाले, तरी अजून आपल्या सगळ्या जिनसा त्याने बॅगेतून काढलेल्या नाहीत. जितक्या गरजेच्या आहेत, त्याच काढल्या आहेत. इथे मन रमले नाही तर परत जाण्याचा विचार मनात कुठेतरी दडून बसलेला आहे. कुठे गेला त्याचा हरवलेला तो सखा? एकदोनदा त्याला तो दिल्लीला असताना भेटला होता आणि विनीतला समजले होते, की तो त्यालाच शोधत शोधत दिल्लीला आला होता. गोष्ट चाळीस वर्षांपूर्वीची. ज्या वेळी गाव सोडून नव्यानेच तो दिल्ली विश्वविद्यालयात शिकत होता, त्याच वेळी तिथे तो एकदोनदा भेटला होता. त्यानंतर दिल्ली शहर, अरण्य आणि आसपासच्या गावातून जसे काही तो नाहीसा झाला होता. नक्कीच तो प्राणसखा त्याची गावात वाट बघत असेल, अशी विनीतची दृढ धारणा झाली होती. तो काय फक्त वसंत ऋतूतला सखा? म्हणूनच विनीत वसंत ऋतू येण्याची वाट बघत निराश झाला नाही. पुढच्या वसंत ऋतूत तो येऊ शकतो. विनीत तोपर्यंत त्याची वाट बघेल.

अशातच पावसाळा विनीतला शोधत आला. तोच भूतकाळातील पावसाळा. तसाच जिद्दी आणि स्वतःच्या मनासारखे वागणारा पावसाळा. त्याचे हे न बदललेले रूप विनीतला फार आवडले होते, काहीही कृत्रिमता नाही. दिल्लीतही पाऊस पडे, पण तो निरखायला वेळच मिळायचा नाही. त्यात परत वीजबाई एकदा गेल्या, की दिल्लीचे जीवन एका क्षणात बदलून नरक व्हायचे. घरात विजेवर चालणारी इतकी उपकरणे वापरली जायची, की विजेशिवाय जीवन ठप्प होऊन जाई. घराघरांत जर टीव्ही लागला नाही, तर आयुष्याला काय अर्थ उरतो? त्या दिवशी गावात इतका पाऊस झाला, की विनीत बागेत उभा राहून पूर्ण ओलाचिंब झाला. त्याचे हे वागणे बघून त्याच्यावर चिडायला इथे बायको व मुले नाहीत, की याला बहुतेक वेड लागले आहे, असे म्हणायलादेखील कोणी नाही. म्हातारपणी पावसात भिजणे म्हणजे काय वेडेपणा आहे का? मनातील सख्याला भेटण्यासाठी इतक्या वर्षांनंतर या म्हाताऱ्या

वयात बाडबिस्तरा बांधून गावाला येणे म्हणजे काय वेडेपणा? आपल्या लहानपणीच्या मित्रांना त्याने खूप वर्षांनी बघितले होते. ते अजूनही तसेच होते. इतक्या वर्षांनंतरदेखील ते बदलले नव्हते. गावातल्या मैदानावर टिपटिप पावसात भिजत असताना, समोर त्याने बरेच लाल रंगाचे गुलुगुलू साधबबोहू (मराठी नाव इंद्रगोप वा मीराग) बघितले. त्याला वाटत होते, की डायनासोरसारखाच साधब बोहू नावाचा निरीह जीव, जीवजंतू जगातून लोप पावला आहे. ते वाटून त्याला दु:खही झाले होते. दिल्लीमध्ये गालिचासारख्या टाकलेल्या गवताच्या सुंदर लॉनवर त्याने किती शोधले होते या साधबबोहुला आणि खूप निराश झाला होता. छोट्या मुलांप्रमाणे त्या साधबबोहूला त्याने गोळा करून आपल्या तळहातावर घेतले, मोठ्या प्रेमाने त्यांच्यावर हात फिरवून पुन्हा मैदानात सोडून दिले. तिथे खेळत असलेल्या मुलांचे त्यावर पाय पडतील, म्हणून त्या मुलांना त्याने मैदानातून हाकलून दिले. गावातील लोक त्याच्याबद्दल काय म्हणत असतील माहीत नाही, पण त्यांना आनंद झाला होता व विनीतला अजूनही गाव आवडते आहे, असे त्यांचे म्हणणे होते. दिल्लीला असता तर त्याच्या शुभेच्छुक मित्रांनी, यासाठी त्याला खेचून मानसिक रुग्णालयात भरती केले असते. अगदी त्याच दिवशी भूतकाळातील आणखी एक रोमांचकारी घटना त्याच्यासाठी वाट बघत बसली होती. ज्या वेळी पश्चिमेला आकाशात सूर्य अस्त होत होता, त्याच वेळी पूर्वेकडे आकाशात ढग दाटून आले होते आणि मग सप्तरंगी इंद्रधनुष्याने विनीतला आपल्याकडे ओढून नेले. लहानपणीसारखे विनीत इंद्रधनुष्याला पकडण्यासाठी काही अंतर पळत गेला होता आणि स्वत:ची चूक लक्षात येऊन जागच्या जागी उभे राहून त्याने त्या इंद्रधनुष्याला आपल्या मनात साठवून घेतले होते. दिल्लीतदेखील त्याने कितीतरी वेळा इंद्रधनुष्य बघितले होते. पण अशी आकाशाखाली पूर्ण इंद्रधनुष्याची कमान कधी बघितली होती? सगळीकडे उंच इमारती, इंद्रधनुष्याच्या संपूर्णतेला खंडित करीत असत व प्रदूषित वायुमंडळ त्याचा रंग फिका करीत असत. तिथे स्वत:पेक्षा इंद्रधनुष्यच त्याला जास्त केविलवाणे वाटे.

इंद्रधनुष्य नाहीसे झाल्यावर विनीतला अजिबात नैराश्य आले नाही. उलट सूर्यास्ताच्या दिशेने एक एक पाऊल टाकत तो चालत राहिला. त्याच वेळी पूर्वीसारखेच गुराखी आपल्या गायी घेऊन गावात परत येत होते. गायींच्या गळ्यात बांधलेल्या घंटांचा आवाज विनीत मुग्ध होऊन ऐकत होता. तो घंटेचा आवाज त्याला पूर्वी कोणीतरी गायलेल्या गीताच्या सुरागत वाटत होता. गुराख्याला त्याने आपल्या सख्याबाबत विचारले – तो सध्या गावात येतो का? येणाऱ्या वसंत ऋतूत तो येईल का? ऐकले आहे, की तो रागावून आता येत नाही, आला तरी कोणाला काहीही न सांगता लपून निघून जातो. एवढ्यात तू त्याला बघितले होते का?

गुराखी विनीतच्या या प्रश्नाचे उत्तर न देता नुसता आश्चर्याने त्याच्या तोंडाकडे बघतच बसला आणि मग गायींना घेऊन निघून गेला.

विनीतला वाटले, आजकालचा मुलगा हा, त्या सख्याबरोबर माझे जन्मजन्मांतरीचे नाते आहे, हे त्याला काय कळणार? पश्चिमेचे आकाश गोधुळीचा रंग त्याच्यावर ओतत होते. खरोखरच जसे कोणी त्याच्या अंगावर, तोंडावर गुलाल फासला होता. बालपणीसारखा तो पुन्हा रोमांचित झाला आणि अस्तंगत होणाऱ्या सूर्याकडे हात करून, क्षितिजाच्या वलयात दिसणाऱ्या गडद गोधुळी रंगात त्याने आपली बोटे बुडवली. हात वर करूनच तो घरी परतला. तो रंग धुतला जाईल, या विचाराने जेवायच्या आधी अभ्यासाच्या टेबलाशी बसून, त्याने लिहायला सुरुवात केली गोधुळी रंगाची कविता, त्या कवितेचे मर्म कोणी समजो वा न समजो, त्याला त्याचे काही घेणे देणे नाही. ती तर अनंत प्रतीक्षेची कविता, चिरंतन प्रेमाची कविता. कविता हेच जीवन. जी गीत होऊन हृदयात गुणगुणत राहते. अनेकवेळा जीवन हे गाण्यातील गतानुगतिक पदासारखे वाटते. गाण्याप्रमाणेच जीवनात किती सुरात किती रागात अंतरा घुमत असतो आणि त्या अंतऱ्यातून सुख-दुःखाचे किती आरोह अवरोह. कितीही मोठा उस्ताद असला व जीवनाला आपण अगदी बारकाईने जगतो आहोत असे त्याला वाटत असले, तरी कधीकधी जीवनात एखादा सूर बेसूर होतो, तरीदेखील माणूस आपले आयुष्य जगतच असतो.

इतकी वर्षे झाली त्याचा सखा भेटला नाही म्हणून विनीतने कविता लिहिणे सोडले होते. तरीही आज तो गोधुळी रंगाची कविता लिहितो आहे, जी कविता तो झाडा-झुडपांना, आकाशाला, नदीला आणि वर्षाच्या बारा महिन्यातील सहा ऋतूंना ऐकवणार आहे. ते गीत ऐकून त्याचा सखा नक्की परत येईल. त्याला बघून त्याचे म्हातारपण निघून जाईल आणि आनंदित होऊन उल्हासाने तो आपले उरलेले आयुष्य जगेल. त्याला माहीत आहे, की तो सखा इतका निष्ठुर नाही. वठलेल्या झाडाच्या फांदीवर तो येऊन बसेल आणि विनीतसाठी गाणे म्हणेल. इतक्या वर्षांनी त्याला बघितल्यावर विनीत रडायला लागेल का? कोणास ठाऊक, ते फक्त त्याच्या मनात असलेला सखाच सांगू शकेल. इतके दिवस हरवलेला त्याचा हळदीबसंत (हळद्या पक्षी). शांत, सरळ हळदीबसंत माणसाच्या उपद्रवाने कधीही पूर्णपणे नाहीसा होणार नाही, असा विश्वास विनीतला आहे. कारण त्याचा एकतरी प्रेमिक असतो. जसा विनीत आजही केवळ त्याच्यासाठी जगतो आहे आणि फक्त त्याला बघण्यासाठीच आपल्या गावी परत आला आहे.

■

। सात ।

मृत्युपत्र

विनोदच्या मनात आता कुठलीही शंका नव्हती.

मरायच्या अगोदर पैसाअडका, शेतीवाडी सगळ्याचे मृत्युपत्र करणे जसे आवश्यक, आत्महत्या करण्यापूर्वी सुईसाईड नोट लिहणे तसेच उचित, या सिद्धान्तापर्यंत येऊन तो पोहोचला होता. त्याच्या मृत्यूसाठी कोण जबाबदार हे त्यात लिहिले नाही, तर विनाकारण सगळे संशयाच्या फेऱ्यात सापडतील. तो मेल्याच्या दु:खापेक्षा कुटुंबाला ते दु:ख जास्त असेल. पोलिसांच्या चौकशा, समाजातील अपमान आणि माध्यमांनी तयार केलेली मन:पूत रोमांचक कहाणी, कुटुंबातील सर्वांच्या व्यक्तिमत्त्वांवर काजळी फासेल. फलस्वरूप दु:ख आणि अपमानाने त्याच्यासाठी कोणी दोन अश्रूदेखील गाळणार नाहीत. उलट विनोद नरकात जावो, असा शाप त्याला देतील. स्वत:च्या मृत्यूला असे कलंकित व तिरस्कृत करण्याची त्याची इच्छा नव्हती. त्याचे आयुष्य यशस्वी नाही झाले तर नाही, पण मृत्यू निंदनीय व तिरस्कृत होऊ नये, अशी इच्छा त्याने करणे अगदी स्वाभाविक होते. आत्महत्या करणारे लोक मृत्युपत्र लिहून का जात नाहीत, ते जाणून घ्यायला काही उपाय नव्हता. त्या वेळी त्या माणसाची मन:स्थिती अजिबात स्वाभाविक नसणार. आत्ता त्याची मन:स्थितीदेखील स्वाभाविक आहे, असे त्याला अजिबात वाटत नव्हते. कारण बाहेरून इतके सुंदर दिसणारे त्याचे कुटुंब आणि त्याची सामाजिक व आर्थिक स्थिती यांना लाथ मारून, तो मरायला निघाला होता. लोकं म्हणतील, तो वेडा झाला होता. मेल्यानंतर त्याचा आत्मा त्या लोकांमध्ये येऊन उभा राहिला, तर त्याला

स्वत:लाही नक्की तसेच वाटेल.

विनोद नियमितपणे डायरी लिहीत असल्यामुळे डायरीच्या शेवटच्या पानावर, त्याच्या मृत्यूसाठी कोणकोण जबाबदार हे लिहिले की पुरेसे असेल. त्यालाच सुईसाईड नोट मानले गेले असते. पण त्यापेक्षा मृत्युपत्र लिहिले तर अधिक स्पष्ट होईल, असे त्याला वाटले. कारण त्याची डायरी पोलिसांच्या हातात पडावी, असे त्याला वाटत नव्हते. मनातील न सांगता येणाऱ्या व्यथा व वेदनेला डायरीत लिहून मन जरा हलके करण्याची सवय त्याला कॉलेजमध्ये असल्यापासून होती. म्हणजे डायरी पोलिसांच्या हातात पडली, तर त्याच्या आयुष्यातील अनेक रहस्ये उघड्यावर येण्याची शक्यता होती. त्याच्या निष्पाप मृत्यूची पीत वार्ताहरांकडून (पीत पत्रकारिता) चिरफाड करण्यात काय अर्थ होता? आयुष्यात त्याने जे सुख, दु:ख, आपलेपणा, हेटाळणी हे सर्व भोगले होते, ते सर्व त्याचे एकट्याचे व्यक्तिगत होते. या सर्व चर्चेने सगळ्या माध्यमांना काही दिवस मालामाल केले तर त्यात त्याचा काय फायदा? उलट नुकसानच! निष्पाप, महान, धार्मिक, उदार, दयाळू, मित्रप्रिय, प्रतिभावान इत्यादी भूषणांनी भूषित होणारा तो, त्याच्या मृत्यूनंतर डायरीमुळे वेगळाच दिसेल. असा सगळा विचार करून मृत्यूच्या आधी डायरी नष्ट करण्याचा विचार त्याने पक्का केला आणि शेवटच्या रात्री डायरी न लिहिता सुईसाईड नोट लिहिली, 'माझ्या अकाली मृत्यूसाठी....?' कोण जबाबदार? कोण? त्याच्या मनात विचार आला, की कोणालाही वगळणार नाही. जन्मापासून आजपर्यंत त्याने जितके दु:ख, अपमान, अपयश सोसले होते; त्यासाठी एक नव्हे, तर अनेक जण जबाबदार आहेत. त्याचे वडील, आई, शिक्षक, सासू-सासरे, बायको, काही मित्र, शत्रू, वेगवेगळ्या ठिकाणी तो नोकरी करीत असताना त्या वेळी तिथे असणारे ऑफिसर व ऑफिसचे लोक, असे सगळेच काही काही प्रमाणात त्याच्या मृत्यूसाठी नक्की जबाबदार होते. पण आता जे या इहलोकी नाहीत, त्यांची नावे लिहून काय फायदा? त्याला मृत्यूच्या दिशेने प्रेरित करणाऱ्या माणसांमधून, इथून पलीकडे गेलेल्यांची नावे वगळली तरी जीवित असलेल्यांची यादीदेखील खूप मोठी झाली. त्या यादीत त्याच्या ऑफिसची माणसे, त्याचे मित्रदेखील होते. पण इतकी मोठी यादी त्याला वेडा आणि नकारात्मक प्रवृत्तीचा य:कश्चित माणूस म्हणून तर प्रमाणित करणार नाही? ओह! आयुष्य मोठे निर्दयी शेवटच्या क्षणापर्यंत द्विधा संपत नाही. परम शांती मिळण्या अगोदरच्या क्षणापर्यंतदेखील आयुष्य माणसाबरोबर किती मोठाले डाव साधते, ते विनोद अनुभवत होता. तसे नसते तर दुर्लभ असा मनुष्यजन्म मिळाल्यावरदेखील, आत्महत्येचा विचार त्याने मनात का आणला असता? आत्महत्या काय सोपी गोष्ट आहे का? किती क्रूर व निर्भय किंवा तितकाच भित्रा व कातर नसल्यशिवाय कोणी आत्महत्या करू शकणार नाही.

कॉलेजमध्ये असताना परीक्षेचा निकाल अजिबात चांगला लागला नाही, म्हणून त्याने पहिल्यांदा आत्महत्येचा प्रयत्न केला होता. पण या भयंकर द्विधा मनःस्थितीने त्याला ग्रासल्यामुळे तो मृत्यूला विसरून गेला. त्याचे सगळ्यात मोठे दुःख हे होते, की अशा प्रकारच्या मानसिकतेने त्याला त्रस्त केले आहे, हे कोणाच्याही लक्षात आले नाही, म्हणजेच त्याच्याकडे कोणाचेच विशेष लक्ष नव्हते किंवा अगदी जवळच्या नातेवाइकांच्या लक्षात येऊनदेखील त्याची साधी दखल घेतली नव्हती. बहुतेक त्यांनी विचार केला असेल, की काही काळ गेला की सगळे ठीक होईल. त्याच्यात आत्महत्येची वृत्ती आहे, ही गोष्ट कमी-अधिक प्रमाणात सगळ्यांना काय माहीत नव्हती? पण कोणीही त्या दृष्टीने सतर्क राहिले नव्हते. आई-वडिलांना वाटले, की एखादी सुंदर मुलगी गळ्यात बांधली की सगळे काही व्यवस्थित होईल. मुलेबाळे झाली की आपोआप बंधनात पडेल. संसार असे एक बंधन आहे, की तलावात असणारा मासा एकदा का चिखलात सापडला, की कितीही तडफड झाली तरी त्याला मरण काही येत नाही.

विनोदची बायको प्रेरणा अतिशय सुंदर आहे यात काही वाद नाही. पण सुंदर मुली आत्महत्येवर उतारा नसतात, हे घरच्या जाणकारांनी जाणणे आवश्यक होते. आता तीच सुंदर स्त्री विधवा होणार. त्यानंतर ती बिचारी कशा प्रकारे आयुष्य घालवेल, या चिंतेने विनोद दुःखी झाला; पण त्याने स्वतःचा निर्णय बदलला नाही. मरण्याचा निर्णय घेतलेली व्यक्ती आणखी कोणाचीच नसते, ही गोष्ट त्याच्याशिवाय कोणालाही समजणार नाही, या विचाराने त्याला स्वतःचाच अभिमान वाटला. स्वतःबद्दल दया वाटण्याबरोबरच क्रूर बदला घेण्याच्या विचाराने त्याला आसुरी आनंद झाला. त्याच्या मृत्यूनंतर सगळ्यांनाच त्रास होईल, याचे त्याला अजिबात दुःख झाले नाही. त्याचे मृत आई-वडीलदेखील समाजाच्या कुत्सित टीकेतून वाचणार नाहीत, हे त्याच्या लक्षात आले. आपल्या विद्यार्थी जीवनात त्याने दोन-तीनदा आत्महत्येचा प्रयत्न केला होता, तरी त्याच्या आई-वडिलांनी त्याला कधीही मानसोपचार तज्ज्ञाकडे नेले नव्हते. तसे केले, तर त्यांच्या व त्यांच्या कुटुंबाच्या इभ्रतीला डाग लागेल अशी त्यांची धारणा होती. यात त्यांचाही काही दोष नाही.

आपल्या समाजात मानसिक व्याधीला एक स्टिगमा वा कलंक मानले जाते. कुटुंबातील एखादा जर मानसिक रोगी असेल, तर सगळे स्टिगमाच्या वलयात गणले जातात. फक्त त्याचेच आई-वडील नव्हे, तर समाजातील सगळेच आई-वडील अशा प्रकारच्या रोगाला लपवून ठेवतात आणि जास्त झाले, तर गुपचूपपणे त्यावर इलाज करतात. पण त्याचा इलाज कोणाच्या परोक्षदेखील झाला नव्हता. तो स्वतःच स्वतःचा डॉक्टर होता. ज्या वेळी कोणत्याही कारणामुळे तो दुःखग्रस्त होत असे, त्या वेळी तो स्वतःच त्या रोगाचे कारण व त्याचे निराकरण यावर पुष्कळ

विचार करीत असे व त्यातून तात्पुरता बाहेर पडे. त्यामुळे सगळ्या आयुष्यभर आत्महत्येच्या योजनेच्या कोळ्याच्या जाळ्यात तडफडत राहत असे. कोळ्याप्रमाणेच स्वत: जाळे विणून स्वत:च त्रास भोगत असे. तो स्वत:देखील मानसोपचार तज्ज्ञाकडे कधीही का बरे गेला नाही? म्हणजेच त्याच्या आत्महत्येसाठी तो स्वत:देखील जबाबदार आहे. त्याची अशी मन:स्थिती असूनही तो खूप चांगला विद्यार्थी होता व नोकरीसाठी कोणत्याही मुलाखतीत नापास झाला नव्हता. उलट एकानंतर एक अशा नोकऱ्या सोडून त्याने चांगल्या वरच्या नोकऱ्या मिळवल्या होत्या व कोणत्याही नोकरीवरून त्याला अयोग्य म्हणून काढून टाकले नव्हते. असे असूनही त्याचे वरचे साहेब त्याला कमी त्रास द्यायचे नाहीत. सारासार विचार करता सगळ्या जगाला त्याचे चांगले चाललेले बघवत नव्हते. अशा परिस्थितीत तो कसा जगणार सांगा?

प्रेरणा इतकी साधीसुधी बायको, की आपल्या नवऱ्याची मानसिक अवस्था काय आहे, हेदेखील ती समजू शकत नव्हती. त्या दिवशी सुटी घेऊन विनोद घरीच होता. वहीत बरेच काही लिहीत होता आणि कागदाचे छोटे छोटे तुकडे करून कचऱ्याच्या डब्यात टाकत होता. विनोद विचलित मनोवस्थेत आहे ही गोष्ट, जर बायको असून प्रेरणा समजू शकली नाही, तर ती कसली बायको? नेहमीप्रमाणे त्या दिवशी झोपायच्या आधी तिने विचारले, "सकाळी नाश्त्याला काय आवडेल विनोद?" विनोद चिडून म्हणाला, "गादीवरदेखील खाण्याची चिंता? एक दिवस नाश्ता नाही केला तर माझे प्राण जातील का? तुला आजपासून नाश्त्यातून मी मुक्त केले आहे. निश्चिंत होऊन झोप. सकाळ झाली की काय ते बघू." निर्बोध बायको स्मितहास्य करत म्हणाली, "थँक यू, गुड नाईट." आणि पटकन झोपून गेली. बायकोचे असे हे वागणे, त्याच्यासाठी फार दु:खदायक होते. प्रेरणाला त्याच्या चेहेऱ्यावरून आसन्न मृत्यूचा संदेश दिसू शकला नाही? अशी बायको कितीही सुंदर असली तरी तिच्या बायको होण्याचा धिक्कार असो. तोंड उघडून तो म्हणाला, 'बॅड नाईटदेखील होऊ शकते, तू गुड म्हणालीस म्हणून सगळ्या रात्री शुभ रात्री होतील का? तुझ्या तोंडाने देव बोलतो, असे वाटते का तुला? रात्री भूकंप होणार नाही, हे कोण सांगू शकेल? आत्ता आत्ता जपानला काय झाले बघितलेस ना...' पण हाय रे देवा! तोपर्यंत ती गाढ झोपली होती. झोपल्यावर तर ती आणखी निरिच्छ व सुंदर दिसत होती. पण त्यामुळे विनोदचा निश्चय बदलला तर नाहीच, उलट आणखी दृढ झाला. आता त्याच्या मृत्यूसाठी त्याची सुंदर बायको जास्त प्रमाणात जबाबदार नाही का? औषधाच्या डब्यात महिनाभरासाठी ठेवलेल्या झोपेच्या सगळ्या गोळ्या एकदम खाल्ल्या, तर किती वेळानंतर मृत्यू येईल, या विषयी विनोदला काही माहिती नव्हती. शांतपणे झोप लागल्यासारखे वेदनारहित मरण येईल, का वेदनेने तडफडून

तोंडातून गँ गँ करीत तो मरेल, हेदेखील त्याला माहीत नव्हते. या संदर्भात तो कोणत्याही डॉक्टरला काही विचारू शकत नव्हता. विचारले असते तर डॉक्टरांनी लगोलग त्याला पोलिसाच्या ताब्यात दिले असते, नाहीतर वेड्याच्या इस्पितळात भरती केले असते. पृथ्वीवरील प्रत्येक जण मग तो वेडा असला तरी या दोन ठिकाणांपासून दूर राहू इच्छितो. कारण, सगळ्यांना माहीत असते, की पोलिसांच्या अटकेत असणारे सगळे अपराधी नसतात व वेड्याच्या इस्पितळात भरती झालेले सगळे वेडे नसतात. पण या दोन ठिकाणी एकदा अडकले, की सत्य माहीत असूनही समाज तिरक्या दृष्टीने अशा बिचाऱ्यांकडे बघतो. म्हणून आपली शंका दूर करण्यासाठी विनोद इंटरनेटवर काहीबाही शोधण्याचा प्रयत्न करत होता, पण त्यात त्याला काही म्हणावी अशी माहिती मिळाली नाही. त्यामुळे त्याची अशी समजूत होती, की झोपेच्या गोळ्या खाऊन झोपले, की अपेक्षेपेक्षा कमी त्रासाने मरण येईल. तो रोज एक झोपेची गोळी घेतो ही गोष्ट त्याची बायको, सासू-सासरे आणि कितीतरी मित्रांना, तसेच घरच्या डॉक्टरांना माहीत होती. त्या डॉक्टरांनी त्याला रोज झोपेची गोळी न घेता सकाळी एक तासभर फिरून येण्याचा सल्ला दिला होता. पण प्रात:निद्रा ही तर त्याची लहानपणापासूनची ऐश होती. म्हणून स्वत:च स्वत:चा डॉक्टर होऊन तो रोज एक झोपेची गोळी घेऊन सुखनिद्रा घेत असे. आपल्या देशात तर डॉक्टरच्या चिठ्ठीशिवाय एका वेळी दोन-तीन महिन्यांसाठी औषधाच्या दुकानातून झोपेच्या गोळ्या मिळतात. म्हणजेच जगातील सर्वांत मोठ्या या लोकतांत्रिक देशात, आत्महत्या करण्याच्या वाटेत उगाचच काही अडथळे नाहीत. इथे जिवंतपणी कायदा-व्यवस्था माणसांसाठी जितकी दयाळू नाही, तितकी मेल्यानंतर ती जास्त दयाळू असते.

आत्महत्या महापाप आहे, हे विनोद चांगलेच जाणतो. हा एक पकडला जाणारा अपराध आहे. आत्महत्या करताना दुर्दैवाने तो अयशस्वी झाला व वाचला, तर तो अपराधी म्हणून गणला जाईल आणि शिक्षादेखील भोगावी लागेल. त्याच्यासाठी दया नाही, तर कठोरपणा व निंदा-नालस्तीची सीमा राहणार नाही. आत्महत्येत तो जर यशस्वी झाला; तर त्याच्याबद्दल पोलीस, कोर्ट-कचेरी, समाज, सगे-सोयरे सगळे दु:खाने विचलित होतील. वर्तमानपत्रे त्या दिवशी शाईने नव्हे, तर अश्रूंनी त्याच्या मरणाची बातमी छापतील. सेवाभावी संस्था विनोदच्या मानवाधिकारा संबंधित प्रश्न उठवतील व सरकारने त्याच्या कुटुंबासाठी मोठ्या रकमेची मदत करावी म्हणून जोर धरतील. विरोधी पक्ष शासकीय पक्षाला दोषी ठरवून मुख्यमंत्र्यांचा राजीनामादेखील मागतील. त्याच्या आत्महत्येचे कारण शोधण्यासाठी किती समित्या स्थापन केल्या जातील. क्राईम ब्रांच, शोध संस्था आणि सीबीआयची शोधाशोध इथपर्यंत गोष्ट जाऊ शकते.

मरण्याआधी विनोद ज्यांना ज्यांना जबाबदार ठरवून जाईल. त्यांच्यासाठी नक्कीच कठोर शिक्षेची तरतूद असणार. इथे माणूस जिवंत असताना जर त्याला आत्महत्येसाठी संधी निर्माण करणाऱ्या म्हणजे कारण असणाऱ्या लोकांसाठी शिक्षा असती, तर आत्महत्या थांबवता येऊ शकल्या असत्या. आणखी एक आश्चर्याची गोष्ट म्हणजे, जिवंत असताना द्विधा मनःस्थिती व दुःखाचे कारण, याबाबतीत कोणालाही कितीही विनंत्या केल्या तरी कोणी पाठीशी उभे राहत नाही. सहानुभूती तर दूरची गोष्ट, पण दुःखी माणसाची अशी चेष्टा करतील, की दोष इतर कोणाचा नाही – तर या माणसाचेच डोके फिरले आहे. पण सुईसाईड नोटमध्ये त्याच्या मृत्यूसाठी तो ज्यांना ज्यांना जबाबदार धरेल, ते सगळे संशयाच्या घेऱ्यात सापडले जातील. यादीत असणाऱ्या सर्वांसाठी कायद्याची अमंलबजावणी करायला सगळेच तत्पर असतात. आयुष्यभर खोटारडा म्हणून प्रमाणित झालेल्या व्यक्तीने मृत्यूच्या वेळी दिलेली जबानी वा सुइसाईड नोटमध्ये जे लिहिले असेल, जे सांगितले असेल; ते सत्य व अचूक मानण्याचा हा नियम किती भयंकर आणि त्रासदायक आहे, हे सगळ्यांना माहीत असले तरी कायदा बदलण्याचे साहस कोणाकडे आहे? मरणाआधी मिथ्यवादी असणारा माणूस मेल्यानंतर एकदम सत्यवादी कसा होतो, याचे विनोदला खूप आश्चर्य वाटे. मग ज्यांच्याविषयी त्याच्या मनात आकारण ईर्ष्या होती, वा ज्यांच्याविषयी त्याला सहिष्णुता वा श्रद्धा वाटत नव्हती; त्यांना त्याच्या मृत्यूसाठी जबाबदार धरून, त्यांची नावे यादीत लिहून बदला घ्यावा का? स्वतः मेलो तरी चालेल, पण शत्रूला शिक्षा व्हावी म्हणून कोणी शत्रूला जबाबदार धरून त्यांची नावे सुईसाईड नोटमध्ये लिहीत असेल का?

अर्थात मानसिक दुःख आणि नैराश्याचा रोग अतिभयंकरच. बदला घेण्यासाठी रोगी समुद्रातदेखील उडी मारेल. जर असे कोणी करत असेल, तर माणसाच्या दुर्दशेला अंत नाही. त्याची सुंदर बायको प्रेरणा नेहमी त्याला धमकी देते, की ती पाहिजे तर आत्महत्या करेल, की ज्यायोगे विनोदला त्याच्या कुटुंबासह तुरुंगात टाकेल. कायद्याची ही तरतूद प्रेरणेला आहे, जी विनोदला नाही. कारण प्रेरणा एक स्त्री आणि विनोद कुलदीपक पुत्र असला, तरी तो छळ करणारा पुरुष असाच चित्रित केला जातो. अर्थात पुष्कळ स्त्रिया पुरुषांकडून पीडित असतात. पण ही गोष्टही खरी आहे, की बरेच पुरुषदेखील स्त्रियांकडून त्रास भोगतात. प्रेरणाच्या माहेरच्या लोकांवर विनोदचा आधीपासूनच राग आहे. तो आदर्शवादी असल्याने त्याने लग्नात एक पैसाही हुंडा घेतला नव्हता, की नोकरीच्या ठिकाणी दुर्नितीला तो आश्रय देत नसे. हा आदर्शवाद म्हणे या युगात उन्नती आणि प्रगतीच्या रस्त्यातील अडथळा असतो. प्रेरणा आणि तिच्या माहेरचे नेहमी याचसाठी त्याला घालूनपाडून बोलत असत. फक्त पगाराच्या पैशात आमच्या मुलीचे भागणार नाही, अशी धमकीसुद्धा

त्यांनी दिली होती. पाहायला गेले तर विनोद एका बहुराष्ट्रीय कंपनीत वरच्या हुद्द्यावर होता व त्याला पगारही मोठ्या आकड्यात मिळत असे. पण त्यातील त्याचा बराचसा पैसा सासुरवाडीवर खर्च होत असे. बायकोच्या लहरीपणासाठी त्याने तिला किती परदेशवाऱ्या भेट म्हणून दिल्या होत्या, त्याचा हिशोब बँकेच्या खात्यात आहे. लग्नाला पाच वर्षे झाल्यांनतरदेखील तिला आई होण्याची इच्छा नव्हती आणि विनोदचे आई-वडील तिला आपल्या डोळ्यांसमोरही नको असायचे. त्यामुळे त्याचे आई-वडील त्याच्या जवळ राहत नव्हते. उलट त्याचे सासू-सासरे या घराचे मालक बनून राहिले होते आणि सांगायचे झाले, तर नवरा असूनही तो त्या घरात अनाथ म्हणून राहत होता. आता हा मानसिक छळ नाही का? उलट प्रेरणा बोलता बोलता धमकी देत असे, की मी आत्महत्या करून तुमचा बदला घेईन. अशा प्रकारचा बदला विनोददेखील घेऊ शकतो. अशा कठीण परिस्थितीत कधी कधी त्याची आत्महत्येची प्रवृत्ती वाढत असे. बहुराष्ट्रीय कंपनीत त्याच्या एका मित्राच्या डोक्यावर टार्गेटचे भूत नेहमी बसलेले असायचे. आश्चर्याची गोष्ट म्हणजे बायका उच्च शिक्षित असूनही त्यांना हे समजत नसे, की अशा कंपनीत मोठा हुद्दा व मोठ्ठा पगार मिळत असलेल्या नवऱ्याला ओझ्याचे गाढव बनावेच लागते, तरच तो बायको आणि तिच्या माहेरच्या लोकांच्या मागण्या पूर्ण करू शकतो. नवरा दिवस-रात्र फक्त कामच करत असतो, हा सगळ्या बायकांचा एकमेव आरोप असतो. मग नोकरी सोडून दिवस-रात्र हनिमून करत फिरावे आणि भुकेसाठी पोटावर ओला पंचा बांधून झोपावे हे सगळ्यात उत्तम. तेदेखील कुठल्याही बायकोला पटायचे नाही. तिकडे ऑफिसमध्ये नाना प्रकारची बंधने आणि इकडे घरात अशांती. अशा ओढाओढीत कविप्राण विनोद पत्नीप्राण होण्याच्या प्रयत्नात ना पत्नीचा होऊ शकला ना कवितेचा! असा भारवाहू गाढव होऊन तो किती दिवस जगणार होता? त्याने जर प्रेरणाला जबाबदार धरून आत्महत्या केली, तर प्रेरणासारख्या विलासी आणि मन नसलेल्या बायकांना शुद्ध येईल. मुलीच्या आई-वडिलांना जेव्हा पोलिसांत ओढून नेले जाईल, तेव्हा अपरिमित स्वार्थी आई-बाप भविष्यकाळात सतर्क राहतील. विनोदच्या मनात आले, त्याच्या मरणासाठी जगातील अनेक घटना व अनेक जण जबाबदार असले, तरी या घटनेला किरकोळ न होण्यासाठी तो फक्त सासू-सासरे व बायकोचे नाव आपल्या सुईसाईड नोटमध्ये लिहून मग मरेल. साऱ्या जगाला कळेल, की मुलीचे आई-बाप आर्थिक आणि मानसिक स्तरावर जावयाचे शोषण करून त्याला नाना प्रकारे छळत होते.

आपली नोट लिहून पुन्हा एकदा चित्त स्थिर ठेवण्याचा प्रयत्न करून ती वाचत असताना त्याच्या एकदम लक्षात आले, की तो काही बाई नाही, तर एक पुरुष आहे. बाईचा छळ थांबवण्यासाठी ज्याप्रमाणे कठोर कायदे केले आहेत, तसे कठोर

कायदे पुरुषांच्या छळासाठी केलेले नाहीत. सगळ्यांना अगदी जळजळीतपणे दिसते, की नेमस्त आणि प्रतिष्ठित म्हणवून घेणारे सासरे, निर्दोष जावई व त्याच्या आई-वडिलांना ज्याप्रकारे शोषित, लांच्छित व दंडित करतात; त्यासाठी ते जितके दोषी, तितकाच कायदादेखील दोषी आहे. पुरुषांना त्रास होत असला तरी आपल्या पौरुषत्वाला बाधा येऊ नये म्हणून ते बायकांसारखे रस्त्यावर येऊन त्याचा जाहीर प्रचार करत नाहीत. सासरहून बाहेर पडून आपल्यावर होणाऱ्या छळासाठी केस केली, की त्या बाईला साहसी व नायिका पद बहाल करून समाज तिची तारीफ करतो. पुरुषांनी त्याचा छळ जगजाहीर केला; तर त्याला निर्लज्ज, घाणेरडा, बायक्या नाहीतर खोटारडा म्हणतात. आणि याच कारणाने छळ सोसणारे अनेक पुरुष तोंड बंद ठेवून छळ सोसतात. म्हणून मुले हल्ली लिव्ह-इन पार्टनर होऊन राहणे पसंत करतात व लग्नाला घाबरतात. अशा परीस्थितीत विनोद जर त्याच्या बायकोला व तिच्या माहेरच्यांना आपल्या नोटमध्ये दोषी ठरवून मेला, तर फक्त तो आपल्या जिवाला मुकेल. त्यांचे काही नुकसान होणार नाही. प्रेरणा काही दिवसांनी पुन्हा लग्न करेल, न्याय मिळवण्यासाठी शक्य आहे, की तिला धीटपणे लढण्यासाठी लोकसभा वा राज्यसभेचे तिकीट मिळू शकते. त्याच्या निर्मम सासू-सासऱ्याला एखादवेळी मुख्यमंत्री फंडातून मोठी रक्कम नुकसानभरपाई म्हणून मिळेल. मन पालटले, म्हणून विनोदने रागाने ती सुईसाईड नोट फाडून टाकली. आपले अस्थिर मन स्थिर करून पुन्हा एकदा नोट लिहून कॉटजवळच्या टेबलावर पेपरवेटखाली ठेवून दिली. त्याला आता मृत्यूची तिळमात्र भीती नव्हती. मृत्यू तर वास्तवात निरपेक्ष त्याच्यात स्त्री, पुरुष असा पक्षपाती कायदा नाही. मृत्युदेवतेला प्रणाम करून त्याने झोपेच्या गोळ्या असलेला डबा उघडला. निद्रादेवीच्या कुशीत अचेतन होण्यापूर्वी, रोजच्यासारखी त्याने देवाची प्रार्थना करून नमस्कार केला.

कोणाचाही जन्म वा मृत्यू सकाळ उजाडायला थोडीशीदेखील चालढकल करू शकत नाही. रोजच्यासारखी सकाळ झाली. पक्षीदेखील कोणाच्या जन्म वा मृत्यूसाठी वेगळे गीत गात नाहीत. ते त्यांचे रोजचे सकाळगीत गात होते. फुलेदेखील कोणाच्या जन्म वा मृत्यूचा विचार करून आपल्या पाकळ्या उमलवत वा बंद करत नाहीत. विनोदच्या बागेतील फुलेही नेहमीप्रमाणे उमलली होती-सकाळचा सुगंधी वारा आपल्या देहावर लपेटून प्रेरणा सकाळची फिरून आली होती. फिटनेसचा हा नियम ती रविवारी चर्चला नियमित जाण्यासारखा पाळत असे. विनोद तर नेहमी नियम तोडण्यासाठीच बांधलेला होता. सकाळची उन्हेच त्याला झोपेतून उठवत असत. घरच्या गोंगाटाने त्याला जाग येत असे. अजूनपर्यंत तो झोपला होता. टेबलाजवळ उभे राहून पाणी प्यायचे म्हणून प्रेरणा हात पुढे करीत होती, तर विनोदच्या सुंदर अक्षरापाशी जाऊन तिचा हात थांबला. उशिरापर्यंत रात्री विनोद

काहीबाही लिहीत असतो ज्याला काही अर्थ नाही. पण त्या दिवशीचे ते अक्षर नेहमीपेक्षा सुंदर होते. कुतूहलाने कागद उचलून तिने तो वाचायला सुरवात केली.

विनोदने लिहिले होते, 'जीवन आणि मृत्यू माणसाचे आजन्म सोबती आहेत. मात्र आयुष्य नक्की येणाऱ्या मृत्यूवर विजयाची पताका उडवत चालत असते. मृत्यू आयुष्यावर एकदाच विजय मिळवतो. सर्व अन्याय, अत्याचार व क्रूरतेला आयुष्यच साहसीपणे सहन करू शकते, मृत्यू हे सगळे सहन करण्यासाठी वाट बघत नाही. मग मृत्यूचे जयगान कशासाठी? आत्महत्या करणारा माणूस कोणत्याही परीस्थितीत शहीद म्हणवला जाणार नाही. तो अपराधी –महाअपराधी आणि ईश्वरद्रोही. मी कधीही ईश्वरद्रोही होणार नाही. कारण आयुष्य हेच माझ्यासाठी ईश्वर आहे. माझ्या आयुष्यावर ईश्वराखेरीज कोणाचाही अधिकार नाही, इतकेच काय माझाही नाही.'

प्रेरणाच्या रोजच्या संगीत रियाजामुळे, विनोदबरोबर त्याची झोपही जागी झाली. मधुर आवाजात ती गात होती...

'जीवन, तू माझा प्रियतम
निराशेच्या अंधाऱ्या घोर रात्री तूच मला अमृतासम'

जीवनात सगळी कटुता असूनही त्याने कधीतरी लिहिलेली ही कविता, प्रेरणा आपल्या अद्भूत सुरात गात होती. मुग्ध होऊन त्याने विचार केला, जो कविता लिहू शकतो, गाणे गाऊ शकतो, कष्ट आणि घामात चित्र काढू शकतो; तो कशाला आत्महत्या करेल? ज्याची बायको नवऱ्याला खूप छळत असली तरी जर नवऱ्याची त्याला प्रिय असलेली एक कविता तिला खूप आवडून त्या कवितेला दर्दी सुरात गाऊ शकत असेल, तर तिच्यासारखी प्रियतमा किती नवऱ्यांच्या भाग्यात असेल? मग आता मरणाचा प्रश्न येतो कुठे?

■

। आठ ।

पायापाशी जागा द्या

वेळ चांगली नाही - काय सगळं या जगात अघटित हे असं घडतं आहे.

त्यामुळेच वाट पाहणं आता काळजीत बदललं होतं. बावीस वर्षांचा मुलगा ठरलेल्या वेळेत घरी परत आला नाही, तर दिवसादेखील मनात वाईट विचार यायला लागतात. बाईक घेऊन घराबाहेर पडलेला अनंत दोन दिवस झाले तरी परत आला नव्हता, ही काही सामान्य घटना नव्हती. वाट पाहण्याची जागा आता आशंकेनं घेतली होती. मुलगा न सापडता एखादी वाईट बातमी कानावर येईल, या विचारानं काळजी आणखी वाढत होती. जवळच्या शहरातील इंजिनिअरींग कॉलेजात शेवटच्या वर्षांत शिकत असणारा विद्यार्थी अनंत असा एकाएकी नाहीसा होण्याचं काहीच कारण नव्हतं. उन्हाळ्याच्या सुटीसाठी घरी आला होता. अभ्यासाचं काही दडपण नव्हतं. डोक्यावर परीक्षा किवा परीक्षेचा निकाल लागण्याचं ओझं नव्हतं. मोठ्या आनंदात मुलगा सुटी घालवत होता. वनभोजनासाठी समुद्रकिनारी फिरायला तो गेला नव्हता. कसलंही व्यसन वा वाईट संगत त्याला नव्हती. प्रेमाबिमाच्या फंदातदेखील तो अजूनपर्यंत अडकलेला नव्हता. घरी कोणाबरोबर बाचाबाचीदेखील झालेली नव्हती. लाडका, शहाणा मुलगा अनंत; मटण आणण्यासाठी आपली बाईक घेऊन बाजारात गेला होता. त्याच्या आईला सांगून गेला होता, ''आज दीड किलो मटण आणीन, तुझ्या हातचं मटण आज होणार; लाल चटक रस्सा, छोट्या दाण्याचा आंबेमोहर तांदळाचा भात, अन्नपूर्णा पाने टाकून शिजवायचा. (या पानामुळे भाताला सुरेख वास येतो.) तोंडाला येणारा

मटणाचा वास घालवण्यासाठी दही-वांगं केलं की झालं. आणि शेवटी धूळ शाहुच्या दुकानातील प्रसिद्ध आठ रुपयेवाला रसगुल्ला.'' लहानपणापासून आजपर्यंत अनंतसाठी मेजवानी म्हणजे हेच होतं! हॉस्टेलवर मटण होत असे, पण त्यात लाल रस्सा नसे, आईच्या हाताचा वास नसे की चव नसे. सुटी संपेपर्यंत अशी मेजवानी दोन-तीन वेळा व्हायची म्हणजे व्हायची. त्या दिवशी मोठी बहीण-मेव्हणे, भाचा-भाची येऊन पोहोचले होते. अनंत सुटीला घरी आला, की ते सगळे एकदातरी नक्की एकत्र जमत असत. कॅलेंडर बदलले, वय बदलते, पण जन्मतारखेप्रमाणे अनंतचा मेनू तोच एक असे. भाऊ बहीण तिघांचीही एकच आवड. लहान भाऊ त्रिनाथचीदेखील तीच आवड. आई नेहमी म्हणे, 'सगळे एकाच माळेचे मणी.' अनंतची ही शेवटची उन्हाळ्याची सुटी. पुढच्या वर्षी घरी येईल, तेव्हा शिक्षण संपवून परीक्षेच्या निकालाचे ओझे डोक्यावर घेऊन तो घरी आलेला असेल. त्याच्या वडिलांना सेवानिवृत्त होऊन आता पाच वर्षं झाली. अनंत मोठा मुलगा. धाकटा त्रिनाथ या वर्षी कॉलेजात गेला. गणिताचे शिक्षक असणाऱ्या वडिलांच्या हिशोबिपणात, घरखर्च मुक्त हस्तानं करून पैसा पाण्यासारखा खर्च करणं त्याच्या आईला परवडणारं नव्हतं. पण त्याच्या शिक्षणाच्या खर्चाची वडिलांना काही काळजी नव्हती. तो चांगला विद्यार्थी होताच. त्याचबरोबर वडिलांसारखा मितव्ययी होता. विद्यार्थिजीवनात मौज-मस्तीत पैसा उडवण्याची त्याला सवय नव्हती. फक्त घरी आला, की आईच्या हातचं जेवणं, हीच त्याच्यासाठी मौज-मस्ती होती.

सकाळी दहा वाजता त्यानं मटणाच्या दुकानातून फोन केला होता, ''नशीबाने मटण खूप मस्त मिळालं आहे. धूळ साहुच्या दुकानातून ताजे रसगुल्ले विकत घेतले आहेत. मसाला वाटून ठेवला आहेस का नाही? मी हा निघालो आणि घरी पोचतो.''

मटण करायच्या दिवशी प्रेशर कुकर आणि गॅस असूनही आई लाकडाच्या चुलीवर कढईतच मटण शिजवणार म्हणजे शिजवणार. प्रेशर कुकरवर तिचा भरवसा नाही. मांसाचे तुकडे तुकडे न राहता ते सगळं गच्च होऊन जातं. चव तर सोडाच, रंगदेखील कसा उतरणार? जेवायच्या वेळी थोडासा उशीर हा होणारच. म्हणून त्यानं घरी लवकर येणं गरजेचं आहे. त्याला उशीर होतो आहे हे बघून आईनं मसाला परतायला सुरुवात केली होती. ती विचार करीत होती, की अनंतला यायला जास्ती उशीर झाला तर प्रेशर कुकरशिवाय काही उपाय नव्हता. त्याला भूक अजिबात आवरत नाही. अन्नपूर्णेचं पान घातल्यानं शिजत असलेल्या भाताच्या वासानं सारं घर भरून गेलं होतं. नुसत्या मसाल्याच्या वासानं पोटातली भूक आवरत नव्हती. पण सात-आठ किलोमीटर दूर असलेल्या बाजारातून तो अजून का परतला नव्हता? कुठे गेला असेल? केव्हापासून मनाला चिंता लागून राहिली होती. अशा प्रकारचा खोडसाळपणा त्यानं कधीही केला नव्हता. बाजारहाट करून जेवायच्या वेळेलाच

कुठे गेला हा? प्रथम घरात मदत करणाऱ्या बटीयाला बाजारात पाठवलं. तोदेखील परत आला नव्हता. याचा अर्थ दोघांची भेट झाली नाही. पाठोपाठ त्याचे वडील आर्तत्राण, मेहुणा महेश्वर व लहान भाऊ त्रिनाथ त्याला शोधायला बाजारात गेले.

मटणाच्या दुकानात आणि रसगुल्ल्याच्या दुकानातल्या लोकांनी सांगितलं, की केव्हाच खरेदी करून तो घराकडे निघाला होता. तो बाजारात नव्हता. त्याला बरोबर न घेता, त्याचे वडील परत कसे जाणार होते? त्याच्या आईला त्यांनी काय सांगितलं असतं? तोपर्यंतदेखील मनात काहीबाही विचार आले नव्हते. एवढ्याशा वेळात त्याच्याबरोबर असं काय झालं असणार आणि तेही दिवसाढवळ्या! आर्तत्राणांनी बाजाराच्या या टोकापासून त्या टोकापर्यंत गल्लीगल्लीत जाऊन प्रत्येकाकडे मुलाची चौकशी केली. चहा टपरीच्या लाकडी बाकावर थकून बसले. महेश्वरनं स्वतःच्या बाईकवर पाठीमागे धाकट्या त्रिनाथला बसवून थोडा रस्ता पुढे मागे जाऊन बघितलं. इकडेतिकडे जाऊन शोधलं. अनंतचा काही पत्ता नव्हता, पण त्याच्या बाईकचा शोध लागला. घराच्या विरुद्ध दिशेला जाणाऱ्या रस्त्यावर, तीन किलोमीटर दूर रस्त्याच्या उजव्या बाजूला एका मोठ्या झाडाखाली बाईक व्यवस्थित ठेवलेली होती. बाईकला काहीही झालं नव्हतं. विरुद्ध दिशेला अनंत चालत चालत कुठे निघून गेला? शंका, वाईट चिंता, राग, दुःख यामुळे आर्तत्राणांचं अंतःकरण विदीर्ण झालं! ही कसली बुद्धी त्याच्या डोक्यात शिरली, हेच त्यांना समजत नव्हतं. 'एवढ्यानी तर तुझी आई मरून जाईल रे अनंता.' त्याचे वडील स्वतःशीच पुटपुटले. त्यांच्या डोळ्यातील दुःखाच्या ढगांची वाफ होत होती. रडायची इच्छा होत असूनही एवढ्याशा गोष्टीसाठी कुठलेही वडील ओक्साबोक्शी आवाज काढून रडत नाहीत. त्यात परत ते या भागातील गणिताचे प्रसिद्ध शिक्षक. स्वतःच्या वागण्यातून गणितीय हिशोबाची दांभिकता ते आजपर्यंत पाळत आले होते. अनंताचा फोन स्वीचऑफ आहे, ही गोष्ट त्यांना विचलित करत होती. तरी आपल्या वागण्यात संयम ठेवून ते घरी परतले.

अनंताचा शोध घेण्यासाठी प्रथम आसपासच्या गावात असणाऱ्या नातेवाइकांच्या घरी लोकांना पाठवलं. त्याच्या मित्रांच्या घरी त्रिनाथ फोन करून विचारत होता, पण त्याची काहीच खबरबात मिळत नव्हती. तोपर्यंत आसपासच्या शेजाऱ्यांनी या घटनेला इतकं महत्त्व देऊन विचार केला नव्हता. कारण अनंत तर दुसऱ्याचा मुलगा होता. आपापसात कुजबुजत होते 'मुलगा अगदी खाली मुंडी पाताळ धुंडी निघाला. आई-वडिलांना सांगून का कोणी प्रेम करतात? नक्की कुठल्यातरी मुलीला घेऊन पसार झाला असेल. मटणबिटण वगैरे काही विकत घेतलं नसेल. हातात चार-पाचशे रुपये पडले, की आजकालची ही मुलं काय नाही नाही ते करतात. बिचारे गणिताचे मास्तर, हे गणित काही सोडवू शकले नाहीत.' दुसऱ्याचं दुःख,

दुर्भाग्य बघून कित्येक जणांना आतल्या आत एक प्रकारचा आसुरी आनंद मिळतो. कितीतरी कहाण्या ते शून्यातून निर्माण करतात. आर्तत्राणांचं दुःख त्यांचं स्वतःचं. त्यामुळे आणखी कोणाच्या घरची चूल न जळण्याचं काही कारण नव्हतं. तळमळत दोघांनी रात्रभर वाट बघितली. मुलगा हरवला आहे, म्हणून पोलीस ठाण्यात वर्दी द्यायला का कोणास ठाऊक मन धजावलं नाही. कारण गोष्ट 'त्याच्या' कॉलेजपर्यंत जाईल. तो नक्की सकाळपर्यंत परत येईल, याच आशेवर आणि प्रार्थनेत रात्र घालवली. दुसऱ्या दिवशी दहा वाजता मुलगा हरवला आहे, अशी तक्रार ठाण्यात नोंदवायला जाण्याशिवाय त्यांच्याकडे पर्याय नव्हता.

आजकाल ज्या सगळ्या घटना निर्दोष लोकांबरोबर घडत आहेत, याचा विचार केला, की कोण आपला मुलगा नाहीसा झाला आहे, ही गोष्ट चुपचाप बसून नुसती वाट बघत बसेल? मुलाची काही बातमी मिळाली नाही, तर कोण दगडासारखा नुसता बसून राहील? जास्त काळ वाट बघावी लागली नाही. एक दिवसानंतर निरोप आला 'ताबडतोब ठाण्यात येऊन मुलाची ओळख पटवा.' आई-वडील, भाऊ-मेहुणा ठाण्याकडे पळाले. त्यांच्या मुलानं असा काय अपराध केला असेल, की त्याला ठाण्यात अटक करून ठेवलं आहे, सरळ घरी का पाठवलं नाही? नशिबाच्या निष्ठुर खेळावर विश्वास बसत नव्हता.

ठाण्यात गेल्यावर अनंतची आई बेशुद्ध पडली. वडिलांनादेखील इतक्या मोठ्या दुःखातून सावरण्यासाठी, शुद्ध न हरवण्याखेरीज दुसरा तरणोपाय नव्हता. कारण रक्त गोठून काळ्या पडलेल्या, चेंदामेंदा झालेल्या शरीराची ओळख पटवून देण्याची जबाबदारी त्यांच्यावर होती. पोलिसांना पूर्ण खात्री होती, की हे शरीर अनंताचंच आहे. कारण बाजारातून घराच्या विरुद्ध दिशेला सापडलेल्या बाईकच्या जागेपासून तीन किलोमीटर अंतरावर, ते प्रेत बांधाच्या तळाशी पडलेलं पोलिसांना सापडलं होतं. त्रिनाथ आणि त्याच्या मेहुण्यांनी आदल्या दिवशी ती बाईक घरी आणली होती. पण आणखी थोडं पुढं जाऊन बघावं, हा विचार त्यांच्या मनात आला नव्हता. एक ट्रक झाडावर आदळून त्याच ठिकाणी अपघात झाला होता. ट्रकवर बसलेल्यांपैकी तीन जण मृत व काहीजण जखमी झाले होते. तिन्ही मृतांची ओळख पटली होती. जखमी झालेल्या लोकांमध्ये अनंत नव्हता. अनंतला ओळखत असलेला एक जखमी म्हणाला, ''अनंत ट्रकमध्ये नव्हता. पण ट्रकच्या मागे धावत होता. त्यानंतर तर अपघात झाला. ज्याचं प्रेत आहे, त्याच्यावर बहुतेक ट्रक उलटून पडला की काय? शव अनंताचं असू शकतं. त्या वेळी मी भीतीनं डोळे मिटून घेतले होते.''

पोलीसदेखील ते अनंताचंच प्रेत असेल, असं अनुमान करत होते. तोंड, हात-पाय काहीही कळत नव्हतं. मग तो अनंतच असावा, असं अनुमान कुठल्या कारणानं? प्रेतापासून थोड्या अंतरावर त्याच्याच मापाच्या बाटा कंपनीच्या चपला

होत्या. अगदी नवीन चपला, थोड्या दिवसांपूर्वीच त्यानं त्या आपल्या वडिलांबरोबर बाजारात जाऊन खरेदी केल्या होत्या. ही माहिती त्याच्या वडिलांनी आदल्या दिवशी पोलिसांना दिली होती. शव-विच्छेदनाच्या वेळी त्याच्या अंगावरचे कपडे कोणी कधी काढून नेले त्याचा पत्ता लागला नाही. म्हणून चपला मुलाच्याच आहेत अशी ओळख पटवता येईल असं पोलीस म्हणाले. आसपासच्या गावांतून आणखी कोणाचाच मुलगा हरवला नव्हता. पोलिसांना वाटत होतं, की तो ट्रकवर चढला असेल वा त्याला कोणीतरी जबरदस्तीनं चढवत असेल. एखादवेळी तो जखमी माणूस खोटं बोलत असेल. मग अनंतानं कशासाठी विरुद्ध दिशेच्या रस्त्यावर बाईक ठेवली होती, ही गोष्ट समजत नव्हती. तो अनंतच असावा याचा एक ठोस पुरावा होता, तो म्हणजे दुर्घटनाग्रस्त ट्रकमध्ये रसगुल्ला दुकानाच्या कागदाचं खोकं पडलं होतं. शेळीच्या मांसाचे तुकडे ट्रकच्या डाल्यात विखरून पडले होते. या खेरीज आणखी ठोस पुरावा काय असू शकेल? इतकी वर्षं गणिताचे शिक्षक असणाऱ्या त्याच्या वडिलांनी स्वत:लाच प्रश्न केला, गणिताच्या कुठल्या सूत्राचा वापर करून, ते हा छिन्नविछिन्न झालेला देह म्हणजे आपला मुलगा अनंत आहे, अशी ओळख पटवून देतील? कसं सांगतील, की त्यांच्या मुलाला ट्रकमध्ये उचलून नेलं नव्हतं. म्हणजे तर्कदृष्टीनं पोलिसांचं म्हणणं योग्यच होतं, पण त्यांचं पितृहृदय हे मानायला तयार नव्हतं. तरीही त्यांनी आपल्या मनाला समजावलं, की शवाची ओळख तर पटवून द्यायलाच हवी. पोलिसांचा तर्क मानायलाच हवा. एका अनोळखी प्रेताची ओळख पटवून देण्यासाठी एका साधारण नागरिक पित्यानं विनंती केली, तरी केसला सीबीआय वा क्राईमब्रांचकडे सोपवलं जाणार नाही.

त्यांनी गणिती हिशोब केला, 'ए बरोबर बी व बी बरोबर सी असेल, म्हणजेच ए बरोबर सी होणारच.' शवविच्छेदनाच्या रिपोर्टमध्ये असलेलं वय, प्रेताजवळ असलेल्या त्याच्या मापाची त्याच कंपनीची चप्पल, ट्रकच्या डाल्यात पडलेलं रसगुल्ल्याचं पाकीट आणि विकत घेतलेल्या मटणाचे तिथे विखरून पडलेले तुकडे; या सर्वांचा त्या दिवशीच्या घटनेशी मेळ लावला, तर ती 'डेडबॉडी' अनंताची असणं तर्कसंगत होतं. त्याच्या वडिलांनी हादेखील विचार केला, 'समजा, हे प्रेत त्यांच्या मुलाचं नाही, साऱ्या जीवनभर ते हाच विचार धरून बसले. कारण प्रेताचे तोंड दिसत नव्हतं. म्हणून हे प्रेत त्यांच्या मुलाचं का आणखी कोणा दुसऱ्याच्या मुलाचं हे महत्त्वाचं नाही. मुलगा तो मुलगा. अनंतदेखील असू शकेल. अशा द्विधा मन:स्थितीत तळमळत ते स्वत:शीच म्हणाले, "हं, मुलगा तर मिळाला. हे शव अनंताचंच. आता पुढच्या व्यवस्थेला लागायला हवं." आपलं मन घट्ट करून गणिताचं अचूक उत्तर लिहिण्याअगोदर त्यांनी बरोबर हे चिन्ह, कठोरपणे धैर्याच्या चुरगळलेल्या पानावर लिहून टाकलं. मोकळ्या आवाजात त्यांनी घोषणा

केली, "हे प्रेत अनंताचंच आहे. आता आमच्या ताब्यात द्या. विधीनुसार शवावर संस्कार होऊ देत." तोपर्यंत त्याची आई शुद्धीवर आली होती. समोरच्या भिंतीकडे शून्य नजरेनं ती बघत बसली होती, जिथे तिला अनंताचा हसरा चेहरा विनवणी करत म्हणत होता 'मी मेलेलो नाही – मेलेलो नाही.'

अनंताची आई त्याच्या वडिलांच्या हृदयाच्या कठोरपणाचा धिक्कार करत, रडक्या आवाजात म्हणाली, "हे अनोळखी शव आपल्या अनंताचं आहे, असं कसं म्हणू शकता? वाट पाहण्याचा धीर नाही, म्हणूनच दोन दिवसांपूर्वी घरातून गेलेल्या मुलाला मृत घोषित केलंत?" शोकातून निर्माण झालेला आपला राग त्यांनी पोलिसांवर ओतला, 'शोधावं लागेल म्हणून जो मिळाला, त्याला अनंत म्हणून ओळखण्यासाठी त्याच्या आई-बापाला घरातून बोलावून आणलंत? हे भगवान! यांना काय मुलंबाळं नाहीत का काय? हा काय माझा अनंत आहे का? मी मुळीच मानणार नाही. मी सांगते, हे शव अनंताचं नाही, कारण त्याचं मेलेलं तोंड मी पाहिलेलं नाही. मी आयुष्यभर त्याची वाट बघीन, पोलिसांना शोधू दे अथवा नाही." आर्तत्राणांनी स्वत:चं मन पुतळ्यासारखं घट्ट केलं. निर्णायक स्वरात पोलिसांना म्हणाले, "मी सांगतो, हे प्रेत माझ्या मुलाचं आहे. मी त्याच्याबरोबर कॉलेज जवळच्या बाजारात जाऊन, त्याच्या आवडीनुसार या चपला विकत घेतल्या होत्या. त्याची नवी चप्पल माझ्या लक्षात आहे. त्याच्या आईला ही गोष्ट समजणार नाही. आता प्रेत आमच्या ताब्यात दया. मुलाचं प्रेत आणखी सडायला नको. अंत्यसंस्कार करायची परवानगी दया."

इतकं बोलल्यानंतर आता त्यांच्या डोळ्यांना धार लागली. गणित शिक्षकाचा दंभ बरोबर चिन्हाच्या खुणेत मोडून चक्काचूर झाला. गणिताच्या प्रश्नाचं उत्तर रोखठोक बरोबर किंवा संपूर्ण चूक असणंच योग्य. त्यात बरोबर वा चूक याला स्थान नाही. अर्थात मुलगा म्हणजे गणित नव्हे, मुलगा म्हणजे ज्ञानविज्ञान वा तत्त्वज्ञानाचा विषय नाही. मुलगा कोणत्याच विषयाचा विषय नाही. म्हणून द्विधा तिच्या जागेवरच राहू दे. तोंड, हात-पाय नसलेल्या शरीराला रोखठोक उत्तर मिळालं नाही तरी आता काही उपाय नव्हता. कोणीतरी कानापाशी कुजबुजलं, "डीएनए टेस्ट केली, तर कळेल." त्यावर ते जोरात ओरडले, "फायदा काय? हे प्रेत म्हणजे जर अनंत नाही, तर तो परत येईल. जर हा अनंत नाही, तर माझा मुलगा नाही तर नाही, आणखी कोणाचा मुलगा तर असेल. काही फरक पडत नाही. एका अभागी बापाचा तरुण मुलगा, कोणत्या अवस्थेत अंत्यसंस्काराची वाट बघत बसला आहे, हे दिसत नाही का तुम्हाला..... " स्वत:चीच समजूत काढत म्हणाले, 'ओहो! अभागी आर्तत्राण तुझ्याच नशिबी हे लिहिलं होतं का?' अनंताची बहीण त्यावर म्हणाली, "बाबा, माझं मन सांगतं आहे, की हा आपला अनंत नाही." तीच गोष्ट लहान भाऊ

त्रिनाथदेखील म्हणाला. पण आर्तत्राणांनी उत्तरपत्रिका तपासून झाल्यावर वरती मिळालेल्या मार्कांवर वर्तुळ फिरवल्यासारखं आपल्या निर्णयावर वर्तुळ फिरवलं होतं. आता त्यात काही बदल होणं शक्य नव्हतं.

अंत्यसंस्कार करण्याआधी त्याला घरी न्यायला हवं. कोणाच्याही बोलण्याचा काही उपयोग झाला नाही. सडलेल्या प्रेतावर आपल्या अश्रूंचं मंत्रजळ शिंपडून, श्लोक म्हटल्यासारखं आर्तत्राण बोलत होते, "तू माझा अनंत – तू माझा मुलगा – तू नको असलेलं अनोळखी प्रेत नाहीस. सडून जाण्यासाठी तुझा जन्म झाला नव्हता. जितके दिवस होतास खूप आनंदात होतास. जाणं हे जर निश्चित आहे; तर आज, उद्या, परवा, बावीस, ब्याऐंशी, ब्याण्णवमध्ये काही विशेष फरक नसतो. कारण शेवटचा निकाल तर एकच, ते म्हणजे शून्य होणं, धूर होऊन वाऱ्याबरोबर मिसळून जाणं. जिवंत असेपर्यंत सगळं काही तुझं-माझं, आवड-निवड सारं काही असतं; मेल्यावर सगळं सारखं, एक प्रेत, मातीचा गोळा. तिथे मग माझा मुलगा वा माझा मुलगा नाही हा प्रश्नच कुठे येतो? मुलाच्या या प्रेताला मी कसा बाजूला करू शकेन? कोण मग त्याचे संस्कार करणार सांगा?" जमलेले सगळे चूप, डॉक्टर, पोलीसदेखील चूप. अनंताची आई एकदम स्तब्ध झाली. या माणसाला वेडबीड लागलं आहे का काय? शेवटचा प्रयत्न म्हणून नवऱ्याला समजवायला लागली, "अहो ऐका, तुम्ही गणिताचे पंडित असूनही कसं असं वेड्यासारखं वागता आहात? माझं मन मला सांगतंय, की आपला अनंत परत येईल...." असं म्हणत ती पुन्हा गळा काढून रडायला लागली. वर्गातल्या मुलांना सांकेतिक समाधानाचं सूत्र शिकवल्याप्रमाणे ते म्हणाले, "कोणाचंही मरण हा अनुत्तरित प्रश्न नाही. शून्यात शून्य मिळवलं की शून्यच येतं, या निर्मळ विचारानं हे उत्तर बरोबर.. प्रेत घरी न्यायलाच हवं. नातेवाईक, गावातील लोक सगळे रडतील, खांदा देतील. हा मुलगा – मुलासारखीच त्याची शेवटची यात्रा करेल."

अँबुलन्समधून प्रेत घरी नेलं. ते उतरवून व्हरांड्यात ठेवत असतानाच मध्ये बावीस वर्षांचा तरणाबांड अनंत येऊन उभा राहिला. त्याची आई त्याला बघून, त्याला पोटाशी घेऊन 'माझ्या अनंता रे.....' असे म्हणत पुन्हा बेशुद्ध झाली. वर्गात उशिरा येणाऱ्या विद्यार्थ्याकडे कठोर नजरेनं बघितल्यासारखं त्याचे वडील त्याच्याकडे पायापासून डोक्यापर्यंत बघत राहिले. त्याच्या तोंडाकडे नव्हे, तर त्याच्या पायांवर नजर स्थिर झाली. तो चपलेचा नवीन जोड त्याच्या पायात होता. अरेरे, कोणत्या अभागी बापाच्या लाडक्या मुलाची आवड अनंताच्या आवडीशी जुळत होती. आश्चर्य, आनंद, मुलासाठी शिस्त आणि ईश्वरापाशी कृतज्ञता अशा सर्व भावनांसह एका पितृहृदयाचा करुण पुत्रशोक त्यांच्या नजरेस, वहीच्या कव्हरासारखा स्पष्ट दिसत होता. डोळ्यांना अश्रूंच्या धारा लागलेल्या. कोणाशी तरी बोलल्यासारखं

सांगत होते, ''अरे, कोणाच्या गळ्यातील ताईत, कोणाच्या हृदयाचं स्पंदन, कोणाच्या जीवनाची शेवटची इच्छा होतास रे बाबा तू! तुला शोधत असतील तुझे आई-बाबा आणि कुटुंबीय. तुझी सगळे वाट बघत असतील. पण कोणीच पोलिसात वर्दी कशी दिली नाही. तू बहुतेक या भागातील नसावास, पण त्यामुळे काही फरक पडत नाही. तू इतर कोणाला सापडला नाहीस, मलाच का सापडलास पुत्रशोक देण्यासाठी? मी या काही तासांत तुझा बाप होऊन पुत्रशोकात शंभरवेळा तरी मेलो असेन जे झालं ते झालं, तुझे आई-वडील आयुष्यभर तुझी वाट बघून बघून डोळे मिटतील, तू आता तुझ्या घरी परत जाणार नाहीस. त्यांच्या नशिबात पुत्रशोक लिहिलेला नाही.''

त्यांच्या मनावर आघात करत अनंत मोठ्यानं ओरडत म्हणाला, ''बाबा, अहो मी परत आलो आहे. मी कसा संकटात सापडलो, एका बदमाश माणसानं मी बाईक सुरू करत असताना माझ्या हातातून सामानाची पिशवी कशी हिसकावून घेतली, त्यानंतर माझ्याबरोबर काय काय घडलं, हे सारं काही मला न विचारता, मी जिवंत असताना माझ्या प्रेताला अग्नी द्यायला निघालात?'' त्या क्षणाला त्याच्या बाबांना जगातील कोणत्याही विषयाचं कुतूहल नव्हतं. स्थिर आवाजात म्हणाले, ''तू तर संकटातून सुटून आला आहेस रे बाबा, माझ्यासाठी तेच पुष्कळ आहे. पण हा मुलगा तर सुटला नाही. कोणाच्याही मनात साधारण दया उत्पन्न होत नाही का?'' अनंत परत युक्तिवाद करत म्हणाला, ''आजकाल गावात, शहरात, देशात, नव्हे साऱ्या पृथ्वीवर अशी कितीतरी अनोळखी प्रेतं सडत पडलेली असतात. त्यातलंच हे एक. तुम्ही काय सगळ्यांचा अंत्यसंस्कार करणार आहात? या प्रेताला पोलिसांकडे पाठवून दया. त्यांना जे पाहिजे, ते करू दे. मी परत आलो आहे, ही गोष्ट पोलिसांना कळवल्याखेरीज तुम्ही या प्रेताचा अंत्यसंस्कार करू शकत नाही, हे तुम्हाला माहीत आहे का नाही?'' अनंताची आई तोपर्यंत उठून बसली होती. दृढ आवाजात म्हणाली, ''मुलगा जिवंत असताना या प्रेताचा अंत्यसंस्कार तुम्ही करू शकणार नाही. ही अशुभ गोष्ट मी तुम्हाला करू देणार नाही. आपल्या मुलावरचं अरिष्ट टळलं आहे, म्हणून या घरात मी पूजा करणार आहे.'' त्यावर त्याचे बाबा कठोर स्वरात म्हणाले, ''ऐक अनंता, फक्त गणितच नाही तर थोडाफार कायदाही मला समजतो. तू परत आलास, हे आमच्यासाठी खूप आहे. तुझ्याबरोबर काय झालं, हे समजून घेणं ही पुढची गोष्ट. या इथे झोपलेला मुलगा सांगू शकेल का, की त्याच्या बरोबर त्यादिवशी काय काय घडलं? ड्रायव्हर म्हणत होता, हा मुलगा ट्रकमध्ये नव्हता. समोरून येत होता. ट्रक समोर येऊन चाकाबरोबर फरपटत गेला. एखाद्वेळी मुलगा चाकाच्या खालून बाहेर येईल; म्हणून त्याने ट्रक तीन-चार वेळा पुढे-मागे केला. किती वेदनामय मरण त्यानं भोगलं याची काही कल्पना करू शकता? तो मुलगा काय आता सांगू शकेल, की

तो ट्रकसमोर गेला का ट्रक नियम तोडून त्याच्यावर चढला? तो मेला हेच सत्य, आणि तू वाचलास हेही सत्य. बाकी सगळं काही ऐकणं अर्थहीन आहे.''

मग त्यांनी पोलिसांना फोन करून मुलगा परत आल्याचं व प्रेताचा अंत्यसंस्कार करण्याबाबत सांगितलं. त्यावर पोलीस म्हणाले, ''प्रेताला हिंदू मतानुसार जाळता येईल वा समाधी देता येईल. आपण समाधी दया. त्याचे आई-वडील कधी त्याला शोधत आमच्याकडे येऊन पोहोचले, तर डीएनए करून समजेल की हा त्यांचा मुलगा आहे का नाही.'' त्याला आर्तत्राण यांनी संमती दिली. पण अनंत त्याच्याशी सहमत झाला नाही. म्हणाला, ''पण बाबा तुमचा मुलगा तर जिवंत आहे. मेलेला मुलगा तुमचा नाही.'' त्याच्या स्वरात फक्त आरोप नव्हता तर व्यथा, अभिमान आणि ईर्ष्यादेखील होती. गेलेला तो मुलगा त्याच्या वडिलांच्या पुत्रप्रेमात वाटा घेतो, आहे हे बघून त्याला असूयादेखील वाटत होती. इंजीनिअरिंगचे शिक्षण संपत आले तरी त्यांचा मुलगा अनंत मूर्खच, मग इतके दिवस काय शिकला? अनंतला वाटत होतं, बाबा त्याला बघून मिठीत घेतील, आनंदानं त्यांच्या डोळ्यांत पाणी येईल आणि त्या अनोळखी प्रेताला दूर सारतील, तो कसा नाहीसा झाला याबद्दल त्याच्याकडून सारं काही ऐकतील. ते अनोळखी प्रेत त्याला आपला शत्रू वाटायला लागला. आर्तत्राणांनी त्याला आपल्या छातीशी धरलं, म्हणाले, ''माझे अनंत नावाचे दोन मुलगे होऊ शकत नाहीत का? आणखी कोणाचा मुलगा, माझा मुलगा होऊ शकणार नाही, जो माझ्या संपत्तीत तुझ्याबरोबर वाटा घेणार नाही? तू आज माझ्याबरोबर त्याचा भाऊ होऊन त्याला खांदा दे. त्याला समाधिस्थ करताना माती दे. याहून मंगलकारी कार्य आणखी कोणतंही नाही, असं तुझ्या आईला सांग. तुझी आई हे सगळं समजू शकणार नाही. कारण ती 'आई' आहे. तुला एकट्यालाच तिनं आपल्या गर्भात वाढवलं होतं. पण ही गोष्ट तू नक्की समजू शकशील. कारण पुढे तूदेखील बाप होशील. बाप कधी मुलांना आपल्या गर्भात वाढवत नाही हे खरं, पण आपल्या हृदयात आणि आपल्या आत्म्यात धारण करतात. समजलं का नाही?''

यात अनंतला काय समजलं काय माहीत, पण म्हणाला, ''बाबा, आता आणखी उशीर करू नका. आज तुमच्या बोलण्यातून मला जे समजलं ते शास्त्र, पुराण गणित, इंजिनिअरिंगच्या पुस्तकांतून मला काही समजल नव्हतं.'' त्याच्या डोळ्यांत अश्रू आले.

'राम नाम सत्य आहे'च्या गजरात प्रेत उचललं. फक्त आर्तत्राण वा अनंत नव्हे, मेहुणा महेश्वर, धाकटा भाऊ त्रिनाथ यांच्याबरोबर आळीतल्या सगळ्यांनी खांदा दिला.

अनंतची आई डोकं जमिनीवर आपटून रडायला लागली. आपले हात जोडून तिनं प्रार्थना केली, 'देवा, असा का बरं निष्ठुर झालास? ठीक आहे, तुझी इच्छा, या अभागी मुलाच्या आत्म्याला मात्र तुझ्या पायापाशी जागा दे.'

■

। नऊ ।

पुन्हा कधी भेट होणार नाही

गाडीत बसायच्या अगोदर धूमाळीनं आपल्या पदराला गाठ मारली होती, की ती जिंकूनच परत येईल – हरून नाही. बसल्या जागेवरून उठून येण्याशिवाय काही गत्यंतर नव्हतं. बेशुद्ध होऊन पडलेला नवरा, मर्दळ मिस्त्रीला गाडीत चढवून स्वत: बसताना तिनं स्वत:लाच सांगितलं होतं, 'असा पुरुष मनापासून नकोसा झाला असला, तरी ती त्याला यमाच्या हातातून सोडवून आणणार. ती पुराणातली सती- सावित्री नसेलही, पण तिच्याजवळ जर लाखभर रुपये असतील तर मरणाच्या अशा तुच्छ भीतीला, सगळ्यात मोठ्या दवाखान्यातील मोठे डॉक्टर 'फू' करून उडवून लावतील आणि ती मर्दळला काही दिवसांतच गावी परत घेऊन येईल. शेतीवाडी, घरदार, दागदागिने, पैसाअडका कोणाच्याही आयुष्यापेक्षा मोठा नाही. पैसे खर्च होतील, या भीतीनं एका जिवाला ती कशी घालवून देणार होती? मग ते आयुष्य कोणाचंही असो, माणसाचं तर आहे! दवाखान्यात उडून जाणारा पैसा परत कमावता येईल, पण उडून गेलेल्या आयुष्याला परत कधीही आणता येणार नाही. मर्दळचं आयुष्य म्हणजे पुन्हा याचं त्याचं आयुष्य नाही, तिची मुलगी कुलेई व मुलगा बाबुनीच्या बापाचं आयुष्य. मोठे झाल्यावर जर त्यांनी प्रश्न केला, विचारलं, 'काय रोग झाला होता आमच्या 'बाला', की तू त्याला वाचवू शकली नाहीस? बा कमावत असलेला पैसा साठवलास आणि त्याच्या आयुष्याला उडवून लावलंस?'

मर्दळ मिस्त्री खरोखर कष्ट करणारा मर्द. दिवसाकाठी पाचशे रुपये रोजगार तो कमवत असे. जेव्हा गवंडी काम नसेल, तेव्हा

रंगारी काम पण करत असे. महिन्याचे तीस दिवस त्याच्या हातात काम व पैसा असे. असा नवरा किती जणींना मिळतो? वय पण असं काही झालेलं नाही, की त्याला यमाचं बोलावणं येईल. त्याला पस्तीस वर्षं पूर्ण झाली. तिच्याहून फक्त दहा वर्षांनी मोठा. हे काय त्याचं मरायचं वय आहे, की धूमाळी नवऱ्याला यमाच्या हातात सोडून देईल.

डुंगीपल्लीहून हाकेच्या अंतराचा रस्ता नव्हता राजधानी भुवनेश्वरचा. गाडी करून गेलं, तरी बारा तेरा तास लागतील. बरोबर येण्यासाठी आपलं असं पुरुष माणूस कोणी नाही. दुपारच्याला गाडीत बसलं, तर रात्रभर गाडी चालतच असेल. मर्दळला दवाखान्यात भरती करणंदेखील काही सोपं नव्हतं. आजकाल पैसा असला तरी चांगल्या कॉलेजात जशी सीट मिळत नाही, तसंच कनवटीला लाखभर रुपये असले तरी चांगल्या दवाखान्यात इतकी गर्दी असते, की मरणाच्या दारात उभ्या असलेल्या रोग्यालादेखील कॉट मिळत नाही. याला तर असाध्य असा रोगही काही नाही, त्याला रोगी म्हणणंदेखील बरोबर नाही. तो एक नुसता मोठमोठ्या गप्पा हाकणारा, फाजील, पाजी, बदचलन पुरुष. कोणाचाही नवरा होण्याच्या योग्यतेचा नाही. जो बायकोला धोका देऊन धमकावण्यासाठी तीनदा विष प्यायला आहे, तो काय नवरा म्हणून लोकांसमोर मान वर करून चालू शकेल? आत्महत्येची धमकी देऊन मापात दोनदा विष प्यायला होता. त्याला मोठ्या कष्टानं यमाच्या दाढेतून धूमाळीनं सोडवून आणलं होतं. या वेळी तिच्या डोक्यातदेखील ब्रह्मचांडाळ राग चढला होता. तोंडात न धरवणाऱ्या गोष्टी नवऱ्याला ऐकवून सासूसमोर शिवीगाळ केली. तिचा नवरादेखील काहीही ऐकून घेणारा पुरुष नव्हता. त्याच्या डोक्यात दुप्पट राग चढला. रागात मोठ्यानं ओरडला, "आज तुझ्या नावानं नक्की मरणार, माझ्या आत्महत्येचा दोष तुझ्यावर येणार. यम जेव्हा तुझ्या पापाचा हिशोब करून तुला किडे वळवळणाऱ्या नरकात लोळवेल, तेव्हा माझ्या आत्म्याला शांती मिळेल." रागाच्या भरात त्याला अंदाज न आल्यानं कीटकनाशक जरा जास्त प्यायला. शुद्ध हरपून खाली पडला. नेहमीप्रमाणे धूमाळी गावातल्या डॉक्टरांकडे धावली. तिला बघताच डॉक्टरांच्या लक्षात आलं. उलट्या होण्याचं औषध घेऊन आले. उलट्या करवल्या, पण शुद्धीवर आणू शकले नाहीत. थोडीदेखील दयामाया न दाखवता म्हणाले, "आता आशा सोडून दया. तुमची एक चिंता गेली." त्या वाक्यानं तिचा राग उतरला. दुःखानं व्याकूळ होऊन रडणार काय, सासूच्या खरडपट्टीनं तिचं दुःख नाहीसं झालं. सासू सगळ्यांना ऐकवत मोठ्या आवाजात किंचाळत म्हणाली, "मी नको म्हणत होते, तरी या भांडखोर बाईला दुसऱ्या गावाहून उचलून आणलं. हिच्याचमुळे तीन तीन वेळा मरतो मरतो म्हणत आज शेवटी मेला माझा मुलगा." सुनेवरच्या रागापायी सासू आपल्या मुलाच्या मरणाचं रडणंही विसरून गेली. ही

गोष्ट पण खरी, की मर्दळ चांगला माणूस आहे असं वाटून धूमाळीला तो आवडला आणि ती त्याच्याबरोबर पळून आली. त्या दिवसापासून तिच्यावर सासूचा राग! अतिशय सासुरवास. सगळं काही तिनं सहन केलं होतं. पण हा असा बाहेरख्याली पुरुष असेल, हे तिला माहीत नव्हतं. बायको म्हणून धूमाळीनं खरं तर विष पिऊन मरायला पाहिजे होतं. पण मरायची गोष्ट तिच्या मनात कधीही आली नाही. स्वत:च्या आणि मुलांच्या आयुष्यावर तिचं खूप प्रेम होतं. या जगात इतकी चांगली माणसं आहेत, त्यातला एखादा माणूस वाईट निघाला म्हणून ती कोणत्या दु:खानं मरणार होती? जगण्याचा तिला हक्क आहे. आज जर वाटेत मर्दळचा श्वास बंद झाला, तरीदेखील ती आत्महत्या करून मरणार नाही. गाडी परत गावी नेईल, नशिबात जे लिहिलं असेल ते मान्य करेल, भोगेल आणि आयुष्य संपेपर्यंत जगेल. तिचे हात-पाय चालत असतील, तोपर्यंत खायची प्यायची कमतरता असणार नाही, असा तिचा स्वत:वर विश्वास होता. पण तिच्या सासूच्या डोळ्याला स्वत:च्या मुलाचा इतका मोठा बाहेरख्यालीपणा दिसत नाही. नेहमी सुनेलाच दोष देत असते. पुरुष जर रोजगार करत असेल, तर आणखी दोन-तीन बायका ठेवल्या तरी त्यात चूक काय? आपल्या मुलाबाळांना, लग्नाच्या बायकोला पोसलं म्हणजे सगळे दोष नाहीसे झाले. या धूमाळीमुळेच त्यांचा मुलगा तीन तीन वेळा विष प्यायला. त्याच्या बायकोनं म्हणे काहीही न बोलता तोंड बंद करून राहायला हवं, कारण ती त्याचीच कमाई खाते. धूमाळी कितीदा काम करायला बाहेर पडली. पण त्यात म्हणे रोजगार करणाऱ्या नवऱ्याचा सन्मान धुळीला मिळतो. बाकीचे लोक निंदा करतात. त्याच्या बायकोवर बाहेरचे बारा लोक वाईट नजर टाकतात. म्हणून ती घराबाहेर पाऊल टाकू शिकत नसे. त्या दिवशी सासूच्या वाईट-साईट बोलण्यानं तिच्या डोक्यात पित्त चढलं. म्हणाली, 'पदराला गाठ मारते. यम ओढत असलेल्या तुमच्या मुलाची शपथ घेऊन सांगते, भुवनेश्वरला घेऊन जाईन आणि तुमच्या मुलाला जिवंत परत आणून देईन. जर परत न येऊ शकले, तर चिंता करू नका. मी मरणार नाही. मोलमजुरी करून तुम्ही जिवंत असेपर्यंत तुम्हाला पोशीन.''

गोष्ट फक्त एका जिद्दीची नाही. किती झालं तरी मर्दळ मिस्त्री तिचा नवरा, तिच्या मुलांचा बाप. तो पापी असला तरी धूमाळी पापी नाही. त्याच्या कमाईचा पैसा तिच्याजवळ असताना त्याला विनाउपचार मरायला कशी सोडेल? त्याची मिळकत त्याचंच आयुष्य वाचवण्यासाठी खर्च होऊ दे. जर वाचला तर त्याचं भाग्य, जर मेला तरी त्याचंच दुर्भाग्य. पण माणसाला मरणाच्या दारातून वाचवणं, हेच तर माणूस म्हणून त्याच्या बायकोचं कर्तव्य आहे.

एकट्या ड्रायव्हरबरोबर अर्धवट जिवंत असलेल्या नवऱ्याला घेऊन, दिसायला खूप सुंदर आणि तरुण बाई, रात्रीच्या वेळी जंगलच्या रस्त्यावर कोणत्या साहसानं

बाहेर पडली होती? गावातील लोकांनी आपल्या भुवया वर उंचावल्या. इकडे आड तिकडे विहीर असं होऊन, काय करावं हे काही धूमाळीला सुचेना. तिच्याबरोबर काहीही अघटित घडणार नाही, हे तिला माहीत होतं. पण लोकांच्या तोंडातून मात्र अपप्रचार होणार. कुतूहल आणि करुणेच्या नजरेनं बघत असलेल्या गावातील लोकांकडे तिनं एकदा बघितलं. दोन तरण्या मुलांच्या चेहऱ्यावर तिला भरवसा दिसला. त्यांना म्हणाली, "येता माझ्याबरोबर. सगळा खर्च माझा. दवाखान्यात पोचवून अंघोळ वगैरे करून नाश्ता खा, व याच गाडीनं परत या. माझी काळजी कशाला? परत येताना तर तुमचा भाऊ माझ्याबरोबर असणार. जर नसेल, तर फोनवर कळवणार नाही का? कोणीतरी येऊन पोचेलच की?" धूमाळीला वहिनी म्हणणारी ती दोघं तरुण मुलं काही हूं की चूं न करता गाडीत जाऊन बसली. रात्रभर गाडी धावत होती.

नशीब चांगलं, की दवाखान्याच्या आयसीयूमध्ये बेहोष मर्दळी भरती झाला. दोन्ही पोरांनी दवाखान्यासमोर असलेलं एक घर भाड्यानं घेतलं. मर्दळ आयसीयूमधून बाहेर आल्यावर ती दोघं गावाला घरी परत जायचा विचार करतील. त्या दोघांनादेखील इतकी का माणुसकी नाही, की मुळात शहर कधीही न बघितलेल्या, अर्धमेल्या अवस्थेत नवऱ्याला धरून आणलेल्या बाईला, एकटं सोडून परत निघून जातील?

आयसीयूत एकदा पेशंट गेला, की डॉक्टरला देव मानून बाहेरच्या व्हरांड्यात दिवसरात्र वाट बघण्याखेरीज दुसरा काही उपाय नाही. जे काही करेल, ते नशीब करेल नाही तर गाठीला बांधलेला पैसा. अशा दवाखान्यात आयसीयूत असलेल्या रोग्यासाठी लाख रुपये म्हणजे काहीच नाही, हे एव्हाना धूमाळीच्या लक्षात आलं होतं. म्हणून आवश्यकता पडली, तर गावाहून पैसे आणण्याची व्यवस्था करूनच ती आली होती. ज्या मालकाचं घर बांधणं चाललं होतं, त्याच्याकडे तिच्या नवऱ्याचे पुष्कळ पैसे होते. त्याला ती सांगून आली होती, की गरज पडली तर ओळखीच्या ड्रायव्हरबरोबर पैसे पाठवा. जर नशीबच वाईट असलं आणि अवलक्षणी नवरा मेला तर धूमाळी शब्द देते, की त्यांच्याकडे मजुरी करून सगळा पैसा चुकता करेल. तिच्यावर त्यांचा विश्वास आहे. असा विश्वास एका माणसाचा जर दुसऱ्या माणसावर नसेल, तर गरीब लोक जगणार तरी कसे?

नवऱ्याला दवाखान्यात दाखल केल्यावर तिला एकदम हलकं वाटलं. तिला वाटलं, आता मर्दळ अर्धा बरा झालाय. तिचं कर्तव्य पूर्ण झालं. या वेळी जर नशिबानं साथ दिली नाही, तर ती धूमाळीच्या कर्तव्यात कसूर झाल्यानं नव्हे. तिचा आत्मविश्वास वाढला. जणू काही अर्धा डोंगर तिनं पार केला होता. आता पायथ्याकडे बघणं नाही. या माणसाबरोबर जगणं म्हणजे मरणयातना, डोकं फिरण्यासारखं. आता वर बघून उरलेला अर्धा डोंगर चढण्याचं धैर्य ठेवायला हवं.

फक्त स्वत:वरच नाही, तर वरच्या देवावर विश्वास ठेवायला हवा. डोळे मिटून तिनं प्रार्थना केली. तिला वाटलं, की ती नक्की मर्दळला पूर्ण बरा करून आपली मान उंच करून, आपल्या बाईपणाचा डांगोरा पिटत गावी परत जाईल. त्यानंतर काय करायचं, ते तिनं ठरवलं होतं. अवलक्षणी जगू दे आणि आधी घरी पोचू दे.

आयसीयूत असणाऱ्या रोग्यांचे नातेवाईक ओळीनं एका एका खुर्चीवर नाहीतर तिथे पडलेल्या एका लाकडी बाकावर बसले होते. जरा इकडेतिकडे करायला जागा नाही. इथे सगळ्यांना समान अधिकार. लाकडाच्या बाकावर थोडीशी जागा होती. धूमाळी तिथेच दुपारभर बसली. आलेल्या दोन मुलांपैकी एक जण आला आणि त्यानं तिला अंघोळ वगैरे करून काही खाऊन येण्यासाठी पाठवलं. तिच्या गावची ही मुलं किती चांगली होती. बाई बघितली, की तरुण मुलं घारीसारखी झडप घालतात असं कोण म्हणतं? मनातल्या मनात मुलाला आशीर्वाद देत ती भाड्यानं घेतलेल्या घरी गेली. तिथे अंघोळ वगैरे करून थोडे कालवलेले पोहे खाऊन थोडी लवंडली. संध्याकाळ होता होता उठली. जवळच्या हॉटेलातून पोळी डालमा (अनेक भाज्या घालून केलेली आमटी) खाऊन रात्रीची ड्यूटी करायला दवाखान्यात गेली. पोराला आता आराम करायची गरज होती.

आयसीयूच्या व्हरांड्यात लाकडी बाकावर एक मॅडम बसल्या होत्या. आणखी एकाला बसायची जागा होती. त्या हताश दिसत होत्या. जरा वय झाल्यासारखं दिसत होतं. आयसीयूत त्यांचं कोण आजारी पडलं होतं कोण जाणे? हातात एक इंग्रजी पुस्तक होतं. त्यांना बघून धूमाळीच्या लक्षात आलं, की त्या एक शिक्षित बाई आहेत, त्यांचा नवरा ऑफिसर असेल की मोठा व्यवसाय करत असेल? वास्तविक ती त्यांच्या पासंगालादेखील पुरणार नाही. पण इथे दोघी समान. दोघी बायका एकाच नावेत बसल्या होत्या. एक शहरी शिकलेली मोठ्या माणसाची बायको, आणि एक अगदी खेड्यातली कुठल्याशा जंगलातील गावच्या मर्दळ मिस्त्रीची बायको. मग त्यांचं कोणीही आत असो, त्या एकाच खोलीत एकाच प्रकारच्या कॉटवर तर पडले असणार. दोघींची प्रार्थनादेखील एकच असणार. त्या लाकडी बाकावर आज त्या दोघींचा समान अधिकार. मॅडमला बोटानं जरा स्पर्श करून, हुकूम सोडल्याच्या स्वरात ती म्हणाली, "तिकडे जरा सरकून बसा ना, सगळे थोडे थोडे बसणार ना." त्या अच्छा म्हणत सरकून बसल्या. जराशा चिडल्या, असं तिला वाटलं. त्यांनी वरवर काही दाखवलं नाही. शहरी लोकांच्या तोंडावरून आत काय चाललंय ते समजत नाही. फक्त स्नो-पावडर दिसते. ती तिथेच बसली. दोन्ही हात वर करून तिनं आळस दिला. एक मोठी जांभई दिली. विचारलं, "तुमचं इथे आत कोण आजारी पडलं आहे?"

"नवरा." रेकॉर्ड वाजल्यासारखा त्यांचा स्वर.

''काय झालंय, आयसीयूत आहेत म्हणजे अवस्था फार चांगली नाही. शुद्ध आहे का नाही?''

''हो हो, शुद्धीवर आहेत. तसं काही सिरीयस नाही, होतील बरे.'' जरासा राग आल्यासारखं दाखवत त्या म्हणाल्या. काय माहीत, खरं बोलल्या का खोटं! ही पण एक परीक्षाच असते, निकालानंतर कळतं, की खरं का खोटं. पण त्या खोटं का बोलतील?

ती म्हणाली, ''माझा पण नवरा आज सकाळपासून इथं आत आहे. शुद्ध नाही. वाचण्याची आशादेखील नाही. तरीपण सहाशे किलोमीटर दूर गावाहून रातोरात घेऊन आले. तुमच्या मालकांची शुद्ध आहे म्हणजे ते वाचतील. काही चिंता करू नका. इथे आणून भरती केलं आहे म्हणजे तुम्ही तुमचं कर्तव्य पार पाडलं आहे.''

त्या भल्या बाईनं हिच्यापासून मुक्ती मिळावी, म्हणून हातातल्या पुस्तकावर नजर टाकली. तेव्हा त्यांच्या लक्षात आलं, की बाईच्या अंगात सरळपणा भरलेला आहे. तिरप्या नजरेनं तिच्याकडे बघितलं. वय पंचवीस-सव्वीस असेल. चांगल्या तब्येतीची, सावळी, इतकी सुंदर नाही पण वयाचं लावण्य आणि मधुरता मात्र आहे. मनात माया आहे आणि दया उठून दिसते आहे. अरेरे, इतक्या कमी वयाची मुलगी इतक्या दुरून एकटी आली आहे. तिच्या नवऱ्याला असा काय रोग झाला आहे, की त्याला शुद्ध नाही, वाचण्याची आशादेखील नाही. पण बाईचं धैर्य काही कमी नाही. पण नवऱ्याला या अवस्थेत रात्रीचं इतक्या दुरून आणलेलं असताना ही बाई दागदागिन्यांनी अशी मढून का आली आहे? तिचं साहस काही कमी नाही. आजकाल बायकांबरोबर व सोन्याचांदीच्या दागिन्यांमुळे जे काही प्रकार घडतात, ते या मूर्ख बाईला ठाऊक नाहीत का? नशीब चांगलं की जीव वाचवून इथे येऊन पोहोचली ते. धूमाळीला जणू त्यांचं मन वाचता येत होतं. तिनं विचारलं, ''माझ्याविषयी बहुतेक खूप काही विचार करता आहात? करा करा. जगातले सगळे लोक दुसऱ्याविषयी जितका विचार करतात, तितका स्वत:च्या घराविषयी करत नाहीत.''

त्यांना आपलं पुस्तक बंद करणं भाग होतं. त्यांनी विचारलं, ''शुद्ध नाही म्हणता, म्हणजे अवस्था फार चांगली नाही, काय आजार झाला आहे तुमच्या पतीला?''

त्यावर ताडकन धूमाळीनं उत्तर दिलं, ''काहीही आजार नाही, अल्पायुषी, मला धमकवायचं म्हणून आत्महत्या करण्याचं नाटक करत होता. कीटकनाशक इतकं विषारी हे त्याला माहीत नव्हतं. तो यातून वाचला तर तो परत मला त्रास देईल, हे मला माहीत आहे. मेला तर तो तरेल. त्याला बहुतेक वाटत असावं, की तो मेल्यावर मी माझे प्राण देईन. तीन तीन वेळा विष प्यायला, दोनदा मी त्याला त्यातून वाचवलं आहे. त्याला हे माहीत नाही, की या वेळी जर तो मेला तर मी जीव देणार

नाही. का म्हणून मरीन? असं मरण्यासाठी का जन्माला आले होते? ते जाऊ दे, कारण तो माणूस नाही पण मी तर आहे ना, माझी दोन मुलं आहेत. मुलांना वाऱ्यावर सोडून कुठली आई मरू शकेल? ज्या मरतात त्या वेड्या तरी असतात नाहीतर आई होण्याच्या योग्यतेच्या नसतात, त्या असतात राक्षसिणी.''

धूमाळीचा जीवनाबद्दलचा दृष्टिकोन आणि धाडस बघून त्या आश्चर्यचकित झाल्या. ज्या शिक्षित बायका छोट्या छोट्या गोष्टींवर आत्महत्या करायला निघतात, त्यांनी धूमाळीपासून काही शिकवण घेणं योग्य होईल. धूमाळी त्यांना म्हणाली, ''जरा सरकून बसा न, एक माणूस इथून उठून गेला आहे. अंग दुमडून मी जरा झोपीन. रात्रभर जागरण, एखाद्वेळी हा माणूस वाटेतच प्राण सोडायचा, म्हणून त्याच्या नाकापाशी हात नेऊन श्वास चालला आहे की नाही हे बघण्यातच रस्ता सरला. आणखी आता झोप संभाळू शकत नाही.''

त्यावर त्या म्हणाल्या, ''इथे या बाकावर झोपता येणार नाही. आणखी कोणी येऊ शकतं.'' त्यावर काही न बोलता धूमाळी तिथून उठली. बॅगेतून एक चादर काढून भिंतीला लावून पसरली. डोक्याखाली बॅगच उशी म्हणून घेतली. लांब पाय करून झोपली. म्हणाली, ''वाटत असेल तर तुम्ही पण जरा आडव्या व्हा. किती वेळ बसणार? तुमचे मालक तर फार आजारी नाहीत, इथे जागा आहे.'' त्यांनादेखील कुठेतरी झोपायची इच्छा होत होती. पण झोपू शकल्या नाहीत. त्यांना लोक ओळखतात. सगळ्यांचं लक्ष जाईल. त्या म्हणाल्या, ''मला झोप आली नाही, तुम्ही झोपा.'' डोळे मिटून झोपायच्या अगोदर धूमाळी म्हणाली, ''तुम्हाला मी अपा (ताई, वा दीदी) म्हणेन, चालेल न. तुम्ही माझ्यापेक्षा वयानं खूप मोठ्या असाल नाही? अपा, मी जरा झोपते. कॉट नंबर ११च्या रोग्याचं कोणी आहे का म्हणून बोलावलं तर लागलीच मला उठवा. बोलावल्याबरोबर आत या, असं डॉक्टरांनी सांगितलं आहे. हे देवा! मला नका बोलवू. बोलावलं म्हणजे समजा तोंडात पाणी घालायची वेळ आली. काय म्हणता? तुम्हाला पण असंच सांगितलं आहे का?''

अपा म्हणाल्या, ''नाही नाही असं का समजताय, तब्येत सुधारायला लागली तरी बोलावतात. तुमच्या पतीला शुद्ध आली, तरी बोलावतील. ठीक ठीक, मी उठवीन तुम्हाला.''

त्यावर ती आश्वस्त झाली. तोंडावर पदर घेऊन गुपचूप झोपली. घरी झोपल्यासारखी घुरघुर घोरायलादेखील लागली. मध्येच एकदा ''निर्लज्ज कुठला, मर मेल्या.'' असे काहीतरी झोपेत बडबडली. तिच्या मोकळ्या स्वभावाची अपांना असूया वाटली. त्या तशा कधीच होऊ शकणार नाहीत. तिला त्यांनी काय सगळं खरं खरं सांगितलं होतं का? आपला नवरा सेप्टीसेमीयातून बाहेर यायला आणखी पुष्कळ दिवस लागतील. त्याबरोबर ताप, डायबेटीस, ब्लडप्रेशर हे सगळे रोग स्वत:चा

मोठेपणा मिरवत होते. कधी केबीनमध्ये येतील काय माहीत? त्यानंतर सेवा करणारीचे कष्ट जरा कमी होतील. पण या धूमाळीचा नवरा असा वारंवार विष कशासाठी पितो? ती वाटते तितकी सरळ बाई नाही. नवऱ्याचं आयुष्य अगदी नको नको करत असेल. तसं नसेल तर पुरुषासारखा पुरुष छोट्या छोट्या गोष्टीवरून आत्महत्या करण्याचा प्रयत्न का करत असेल? ते काहीही असू दे. पण ही मूर्ख बाई विष प्यायलेल्या रोग्याला घेऊन मोठ्या धाडसानं, गाडी करून इतक्या दूरवर, तेही सगळ्यात महाग दवाखान्यात घेऊन आली. फक्त स्वत:च्या मनाची समजूत, पण नवऱ्याला ती घरी परत नेऊ शकणार नाही, हे तिच्या बोलण्यावरून समजतंय. तिलाही ही गोष्ट माहीत आहे. तिनं मनाची तयारी केली आहे, हे तिच्या बोलण्यावरून स्पष्ट दिसतंय. मग ती अशी उगाचच केवळ जिद्दीनं इतक्या दूर नक्की मरणाऱ्या रोग्याला का घेऊन आली, काय माहीत?

सगळं काही धूमाळी स्वत:हूनच सांगेल. आजतर अर्धी कहाणी सांगून झाली आहे. मर्दळची काहीही चूक असू दे पण तो आळशी, कामचुकार माणूस नाही, कष्ट करणारा दिसतोय. दोन्ही मुलं चांगली खातीपिती चांगल्या शाळेत शिकत आहेत. घरखर्चासाठी तो बायकोला पैसे देतो. उरलेले पैसे तो म्हणे बँकेत ठेवतो. पुरुषांना काही वाईट सवयी असतात. त्यांना तर चार खून माफ! स्वत:च्या मनाचा संताप घालवून देण्याचा प्रयत्न करण्यासाठी, बहुतेक ती इतकी बडबड करत असावी.

अकरा नंबर रोग्याच्या नातेवाइकांना बोलवण्याआधीच धूमाळी उठून बसली होती. आळस देत तिनं विचारलं, “मला बोलावलं का?” मान हलवून त्या नाही म्हणाल्या. स्वत:शीच पुटपुटत म्हणाली, “म्हणजे अजून जिवंत आहे.” मग त्यांच्याकडे बघून म्हणाली, “रात्रभर वाचता आहात? धन्य आहे तुमची. झोप आली नाही? तुम्हाला बोलावणं आलं नाही का? तुम्ही कॉलेजात शिकता का शिकवता? आजकाल शिकण्याचं काही वय नाही. मी पण प्रौढ शिक्षा केंद्रात शिकते. इतकी शिकले आहे, की पाचवीची परीक्षा देऊ शकेन. पण मी परीक्षा देणार नाही रे बाबा. नापास होण्याची मला फार भीती आहे. नापास झाले, तर मुलांसमोर मला लाज वाटेल. ती नापास झाली, तर मी त्यांचा कान धरू शकेन का? मर्दळ मिस्त्रीसारखा ज्यांचा बाप आहे; त्याची मुलं कितीही चांगलंचुंगलं खावोत; पण त्यांनी नापास होणं ही काही विचित्र गोष्ट नाही. नशीब चांगलं, की आजपर्यंत माझी मुलं कधी नापास झाली नाहीत. त्यांच्यासमोर मी नापास होऊ? वर तोंड काढून बोलणारी माझी मुलगी तिच्या घरी मला ऊठ बस करायला लावेल. म्हणून फक्त शिकीन, पण परीक्षा देणार नाही.” त्याच वेळी अकरा नंबरचे नातेवाईक कोण आहेत, असा पुकारा झाला. लगबगीनं धूमाळी आत गेली. अपांची छाती धडधडत होती, चांगली बातमी का वाईट बातमी? ‘हे देवा! सकाळी सकाळी कोणाची वाईट

बातमी ऐकवू नकोस. धूमाळीनं तर तुझ्यावरच विश्वास ठेवून असाध्य ते साध्य करण्यासाठी इथे नवऱ्याला भरती केलं आहे. मूर्ख मर्दळ मिस्त्रीला या वेळी क्षमा कर.'

स्वत:च्या प्रार्थनेचं त्यांना आश्चर्यच वाटलं. मनात आलं, तोंडाला काही सुमार नसलेली ही अतिमूर्ख बाई त्यांची कोण लागते, की तिच्या नवऱ्यासाठी सकाळी सकाळी प्रार्थनाही केली? पुन्हा विचार आला, धूमाळी खरंच का त्यांची कोणी नाही? एका सूक्ष्म नात्याच्या धाग्यानं या पृथ्वीवरच्या दोन भिन्न बायका नक्कीच बांधल्या गेल्या होत्या. दोघी जणी यमाच्या हातातून आपल्या नवऱ्याला परत आणायचं म्हणून पहारा देत बसल्या आहेत. सती सावित्रीप्रमाणे काया-वाचा-मने त्यांनी आणखी कोणत्याही पुरुषाकडे पाहिलं नाही, असे छातीठोकपणे सांगू शकणार नाहीत. पण कपाळाच्या कुंकवावर आणखी कोणाची सावली पडली नाही, हे मात्र नक्की छातीठोकपणे सांगू शकतील. अर्थात सधवा बाईसाठी कपाळावर कुंकवाबिंकवाचा नियम हवाच, असं त्यांना मुळीच वाटत नाही. उलट शंखा (इथे सधवा बायका शंखाच्या बांगड्या घालतात, त्याला शंखा म्हणतात.), सिंदूर, कुंकू, वेढी. कंकण, मंगळसूत्र हे सारं काही बाईसाठी बंधन आहे, असा युक्तिवाद त्यांनी कितीतरी जागी मांडला होता. हे सारं काही नसलं तरी विवाहित स्त्री पतिव्रता असू शकते, असे त्या जोर देऊन म्हणत आल्या होत्या. त्यादेखील आपल्या भांगात सिंदूर भरत नसत. पण धूमाळीच्या रुंद कपाळावर ग्रामदेवीच्या कपाळासारखं कपाळभर ठसठशीत कुंकू उठून दिसायचं. भांगात लांबपर्यंत सिंदुराची रेखा जणू काही तिची भाग्यरेखा! असंच अबाधित राहू दे, तिचं ते कपाळावरचं ठसठशीत कुंकू.

इथंच तर आहे दोन्ही बायकांमधलं एक सूक्ष्म नातं. नवरा सधवा स्त्रीचं सौभाग्य न होता दुर्भाग्य असू दे, पण त्यानं डोळे मिटले, की लागलीच एका क्षणात स्त्रीच्या नावामागे 'विधवा' नावाचं एक 'श्री' विशेषण लागतं. तिच्या वेषभूषेचा नक्षा बदलून जातो. मग ती धूमाळी असो वा देशाची प्रधानमंत्री असो. धूमाळीला तिचा सामाजिक परिवेश आणखी असहाय करेल. अर्थात स्त्री जेव्हा जगण्यासाठी पुरुषावर निर्भर होती, तेव्हा ती असहाय होते असा समाजाचा करुणापूर्ण दृष्टिकोन असावा. पण तसं नाही, अजूनही नवऱ्यापेक्षा अधिक कमाई करणाऱ्या स्त्रीचा नवरा गेला, तरी समाज तिला असहाय यादीत ठेवतो. तिच्यासाठी तोच आधीपासून आलेला नियम लागू होतो. बायकोच्या कमाईवर जगणाऱ्या पुरुषाला, त्याची बायको गेली तरी हा सामाजिक नियम आणि दृष्टिकोन नाही.

तितक्यात धूमाळी हसत हसत बाहेर आली. मोठ्या बहिणीशी सुसंवाद करावा, त्याप्रमाणे अगदी अंत:करणापासून म्हणाली, ''शुद्ध आली'' इतकं सांगत असतानाच तिच्या डोळ्यांतून पाणी वाहायला सुरुवात झाली–आनंदाश्रू. परत घाईघाईत म्हणाली,

“आता काय त्याच्या सगळ्या परीक्षा करणार म्हणून नेणार आहेत. मी त्याच्याबरोबर जाईन. या मोठ्या दवाखान्यावर काय विश्वास? हार्ट, किडणी वगैरे काढून विकतात का काय म्हणे. काय गं बाई! बरं अपा! तुम्ही इथंच बसा म्हणजे त्याला बघाल. जत्रेत राजाचा पार्ट केल्यासारखा आपल्या मिशांना जो गालावर पीळ देईल, समजा, की तोच मर्दळ मिस्त्री. ज्या घोड्याला शिंग नाहीत ....”

एक्सरे, अल्ट्रासाऊंड इत्यादी परीक्षा करण्यासाठी त्याला स्ट्रेचरवर नेलं. बरोबर बायको आहे का नाही, या विचारानं कासावीस होऊन तो सगळीकडे बघत होता. ती बरोबर आहे, हे बघून आश्वस्त होऊन त्यानं आपले डोळे बंद केले. सक्त-कठोर, कामसू व अंगापिंडानं भरलेला दिसत होता. मग रसिक असला पाहिजे. चांगला नवरा नसेलही. पण वाईट माणसासारखा दिसत नव्हता. स्वतःच्या कृत्यासाठी अपराधी दिसत होता. विषांच्या प्रभावाखाली विषादाचा काळा ढग तारुण्याच्या झळाळीवर अस्तरासारखा पसरला होता. त्याच्याबरोबर जाता जाता गर्व, गौरव व आनंदी धूमाळी डोळ्यानं खुणावत म्हणाली, ‘हाच माझा नवरा.’

धुमाळीबरोबर पुन्हा भेट रात्री झाली. म्हणाली, “आम्ही उद्या सकाळी आयसीयुतून वॉर्डात राहायला जाणार. डॉक्टर म्हणाले, पूर्ण बरा झाल्यावर सोडणार. आणखी सात दिवस लागतील. दहा जणांचा वॉर्ड. किती पैसे काय ठाऊक? लाख रुपये कुठच्या कुठे उडून गेले. जे दागिने अंगावर घालून आले होते, सगळे विकून टाकले. मला माहीत आहे, तुम्ही माझ्या दागिन्यांकडे निरखून बघत होतात आणि विचार करत होतात, की नवरा मरायला टेकला आहे आणि याची बायको असे दागदागिने घालून रात्रीची एकटी कशी आली आहे? जरादेखील व्यवहारज्ञान नाही. पण मला व्यवहारज्ञान आहे. मला माहीत आहे, की इथे पैसा फेकला नाही तर जीव जाईल. गावाहून मागवलेला पैसा ठीक वेळेवर येणार नाही, हेही मी जाणून होते. म्हणून सगळे दागिने अंगावर घालून आले होते. नवरा जर मेला असता, तर दागिने कोणी घातले असते? जे झाले ते झाले, दागिने कामाला आले.”

अपा आश्चर्यचकित होऊन निर्भय, निःस्वार्थी, पतिव्रता धुमाळीकडे बघत राहिल्या. तिला विचारलं, “कुठे विकलेस? कोणी फसवलं तर नाही? अनोळखी सोनारावर कसा विश्वास ठेवलास?”

“त्याच दीराला बरोबर आणलं होतं, जो गावातल्या सोनाराकडे काम करतो. विचार केला, तो नक्की कामाला येईल. एका अनोळखी शहरात माहीत नसलेलं नशीब घेऊन सगळं काही जुळून येण्यासाठी, घरातून पाय बाहेर पडायच्या अगोदर पूर्ण विचार करूनच बाहेर पडायला हवं.” तिच्या दूरदर्शीपणानं अपा अगदी प्रभावित झाल्या. त्यांना काय वाटलं कोणास ठाऊक, त्यांनी विचारलं, “अच्छा! हा माणूस तर तुला सोडून दहा बायकांबरोबर संबंध ठेवू शकला असता? ते न

करता छोट्या छोट्या गोष्टीत आत्महत्या करीन म्हणून तुलाच का धमकावतो? तूदेखील त्याला आत्महत्या करायला उचकवतेस. माणूस इतका वाईटदेखील दिसत नाही. कुठल्या नवऱ्यात जरासा अवगुण नाही?'' 'कोय' म्हणतच धूमाळी उठली. म्हणाली, ''सगळं काही ठीक आहे हो. तुम्ही पण कितीतरी सहन करत असाल. कुठली स्त्री काहीही सहन न करता संसार करतेय? पण तुमचा नवरा जर तुम्हाला साडी-दागिने देतो, घरात अगदी राणीसारखा वागवतो आणि बाहेर दोन-चार राण्या ठेवतो, जशा दशरथ राजाच्या होत्या चार राण्या, तुम्ही सहन कराल का? काही बोलणार नाही? तोंड बंद ठेवून नवऱ्याची मिळकत खात आनंदात राहणार? माझी तीच गोष्ट आहे. मी अजिबात सहन करू शकणार नाही. माझ्या आई-बाबांच्या पसंतीनं मी त्याच्याशी लग्न केलं नव्हतं. त्याला पसंत करून माझ्या आई-बाबांच्या पसंतीला ठोकर मारून, निंदा, टीका वगैरेची पर्वा न करता घर सोडून त्याच्याबरोबर पळून आले होते. तो पुन्हा मला सोडून दुसरी बाई ठेवणार? मी भांडण करणार नाही? आमच्या घरात अशांतीचं कारण हे एकच. तो मला यासाठी सोडत नाही, कारण त्या ठेवलेल्या बायका माझ्या सारख्या कष्टाळू नाहीत. त्याच्या आईची सेवा करण्यासाठी, गायीचं शेणवारे करण्यासाठी, वंश वाढवण्यासाठी घरी एक बाई गोठ्यातल्या गायीसारखी सतत बांधलेली हवी. माझं तोंड बंद करण्यासाठी तो आत्महत्या करण्याची धमकी देण्याच? नाटक करतो आणि सासू, नणंदेपासून सारा गाव म्हणतो, की या भांडखोर बाईमुळे हा माणूस खरोखरच आत्महत्या करेल.''

त्यावर अपापाशी कोणतंही उत्तर नव्हतं. या समस्येवर उपाय त्यांच्या हातात नाही. उलट त्यांच्या डोक्यात आलं, की धूमाळी इतकी भांडखोर असूनही, आत्तापर्यंत या माणसाला सहन कशी करत होती? त्यांनी विचारलं, ''अच्छा ठीक आहे. तो इथून गेला, की परत हेच करणार. आता जर त्यानं काही गडबड केली, तर त्यावर तू गप्प बसणार. आणखी त्याला काही बोलू शकणार नाहीस. कारण जर काही बोललीस, तर आता तो नक्की आत्महत्या करेल. कितीदा तू त्याला विषांच्या संकटापासून वाचवणार? त्याचा अर्थ तो मरणार. तू काय करायचा विचार केला आहेस? मला तर वाटतंय, माणूस बदलला आहे. तो तुझासाठी कृतज्ञ व पश्चात्ताप झाल्यासारखा वाटतो. आता आणखी तो परस्त्रीकडे बघायचा नाही, असं मला वाटतं. मोडकळीस आलेला तुझा संसार आता जोडला जाईल. तुला काय वाटतंय?'' एखाद्या मास्तरणीसारखं त्यांना बोट दाखवत धूमाळी म्हणाली, ''या माणसाची प्रकृती हा मेल्यावरच बदलेल, हे मला माहीत आहे. तो जे करत आलाय तेच करत राहणार. आता तर मला आणखी आणखी धमक्या देईल. गावातील लोक, सासू-नणंद त्यालाच दया दाखवतील. माझ्याशी वाईट वागतील. तुम्ही मला

आता आणखी काही शास्त्र शिकवू नका.''

''मग काय करायचं ठरवलं आहेस? त्याला तर तू सती सावित्रीप्रमाणे यमाच्या दारातून सोडवून आणलं आहेस. या काळातही सावित्री आहे, यावर माझा विश्वास बसला. त्याला बोलून, समजावून तू वाटेवर परत आणशील, असा मला विश्वास आहे. पण जरा कळ काढावी लागेल.'' दृढ आवाजात धूमाळी म्हणाली, ''जो तो आपापलं आयुष्य जगतो. माझे आयुष्य काही तुम्ही जगणार नाही. घराला आग लागली, की बाहेर उभे असलेले लोक आरडाओरडा करत कितीतरी उपदेश देतात. त्यांना नक्की दया-माया असते. पण घरात जळत असेल्या जिवंत माणसाची वेदना त्यांना कधीही समजणार नाही. नको तितकं आजपर्यंत सहन केलं आहे. आणखी सहन करू शकणार नाही. अपा, त्यांनी माझ्या प्रेमाला लाथ मारली आहे. नकळत कोणाला पाय लागला, तर 'विष्णू' (इथे चुकून कोणाला पाय लागला तर विष्णू म्हणून नमस्कार करतात.) म्हणालं की सगळा दोष माफ. पण एखाद्याला जाणूनबुजून लाथ मारायची आणि 'विष्णू' म्हणायचं, त्याला माफ करायचं का? परत गेल्यावर काय करायचं, ते मी त्याला इथे आणायच्या आधीच ठरवून आले आहे. हा माणूस बदलो अथवा न बदलो, पण माझी तुम्हाला एक विनंती आहे, की आम्ही वॉर्डात गेल्यावर तुम्ही येऊन त्याला जरा समजावून सांगा. सांगा, 'आपलं स्वतःचं आयुष्य सगळ्यात मौल्यवान. आत्महत्या करणं महापाप. जो मरतो, त्याचं अमूल्य जीवन जातं, आणखी कोणाचं काही जात नाही. नेहमीप्रमाणेच सुख-दुःखात सगळं काही चालू राहतं. पण देवानं दिलेलं अमूल्य आयुष्य जो स्वतःच्या हातांनी घालवतो, तो तिकडे नरकात पडतो. त्याला आता मुक्ती नाही. तुम्ही या तीन-चार दिवसांत केबिनमध्ये जाल. आम्ही सात दिवस नक्की आहोत. मी तुम्हाला बोलावून नेईन. कदाचित तुमचं बोलणं तो मनावर घेईल.''

अपा आपल्या पतीला घेऊन केबिनमध्ये आल्या. यादरम्यान त्यांची धूमाळीशी भेट झाली नाही. काय डोकं तिचं की सर्वज्ञ असल्यासारखी म्हणत होती, तुम्हाला बोलावीन? त्या दिवशी जाणूनबुजून गप्प बसले होते.

पण आता तिच्यासाठी मनाची घालमेल चालली होती. ती गावाला परत जाण्याअगोदर तिच्या नवऱ्याला समजवायची इच्छा होत होती. पण तिला शोधायचं कसं? कोणत्या वॉर्डात ती आहे, का घरी परत गेली? ती काय ठरवून इथे आली होती, हे जाणण्याची उत्सुकतादेखील होती. धूमाळी अजूनही आपल्या नवऱ्यावर प्रेम करते, हे त्यांना माहीत होतं. म्हणूनच आयुष्य पणाला लावून तिनं आपल्या नवऱ्याला वाचवलं होतं. पण तिच्या सांगण्यानुसार मर्दळ आता सुधारणार नाही की ती आता काही सहन करणार नाही. मग यावर तोडगा कसा काढायचा?

अचानक लिफ्टसमोर धूमाळी भेटली. अपांना पाहून तिला खूप आनंद झाला.

हात धरून म्हणाली, ''उद्या पहाटे पहाटे आम्ही घरी जायला निघू. हे आता पूर्ण बरे झाले आहेत. आता काही काळजी नाही. मनातल्या मनात तुमची खूप आठवण येत होती. तुमच्याबरोबर भेट होऊ दे, म्हणून सकाळी सकाळी ग्रामदेवतेला नमस्कार केला होता. बघा, किती जागृत आहे आमची ग्रामदेवता. तुम्ही आता केबिनमध्ये आलात बहुतेक? म्हणजे सर आता एकदम बरे झाले. तुमच्यासारख्या चांगल्या बाईचा पती बरा होऊन का बरं घरी जाणार नाही? जाण्या अगोदर भेट झाली नसती, तर मनाला खंत लागून राहिली असती. जरा माझ्याबरोबर चला आणि त्या अवलक्षणी माणसाला दोन गोष्टी समजावून सांगा. त्यानंतरही तो मेला तर मरू दे! माझं काही जाणार नाही.''

धूमाळीबरोबर त्या आत गेल्या. मर्दळ सर्व आवरून शहाण्या मुलासारखा मांडी घालून बसला होता. धूमाळी त्यांच्याशी ओळख करून देत म्हणाली, ''या आहेत अपा, ज्यांच्याबद्दल मी बोलत होते.'' त्यानं वाकून नमस्कार केला. त्याला लाज वाटत आहे असं वाटलं. मोठ्या बहिणीच्या मायेनं प्रेमळ आवाजात त्या म्हणाल्या, ''ऐक, तुम्ही चांगली माणसं, कष्ट करणारी. धूमाळी तुमच्यावर किती प्रेम करते हे तुम्हाला जितकं माहीत आहे, त्यापेक्षा जास्त मला माहीत आहे. तुम्ही कोणत्या अवस्थेत इथे आला होतात व तुम्हाला बरं करण्यासाठी तिनं इथे काय काय भोगलं आहे, ते मी पाहिलं आहे. या काळातही गावागावांत सावित्री आहेत. यमाच्या हातातून आपल्या पतीला सोडवून आणतात. तुझी बायको धूमाळी त्यातलीच एक सावित्री आहे. ही गोष्ट फक्त मी नाही तर डॉक्टरदेखील म्हणताहेत. किती छान संसार आहे तुम्हा दोघांचा. तुझ्यावर प्रेम करणारी बायको, इतकी सुंदर दोन मुलं, घरी वयस्कर आई आणि तुझ्यापुढे असलेलं लांब आयुष्य, किती जणांना हे मिळतं? जे केलंस ते केलंस, आता पुढे आणखी असं काही करू नकोस. तुला माहीत आहे का नाही, की आत्महत्या फक्त महापाप नाही तर कायद्याच्या दृष्टीनं एक भयंकर अपराध आहे. धूमाळीला जर वाटलं तर ती आत्तासुद्धा तुला कायद्याच्या हातात सोपवू शकते. पण ती तसं काही करणार नाही. तिनं तुला त्यासाठी वाचवलेलं नाही. तू सुखात जगावंस, म्हणून तिनं तुला तुझं आयुष्य परत मिळवून दिलेलं आहे. तू आज इथे प्रतिज्ञा कर, की आत्महत्येसारखी वाईट गोष्ट पुन्हा मनात आणणार नाही. यानंतर जर पुन्हा असं काही केलं, तर कोणाच्याही मनात सहानुभूती राहणार नाही. इतकंच काय, पण तुझ्या आईच्या मनातदेखील राहणार नाही. फक्त ईश्वरच नाही, तर गावातील लोकदेखील शाप देतील. समजलं, मी आता आशा करते, की तुझा संसार सुखाचा होईल. तू बाहेर ज्यांच्यावर पैसे उधळलेस, त्यांच्यापैकी आज तू मरणाच्या दारात उभा असताना कोण तुझ्या पाठीशी येऊन उभं राहिलं? ते काम फक्त बायकोच करते. परकी बाई सुखाची

सोबती. माझी ही गोष्ट लक्षात ठेव.''

दोन्ही हात जोडून डोकं खाली करून मर्दळ म्हणाला, ''शब्द देतो, परत असं कधी करणार नाही.''

गड जिंकल्याच्या आविर्भावात अपा चालत बाहेर आल्या. त्यांच्या पाठोपाठ निर्लिप्त दिसणारी धूमाळी आली. त्यांचं प्रवचन आणि मर्दळच्या खोट्या प्रतिज्ञेचा तिच्यावर काही परिणाम झाला नव्हता. हां, एखाद्वेळी मर्दळ पुन्हा आत्महत्या नाही करायचा, पण दुसऱ्या बाईचा पिच्छा अजिबात सोडणार नाही. तोच तर त्याचा मोठा आजार आहे!

धूमाळीचे कष्टाने टणक झालेले दोन्ही हात हातात घेऊन अपा म्हणाल्या, ''आता सगळं काही नीट होईल. देवावर भरवसा ठेव. मर्दळचं बोलणं तर ऐकलंस, खास तुझ्यासाठीच तो बदलला. तुला जिंकलेलं बघून मला आनंद होतो आहे. सगळ्या बायका तुझ्यासारख्याच होऊ शकतील का?''

अपांच्या भावनाप्रधान बोलण्यावर तोंड घट्ट मिटून बसलेली धूमाळी ताडकन म्हणाली, ''तुम्हाला काय वाटलं अपा? मी परत ह्या व्यसनी माणसाच्या बरोबर राहीन? छे, त्याला एखाद्वेळी आयुष्याचं मोल काय ते समजलं असेल. पण प्रेमाचं मोल त्याला समजलेलं नाही. तो विष पिणारही नाही कदाचित, पण तसल्या बायकांच्या घरचं पाणी न पिता तो जगू शकणार नाही. तेच त्याचं आयुष्य आहे. मला तो खायला, नेसायला सारं काही देईल. मुलांवर प्रेम करेल. मी त्याच्या पैशातून मुलांना चांगलं घडवेन. हे सगळं त्याला ठाऊक आहे. पण मी काय त्याची चाकर आहे? मला काय फक्त खाण्यासाठी पोट आहे? प्रेमासाठी हृदय नाही? बायको म्हणून काही मान-सन्मान नाही? आजपर्यंत तो तेच समजत आला होता. एका बायकोचं स्थान कुठे असतं, ते आता त्याला समजेल. इथे यायच्या वेळी ग्रामदेवतेला साक्षी ठेवून, पदराला गाठ मारली होती, की याला बरा करून नक्की गावाला परत आणीन. गावच्या लोकांना साक्ष ठेवून त्याच्या आईच्या हातात तिच्या मुलाला सुपुर्द करीन. चरित्रहीन माणसाला नंतर जितक्या बायका ठेवायच्या असतील तितक्या ठेवू दे, पण माझ्या डोळ्यांसमोर नाही. आणि गावातल्या लोकांना समजेल, की यापुढे जर यानं आत्महत्या केली तर त्याचं कारण मी नाही, त्याचं कारण तो स्वत: आहे. इतकं मोठ जंगल पडलं आहे, नदीचा काठ आहे, छोटीशी झोपडी उभारायला असे किती दिवस लागतील? कष्ट करून माझ्या मुलांना मी वाढवीन. माझ्या लक्षात आलं आहे, की तो माझ्या कुमारी शरीरावर प्रेम करत होता, संपूर्णपणे माझ्यावर त्याचं प्रेम नव्हतं. मी चांडाळीण त्या वयात हे समजू शकले नव्हते. आता त्याच्याबरोबर जर खळगीभर पोटासाठी राहिले, तर माझ्या मनातली पवित्रता नाहीशी होईल. याला मी नक्की घटस्फोट देईन, अशी देवीपाशी प्रतिज्ञा

घेतली आहे. बायकांच्या सुख-सुविधेसाठी सरकारनं केलेल्या कायद्याबाबत, एनजीओच्या मॅडम अधूनमधून गावात येऊन आम्हाला कितीतरी गोष्टी समजवतात. मी एकदा एखादी गोष्ट ऐकली, की विसरण्याचं काम नाही. कायद्यानुसार माझं लग्न झालेलं नाही. गावच्या देवीसमोर एकमेकांना हार घालून मी त्याच्याशी लग्न केलं होतं, पण घटस्फोट मात्र कायद्याप्रमाणे देणार. नाही तर हा अवलक्षणी माझ्या इथे येऊन पोचेल. घरी राबण्यासाठी एक बाई हवी ना? आमच्या गावातील एक ओळखीचा, ज्याला मी भाऊ म्हणते, तो जिल्हा फॅमिली कोर्टात काम करतो. माझं दुःख त्याला माहीत आहे. त्याच्याबरोबर मी इथूनच फोनवर बोलणी केली आहेत. फॅमिली कोर्टाच्या मॅडमचा सल्ला त्याने घेतला आहे. तो कागदपत्र तयार करून ठेवेल, मी जाऊन फक्त सही करीन.

"तो माझा भाऊ म्हणत होता, याच्या नावानं हुंड्यासाठी छळ करतो अशी केस टाक. आजकाल मुली असंच करतात. राग घालवण्यासाठी आणि नवऱ्याकडून पैसे काढण्यासाठी हा एक उपाय. कायदा माझ्या बाजूनं असला, तरी मी खोटी केस करणार नाही. पाप लागेल. भाऊ म्हणत होता, मानसिक छळाची केस करू शकतो, जे की खरं आहे. पण मी तेही करणार नाही. कारण शिवीगाळ, भांडण करून मीदेखील त्याला कमी मानसिक त्रास दिलेला नाही. त्याच्याकडे त्याचा खूप मोठा पुरावा आहे, की त्यामुळेच त्यानं तीन तीन वेळा विष प्यायलं आहे. माझी सासू आणि गावचे लोक त्याच्या बाजूनं साक्षही देतील. पण पुरुषाच्या बाजूनं बायकोनी दिलेल्या मानसिक छळाविरुद्ध केस करण्यासाठी काही कायदा नाही, असं भाऊ म्हणत होता. म्हणून तो माझ्याविरुद्ध काही करू शकणार नाही. पण मी त्याला खरोखर मानसिक त्रास दिलेला आहे. म्हणून तशी केसदेखील मी त्याच्या विरोधात करणार नाही. आजकाल म्हणे उच्च ध्येयवादी स्त्रिया असे खोटे खटले उभे करतात. त्यांना देव कधीही माफ करणार नाही."

पण माझ्या मुलांच्या भरणपोषणाचा खर्च मी मागेन. तो माझ्या मुलांचा अधिकार आहे. त्यांचं बालपण माझ्या कमी रोजगारामुळे अभावात जाऊन त्यांना अशक्त व दुर्बळ करण्याचा मला काही अधिकार नाही. पण कायद्यानुसार मी त्याच्याकडून माझ्यासाठी काहीही मागणार नाही. मी काही भिकारीण नाही. कष्ट करीन आणि खाईन. तो जिथे मिस्त्री काम करतो, मी तिथेच मजुरी करीन. त्या मालकाबरोबर फोनवर बोलून झालं आहे. पण खरं सांगते, हेदेखील त्याची मान खाली जावी म्हणून करत नाही. खरं कारण हे आहे, की तो मालक खूप चांगला माणूस आहे. अगदी बापासारखा. त्याच्यावर माझा पूर्ण भरवसा आहे. यात जर मर्दळ मिस्त्रीची मान अगदी तळाशी गेली, तर त्यानं दुसरा मालक बघावा. त्याच्यासाठी काम कुठेही मिळेल. पण मी त्याच मालकाकडे काम करणार, जो मला बापासारखा आहे. जो माझ्याकडे कधीही वाईट नजरेनं बघणार नाही.

ते जाऊ दे, तुम्ही माझ्या नवऱ्याला इतकं सुंदरपणे समजावून सांगितलंत. मी तुमचं हे ऋण कधीही फेडू शकणार नाही. तो आता माझा नवरा राहू दे किंवा न राहू दे, पण या वयात त्याचं आयुष्य संपलं, तर मला ते दुःख होणार नाही का? तुमच्याशी परत कधीही भेट होणार नाही हे मला माहीत आहे. पण अपा! मी तुम्हाला कधीही विसरणार नाही ... नमस्कार.''

हाताच्या मुठीतून पाण्यासारखाच काळदेखील अगदी सहज गळून जातो. त्यानंतर कितीतरी वर्षं निघून गेली. वेळी-अवेळी आठवणींचं बंद दार उघडून स्वतःचा अधिकार धूमाळी जाहीर करत असे. जणू विचारत असते, 'कधीमधी माझी आठवण तुम्हाला होते का नाही, ... अपा?' एका अव्यक्त कासाविशीत उत्तराच्या बदल्यात स्वतःलाच मी प्रश्न करते, 'कशी असेल धूमाळी?' पण समजायला काही मार्ग नाही.

■

। दहा ।

पूर्णाहुती

दरवर्षीप्रमाणे दोळजत्रेच्या गर्दीत तीन वर्षांच्या मुलाला चार डोळे सगळीकडे शोधत होते. या तपस्येत बारा वर्षं निघून गेली. पण मुलाचं वय वाढलं नाही. जे तीन ते तीनच होतं. जसं ऋतूंचं वय कळत नाही, वर्षानुवर्षं ते येत असले तरी सारखेच दिसतात, अगदी तसंच त्यांच्या जीव की प्राण असणाऱ्या मुलाला शोधत होते चार डोळे, सेवती आणि सुदामाचे. या वर्षी मुलगा नाही मिळाला तर भाग्यात जे आहे ते स्वीकारून, नि:संतान होऊन मरणंच योग्य ठरेल. मरताना तोंडात गंगापाणी देणारं कोणी नसेल, तसेच मेल्यावर अग्नी द्यायला कोणी नसेल. त्यानंतर? आत्मा मुक्ती न मिळता फिरत राहील, असं गणित मांडून नीरबाबांनी सांगितलं होतं. त्यांच्या आश्रमात शरणागत होऊन पडल्यावर बारा वर्षं मूल नसलेली बाईदेखील एका मुलाची 'आई' झाली होती. पण सेवतीला शरण जायची भीती वाटे. चंद्रोदयाप्रमाणे कधीतरी नीरबाबांच्या आशीर्वादाची विभूती पुत्रकामी बाईवर पडेल. नीरबाबा ज्या वेळी आसपासच्या गावात जात, तेव्हा एकदा नव्हे तर वर्षानुवर्षं पाळी लावून बायका शरणागत होऊन पडत. एकवेळ वांझ होऊन राहीन, पण अंधाऱ्या खोलीत शरण होऊन कधीही पडणार नाही, अशी सेवतीनं प्रतिज्ञा केली होती. पुत्रवती होण्यासाठी नेहमी फक्त बायकांनीच का शरण जाऊन पडायचं? पुरुष काय फक्त सुखासुखी बाप होणार? बाबांची विभूती नवरा-बायको दोघांवर पडली नाही तर मूल होणार कसं? नीरबाबा रागावले होते. पण सेवती तर 'आई' होण्यासाठी अडून बसली होती. सुदाम तर सेवतीला असंही म्हणाला होता, "हे बघ,

तुझ्या गर्भाशयात किंवा माझ्यात काही दोष नसूनदेखील, मूल नाही झालं तर ती गोष्ट परमेश्वरानं शून्यपोथीत लिहून ठेवलेली आहे. शरण पडले म्हणून का नशीब बदलणार आहे? म्हणून नि:संतान असलेला दोष घालवण्यासाठी आणखी एक उपाय आहे. लहान बहिणीच्या पाच मुलांपैकी सगळ्यात लहान मुलाला दत्तक घेतले, तर त्यात वाईट काय? त्याच्या अंगात तर माझं अर्धं रक्त वाहत आहे. मामाची संपत्ती मिळवेल आणि आपल्या म्हातारपणाचा आसरा होईल.'' पोथी वाचून नीरबाबांनी सरळ नाही सांगितलं. दत्तक मुलगा स्वत:च्या बहिणीचा असला तरी त्याला मिसरूड फुटायच्या वयात तो मामा-मामीचा गळा कापेल. आजकाल बापाची संपत्ती मिळण्यासाठीदेखील वाट बघण्याचा धीर मुलांकडे नसतो. मग मामा-मामी म्हातारे होईपर्यंत भाचा थोडीच वाट बघणार आहे? संपत्तीच्या लोभानं नक्की गळा कापेल. पोथीतील अदृश्यवाणी कधीही खोटी ठरायची नाही.

''आणखी काही उपाय नाही का बाबा? सेवती पुत्रवती होण्याच्या सगळ्या वाटा बंद का?''

बाबा गालातल्या गालात हसले. म्हणाले, ''शून्यपोथीतील अदृश्य अक्षर बदलण्याची क्षमता फक्त जगन्नाथाचा अंश असलेल्या नीरबाबांपाशी आहे. पण त्यासाठी पुष्कळ पैसा खर्च होईल, द्रव्य जमा करावं लागेल, करू शकशील?''

पैशाचा अंदाज ऐकून सुदामा जागीच थबकला, सामानाची यादी बघून सेवती मूर्च्छित झाली. शुद्धीवर येऊन रडायला लागली, ''ही काय परीक्षा घेतो आहेस प्रभू! अशी परीक्षा तर सीता, सावित्री, सती अनूसया यांना देखील द्यावी लागली नव्हती. भित्री बाई मी, हे कसं करू शकेन! प्रभू,'' अशी परीक्षा कशी तिच्या कपाळी लिहिलीत?'

''काय गं, तू काय शव्या राणीहून मोठी का? माता कौसल्या त्यांच्याहून तू मोठी? धर्मरक्षणासाठी द्रौपदींच्या पाच मुलांचा बळी द्यायला लागला नव्हता का? दानशूर कर्णांच्या पुत्राला बळी द्यायला लागलं नव्हतं का? दु:खाचे किती पहाड माता देवकीला छातीवर झेलावे लागले, ते सारं तुला कसं समजणार?''

सुरुवातीला सुदाम तयार नव्हता. साधारण माणूस इतका पैसाअडका कुठून मिळवणार? आता काय चोरी करू? हे भगवान! नीरबाबांनी स्वत:च्या पायावरचं बेलपत्र आणि तुळशीपत्र उचलून नवरा-बायको दोघांना दिलं. आश्वासन देत म्हणाले, ''नाही, नाही, चोरीच्या द्रव्यानं मी यज्ञ करू शकणार नाही. अर्थात चोरीच्या पैशाला काही दोष नाही. इथे जे भक्त नमस्कार करताना पैसे देतात, त्यात चोरीचा पैसादेखील असतो. पैशाला कधी शिवाशिव असते का? हरिजन, ब्राह्मण, पठाण, ख्रिश्चन ज्या ज्या हातातून इथे पैशांच्या राशी जमा होतात, त्या शुद्ध करून घेणं जरुरीचं आहे का? रुपया-पैशाची जात, गोत्र, धर्म, संप्रदाय काही असतं का?

तसं असतं, तर धंद्याला लागलेल्या बायकांचा पैसादेखील ओळखता आला असता आणि तो कोणी घेतला नसता. यज्ञासाठी जो पैसा आवश्यक असतो तो चोरी, डकायती करून आणला तरी त्यात दोष नाही. पण पूजेचं सामान चोरीचं चालत नाही की फसवून आणलेलं चालत नाही. निर्मळ, पवित्र असं सामान तुम्हाला स्वतःच मिळवणं आवश्यक. त्यासाठी तीर्थयात्रेला जा, महोत्सवाला जा. पोथी सांगते, अशा ठिकाणीच पूजेचं सामान तुमच्या हाती लागेल.''

नम्रपणे सुदामनं विचारलं, "बाबा, किती वर्षं लागतील? सामान लवकर मिळेल ना?''

नीरबाबा कठोरपणे म्हणाले, "दरवर्षी पौर्णिमेला यज्ञाची वर्गणी माझ्या मूळ आश्रमात पाठवावी लागेल. त्यात एका मुहूर्ताचादेखील उशीर केलेला चालणार नाही. बाकी, सामान मिळणं हे तुमच्या भाग्यात जे लिहिलं असेल ते. पण त्यासाठी मी आश्रमात पूजा करीन. सामान मिळाल्याबरोबर मला कळवा. पोथीतून माहेंद्र मुहूर्त मी बाहेर करीन. त्या दिवशी तुमच्या गावात असलेल्या मंदिरात महापूजा होईल, यज्ञदेखील होईल. गुप्तपणे सेवती माता अर्ध्य देतील. सुदामची उपस्थिती तिथे अजिबात आवश्यक नाही. दिवा जळत राहील आणि यज्ञ होत राहील. म्हणजे सेवतीला भीती वाटणारा उद्रेककारी अंधार तिथे नसेल. याच उपायानं दरवर्षी सात-आठ वंध्या स्त्रियांना पुत्रलाभ होतो. ही पूजा अत्यंत गुप्तपणे होत असल्यानं ती उघडपणे होत नाही. जाहीरपणे केली तर फळ मिळत नाही. अशी पूजा आणि असा यज्ञ जो चंद्र-सूर्यालादेखील कळणं उचित नाही. एकमात्र ईश्वर अर्थात 'मी' ती गोष्ट जाणणार. कारण ईश्वरच हे कार्य माझ्या माध्यमातून करवून घेईल. तू ही गोष्ट कोणालाही सांगणार नाहीस. आजकालची वर्तमानपत्रं व इतर माध्यमांवर माझा विश्वास नाही. अध्यात्म जगतापासून ते दूर आहेत. म्हणून उगाचच खळबळ माजवून, दर्शक संख्या वाढवून, स्वतःच्या नोकरीत पदोन्नती मिळवणं हेच त्यांचं ध्येय असतं. त्यात तुमचं ध्येय भ्रष्ट होतं, त्यात त्याचं काय बिघडतं?''

त्याच दिवशी पुत्रलाभ होण्यासाठी पहिला हप्ता म्हणून सेवतीनं आपल्या अंगावरचे दागिने काढून दानपत्रात निर्मळ भक्तीनं अर्पण केले. नवरा-बायको दोघेजण पुत्रलाभ होण्याच्या शेवटच्या आशेला महादीपाप्रमाणे आपल्या हृदयात तेवत ठेवून घरी परतले.

यात बारा वर्षं निघून गेली. वीस वर्षांनी सेवती आता बत्तीस वर्षांची बाई झाली. पंचवीस वर्षांचा सुदाम आता सदतीस वर्षांचा जरा वय झालेला पुरुष. पुरुष म्हणे इतक्या सहज म्हातारा होत नाही. कारण तो 'पूत' नावाच्या नरकातून आई-बापाचा उद्धार करणारा पुत्र. पुरुष म्हणजे पितळी हंडा आणि बाई म्हणजे मातीची हांडी, चुलीवर ठेवली की पडली काळी! पण सेवती कोणत्या मातीची बनली होती कोण

जाणे, कारण ती दिवसेंदिवस उगवत्या चंद्रासारखी झळकत होती. वीस वर्षांची असताना हाड न् हाड मोजता येईल अशी सेवती, आता बारा वर्षांत, कोणत्या सुखाच्या आशेनं कोणास ठाऊक पण हिवाळ्यात बागेत दिसणारी विदेशी फुलं जसे डालिया, झिनियाप्रमाणे फुललेल्या बागेत तिचं रूपांतर झालं होतं. पण सुदाम मात्र म्हातारा दिसू लागला आहे. काळ्याभोर दाढीत, केसांत आणि मिशीत दात विचकल्यासारखा एखादा एखादा निराश पांढरा केस दिसायला लागला होता. जसं की पानं गळणाऱ्या झाडाच्या फांदीत हिरव्या पानांच्या मध्येच एखादं वाळकं मेलेलं पान, झाडाला केवळ चिंतेनं निराश करतं. पुत्रलोभाचा वार्षिक हप्ता आणि साधनसामग्री गोळा करण्याच्या कष्टमय तपस्येनं त्याच्या भरलेल्या अंगाला खिळखिळं करून टाकलं, पुत्रलाभ झाला, तरी आता काय सुख मिळणार आहे! कर्ज फेडता फेडता तर अर्ध्या वयात प्राण निघून जाईल. पूजेच्या सामानची यादी बघितली, तरी सुदामला छाती फाटल्यासारखं वाटे. कर्मकांडाचा विचार केला की रक्ताची उलटी झाल्यासारखं निर्जीव वाटे. बायकांची बुद्धी जास्त आणि स्वार्थपरस्त. सुदामला कशाची चिंता आहे, हे सेवती समजू शकली नाही. तिला समजत नाही, की ही पूजा किती भयंकर आहे. म्हणजे अंधाऱ्या खोलीत पूजा होणार नाही, असं वाटून निश्चिंत मनानं सामग्री मिळवण्यासाठी तो प्रार्थना करत होता.

ती त्यांची शेवटची तीर्थयात्रा होती. माघ यात्रेनंतर दोळजत्रा. (इथे ओरिसा जवळजवळ पूर्ण फाल्गुन महिना, होळी म्हणजे रंग खेळतात त्यासाठी ही जत्रा असते.) या जत्रेत इतकी गर्दी होते म्हणे, की चेंगराचेंगरीत दरवर्षी दहा/बारा लोक नक्की मरतात. बारा वर्षांनंतर सेवतीच्या भाग्यात 'आई' होण्याचा धडा, पोथीत लिहिला नव्हता म्हणून दोघे-जण नीरबाबांना भेटून, त्यांना नमस्कार करून तीर्थयात्रेला बाहेर पडले. या बारा वर्षांत बाबांच्या झोपडीच्या जागी महाल उभा राहिला होता. चंदन तलावात बाबा नावेतून सैर करत. पोथी नगरीत तीन रथ होते. पुढे पुढे भगवान वेषात नीरबाबा. त्यांच्या मागे रेड्यासारखा दिसणारा त्यांचा तरणाबांड मुलगा, सगळ्यात शेवटी रथात दाटीवाटीत बसलेले तीन लहान भाऊबहीण-जगन्नाथ, बळभद्र आणि सुकुमारी सुभद्रा. त्यात त्या तिघांना काही अडचण नव्हती. देव म्हणून अहंकारदेखील नव्हता. कारण, कलियुगात मनुष्यरूपी ईश्वर काम, क्रोध, लोभ, मोह, मद, मात्सर्य आणि सर्वांपरी अहंकाररूपी दैवीगुण (!) यांनी परिपूर्ण असतात. खरे ईश्वर चिरकाल निर्लिप्त होते. आता आणखी निर्लिप्त झाले आहेत. ते बदलले आहेत लाकडात, दगडात–माणसाच्या हातातलं ते एक खेळणं झाले आहेत.

येथील मानव ईश्वराला माहीत आहे. ब्रह्मकमळात मधुचक्र कुठे, कुठे भ्रमर, पद्‌मनाड कुठे, कुठे त्याचे मूळ, कुठे त्याचे उत्पत्तिस्थळ? म्हणून ब्रह्मचारी,

ब्रह्मविभ्राट, ब्रह्मदर्शन, ब्रह्मपरिवर्तन, ईश्वरांचा मृत्यू, शवसंस्कार, शुद्धीक्रिया संबंधात तोंड उघडत नाहीत. फक्त हळुवार हसतात. या वर्षी ईश्वरांचा नवजन्म झाला. हजारो कोटी रुपये पाण्यासारखे कुठे वाहून गेले, ते ईश्वरांनादेखील कळले नाही. गरिबांना मूठभर प्रसाददेखील मिळाला नाही. कारण शहर स्वच्छ करण्यासाठी त्यांना शहरातून घालवलं होतं. त्यात परत ब्रह्मविभ्राट नावाचं जे एक नाटक झालं, त्यात जे भक्त नव्हते ते भक्त झाले. आणि त्यांनी खूप सारे शब्द, वाक्यांचा व्यय करून स्वत:ला बुद्धिजीवी म्हणून स्थापित केलं. अनेक लेखांच्या उलट्या केल्या. स्वत:च्याच उलटीवर लव्हेंडरचा वास ओतून, स्वत:च ते वाचून खूप सारी आत्मिक तृप्ती त्यांनी मिळवली. पण ब्रह्म म्हणजे काय पदार्थ आहे, हे कोणालाही समजलं नाही. गरीब लोक कावरबावरे झाले, व त्यांना बडोदांडवरून (ज्या रस्त्यावर रथयात्रा होते, त्या रस्त्याला बडोदांड म्हणतात) हाकलून दिलं गेलं. ईश्वराच्या मृत्यूच्या बातमीनं किती जणांचे प्राण उडाले. ईश्वरच जर मृत आहे, तर भक्तांनी पुण्य करण्यासाठी गरिबांना कशाला शोधायच? त्यांचा प्राण तर नक्की जाणार. या विचारानं जे मृत पावले, त्यांना म्युनसिपालटीच्या गाडीतून ताबडतोब मोक्षधामाला नेण्यात आलं. तीर्थयात्री पवित्र रथयात्रा बघून, फुकटचा प्रसाद खाऊन आयोजक, प्रायोजकांची तोंडभर स्तुती करून परत गेले. हे सगळं बघून पोथीनगरच्या नीरबाबा ईश्वरांचा ब्रह्मघात होऊन कदाचित ते मृत्यू पावले असतील, या विचारानं सेवती खूप वेळ रडली. आणखी एक वर्ष जगले असते, तर तिला एखाद्वेळी मुलगा झाला असता. सुदाम म्हणाला, ''ते मेले असले, तरी आत्तापर्यंत पुन्हा जिवंत झाले असतील.'' सेवती म्हणाली, ''तुम्ही पुरुष आम्हा बायकांना म्हणता, पण तुम्हालाच काही बुद्धी नाही. जगन्नाथ दारूब्रह्म म्हणून पुन्हा त्यांची निर्मिती झाली. नीरबाबा तर नरब्रह्म, त्यांना कोण वाचवणार?'' त्यावर सुदाम, म्हणाला, ''त्यांचा मुलगा आता पाठोपाठ तयार झाला आहे. नीरबाबा मरतील कसे? चल, चल जाऊन बघू या तिथे काय घडलं आहे.'' दोघं पोथीनगरीकडे धावले. एखाद्वेळी नीरबाबा मरतील, या विचारानं भक्तगणांनी भक्तीत मग्न होऊन ब्रह्म मिळवण्यासाठी आपापसात मारामारी केली आणि, चारजण चेंगराचेंगरीत मेले. पण शून्यपोथीचे मालक ईश्वर नीरबाबा रथात बसून गालातल्या गालात हसत होते. ब्रह्म असू दे की नसू दे, त्यांना त्याचं काही सोयर-सूतक नव्हतं. भ्रमात पडून सगळे श्रीक्षेत्रात (जगन्नाथपुरीत) 'ब्रह्म' 'ब्रह्म' असा जप करत आहेत. विनाकरण इतका सारा पैसा खर्च केला. उलट पर्यटन स्थळ म्हणून पोथीनगरात तो पैसा खर्च केला असता, तर राज्याचा गौरव वाढला असता. नीरबाबा तर स्वत:च ब्रह्म, त्यांना वाटलं तर ते बदलतील, नाही तर नाही. म्हणून ब्रह्म बदलण्याचा फार्स नीरबाबांच्या पोथीनगरात होत नाही. इथे ब्रह्म लोकांच्याबरोबर बोलू शकतं, तिथे भ्रम येणार कुठून? बाबा सेवतीला आश्वासन

देत म्हणाले, ''मला वाटतंय, की या वेळी तुला पूजा सामग्री मिळणार.''

दोळजत्रा–गर्दी मी म्हणत होती. कुंभमेळ्यापेक्षा जास्त. आपला श्वास बंद होतोय की काय, असं सेवतीला वाटत होतं. गर्दीमधून धक्के खात धक्के देत बाहेर आली, तेव्हा 'आई आई' असं म्हणत चळवळ्या तीन वर्षांच्या सुंदर मुलानं तिला घट्ट धरून तिच्या गुडघ्यात आपलं तोंड लपवलं. मुलाला तिनं आपल्या कडेवर उचलून घेतलं. गर्दीमध्ये तो कावराबावरा झाला होता. जरा मोकळ्यावर येत ती मोठ्यानं ओरडली, ''कोणाचा मुलगा हरवला आहे, कसे आई-बाप आहात हो, कसं मुलाला एकटं सोडलंत? बांगड्यांच्या दुकानात, मी लाल साडी नेसून उभी आहे, मुलगा माझ्या कडेवर आहे. येऊन घेऊन जा.'' कोणीतरी म्हणालं, ''जिथे माईक आहे तिथे जाऊन ओरडलीस तर ना ऐकू जाईल!'' आणि एक म्हणाला, ''चांगुलपणा दाखवत आहेस. पण पोलीस तुलाच मुलाची चोरी केलीस म्हणून पकडतील. त्याचे आई-बाप तुझ्याकडून नुकसान भरपाई वसूल करतील. मुलाला सोडून का देत नाहीस? हा तुझा तर मुलगा नाही, मग इतकं डोकं का लढवतेस?''

सेवती रणचंडीसारखी त्या माणसांवर धावून गेली, म्हणाली, ''तुम्ही माणसं ना राक्षस? तुम्हाला मुलंबाळं आहेत का नाहीत? तुमचा हरवलेला मुलगा मला सापडला असता, तर या गर्दीत त्याला मरायला मी सोडून दिल असत का? या अशा लोकांना देव आई-बाप करतो?'' इतकं बोलून ती माईक लावलेल्या ठिकाणी पोहोचली, तेव्हा सुदामनं हात धरून तिला अडवलं. म्हणाला, ''जास्त हुशारी दाखवू नकोस. इथे गप्प उभी राहा. जत्रा संपेपर्यंत वाट बघू या. ज्याचं मूल असेल, तो कधीही मुलाला न घेता ही जागा सोडणार नाही. गर्दी जरा पांगली, की आपल्याला बघेल आणि मुलाला घेऊन जाईल. जर नाही नेलं तर समज, की आज आपल्याला ईश्वरानं मुलगा दिला.'' पण ती मात्र पोलिसांकडे जाऊन मुलगा सापडला आहे, अशी घोषणा माईकवर देण्यासाठी, आपला हात सोडवून घेत होती.

अरेरे! मुलाला शोधून शोधून त्याच्या आईचे प्राण कंठाशी आले असतील. मुलगादेखील रडून रडून दमला होता. सेवतीनं त्याला जिलबी विकत घेऊन खायला घातली. त्याचे डोळे पुसले. खांद्यावर टाकून त्याला थोपटलं. तो झोपून गेला. तिच्या मनात माया निर्माण झाली. या गर्दीत मुलाचे आई-बाप हरवले असतील का? तसं असेल तर ती मानेल, की ईश्वरानं तिला हा मुलगा दिला आहे. सुदामचं तिनं काही ऐकलं नाही. झोपलेल्या मुलाला खांद्यावर टाकून पोलिसांना सांगितलं, ''मुलगा आमच्या घरी राहील. चांगला राहील, त्याचे आई-बाप शोधायला आले तर आमच्या घरी पाठवून द्या. पत्ता वगैरे लिहून ती दोघं मुलाला घेऊन निश्चिंत मनानं आपल्या घरी परतली. पण इतका सुंदर मुलगा मिळाल्याचा एक सुप्त आनंद त्या दोघांच्या मनात होता. दोघांचा विश्वास बसला, की नीरबाबा साक्षात ईश्वर

आहेत. त्यांच्या पोथीतील शब्द खरे ठरले. नवरा-बायकोला हवा होता, तसा मुलगा मिळाला. मुलाला मध्ये झोपवून, त्याच्या तोंडाकडे निरखून बघत दोघांच्या मनात आलं, आजपर्यंत हे दिव्य बाळ कुठे होतं? सेवतीच्या गर्भातून जन्म न घेता दोळजत्रेत का मिळाला? याचे आई-बाप बहुतेक याला आज-उद्या घेऊन जातील. जीव लावून काय उपयोग? दोघांच्या डोळ्यावरची झोप उडून गेली.

सकाळी सकाळी गवळ्याकडे जाऊन समोर उभं राहून, गाईची धार काढून त्यानं मुलासाठी दूध आणलं. जवळच्या दुकानातून सेवती बिस्कीट, चॉकलेट आणि पावरोटी घेऊन आली. मुलगा काय खाईल न खाईल, काय माहीत? सकाळी उठल्याबरोबर 'आई आई' असा घोशा घेत तो रडायला लागला. सेवतीनं त्याला अंथरुणातून उचलून खांद्यावर टाकून अंगणात आणल्याबरोबर, तिच्या हातातील बिस्कीट पाहून तो एकदम रडायचा थांबला. खाली वर मिळून चार दात आले होते. निरभ्र आकाशात चार नक्षत्रं दिसावीत, तसे ते सुंदर दिसत होते. त्यातली चार बिस्किटं तुक तुक आवाज करत त्यानं खाल्ली. दिलेलं दूध प्यायला. पोट टम्म झाल्यावर कोंबड्यांच्या पिलांमागे दुडुदुडु धावला. फक्त एका रात्रीत आई-बापाला कसा विसरला? मग मुलगा अनाथ आहे का काय? कोणी जाणूनबुजून जत्रेच्या गर्दीत मरायला सोडून गेलं होतं का काय? अरे देवा, मला सापडला म्हणून ठीक. ठेविले अनंते..... तिचा गळा भरून आला. असं कसं काय एखादा माणूस मुलाला सोडून जाऊ शकतो?

दोघांच्या प्रयत्नांमुळे मुलगा शुक्ल पक्षाच्या चंद्राप्रमाणे वाढत होता. दोघांच्या प्रेमात काही उणंदुणं नव्हतं, काय मिळवलं काय घालवलं, फायदा-तोटा असा काही हिशोब नव्हता. पण नीरबाबांना मुलगा मिळाल्याची बातमी तर द्यायला हवी. आता वार्षिक हप्त्याचे पैसे पाठवायची गरज नाही. पण त्यांच्या नुसत्या विचारानं दोघं भीतीनं काळे पडले. त्यांना कळवलं तर संकट! पण न कळवून चालणार नाही. गोष्ट लपून थोडीच राहणार! वर्षांचा हप्ता, प्रायश्चित्त पूजेचा खर्च....! सेवती नवऱ्याला म्हणाली, "नीरबाबांच्याकडून बारा वर्षांचे हप्ते परत आणा. त्या भयंकर गुप्त पूजेची आम्हाला आता गरज नाही. गर्भात मूल न वाढवता यशोदा माता देवकी मातांपेक्षा श्रेष्ठ आहेत. मी माझ्या गर्भातून पुत्र जन्माला घातला नसला, तरी आपला 'पूत' नावाच्या नरकातून उद्धार होईल. हा मुलगा मिळाल्यावर आता नीरबाबांच्या फंदात पडायची गरज नाही. उलट पैसे परत आणले, तर मुलाच्या भविष्याची तरतूद होईल. सुदामदेखील तोच विचार होता. पण एकदा बाबांच्या पायावर नमस्कारासाठी डोकं ठेवलं, की परत येता येणार नाही. कसायाच्या हातात एकदा शेळी पडली, की तिचा प्राण घेतल्याशिवाय तो थोडंच सोडणार आहे? ही गोष्ट इथे कोणाला ठाऊक नाही? पण नवरा-बायको दोघांच्या मनातलं द्वंद्व आणि

दुश्चिंतेचं निवारण करत होता शामघन, मुरली, कान्हा, गिरिधर, गोपाल, दोळगोविंद. किती किती नावं या छोट्या मुलाची. दोळजत्रेत मिळाला होता, म्हणून त्याचं नाव दोळगोविंद ठेवलं होतं. पण मुलाला हाक मारताना कृष्णाची जितकी नावं होती, ती सगळी त्या दोघांच्या तोंडातून बाहेर पडत. जसं काही कोणाच्या घरी अहर्निश कृष्ण नामाचा जप चालला होता. गोविंदला बघितल्यावर सगळी दुःखं पळून जात होती. मध्ये मध्ये त्यांच्या मनात येई, 'मुलाचे आई-बाप किती दुःखात असतील. पण आजपर्यंत मुलगा हरवल्याची तक्रार कोणी केली नाही. म्हणजे हा मुलगा देवशिशू होऊन यांच्या पदरात पडला होता. गाववालेदेखील आता विसरून गेले होते, की गोविंद हा सेवती-सुदामनं जन्माला घातलेला मुलगा नाही.

मात्र आतल्याआत दोघे जण इतके धुमसत होते आणि कोणाला काही सांगू शकत नव्हते. पण नीरबाबांचा वार्षिक हप्ता देण्याची जेव्हा वेळ आली, तेव्हा दोघंही मुलाला काखोटीला टाकून पोथीनगरला जाण्यासाठी बाहेर पडले. सेवतीनं मुलाला चांगली भरपूर हळद लावून अंघोळ घातली. डोळ्यात काजळ घातलं आणि तिच्या मुलाला कोणाची दृष्ट लागू नये म्हणून, कपाळावर उजव्या बाजूला काजळाचा मोठा काळा टिळा लावला होता. त्या दोघांना मुलगा मिळाल्याची बातमी एव्हाना नीरबाबांकडे पोचली होती. त्यांचे हेर कितीतरी दूर असलेल्या गावातदेखील हिंडत असत. कोणाला काय दुःख आहे, कोणाला कसली कमतरता आहे, सगळ्याचा वास घेत. नीरबाबांकडे बातमी पोहोचत असे. पोथीनगरातून बोलावणं येई. दुःखमोचन करण्यासाठी आश्रमाच्या बाहेर दररोज माणसांची मुंग्यांसारखी लांब रांग लागत असे.

नीरबाबांच्या पायावर सेवतीनं मुलाला झोपवलं. नंतर पदर गळ्याभोवती लपेटून स्वतः साष्टांग नमस्कार केला. बाबांच्या पायाची धूळ मस्तकी लावली. हात जोडून म्हणाली, "बाबा! आता गर्भवेदना सहन करण्याचं माझं वयं नाही की माझ्यात ते बळ नाही. आपण भगवान, म्हणूनच दोळजत्रेत गोविंदला माझ्या सुपुर्द केलंत. आता मला पूजा, यज्ञ, पुर्णाहुतीचं शेवटचं अर्घ्य द्यायचं नाही. या मुलाला फक्त आशीर्वाद द्या, की तो एकशेवीस वर्षं जगू दे."

सुदामनं डोके हलवून सेवतीच्या विनंतीला आपली संमती दर्शवली. बाबांची मुद्रा कठोर झाली. म्हणाले, "मला काही देणंघेणं नाही. पुत्रेष्टी यज्ञ करण्यासाठी तुम्ही दोघं माझ्याकडे आला होतात. पोथीतील अदृश्य शब्द वाचून मी तुम्हा दोघांना ऐकवलं होतं, की संपत्तीच्या लोभापायी दत्तक पुत्र तुमचं आयुष्य संपण्याची वाट न बघता अगोदरच तुमची हत्या करेल. या मुलाचं भविष्य मी पोथीतून वाचलं आहे. फक्त वीस वर्षांच्या वयात हा मुलगा नरहत्या करेल. आजकाल कोणता दत्तकपुत्र पालक आई-बापाला ऐंशी-नव्वद वर्षांपर्यंत सहन करेल, तुम्हीच सांगा! त्याशिवाय

मी काही माझ्या मनचं सांगत नाही, पोथीत जे आहे तेच सांगतोय. त्यावर तुमची इच्छा. प्रायश्चित्त पूजा आणि हप्त्याचे पैसे देऊन मुलाला घेऊन घरी परत जा. आणखी सोळा वर्षांनंतर नवरा-बायको तुम्ही दोघंजण एका सरणावर .. असू दे! तुमच्या भाग्यात लिहिलेलं कोण बदलणार!''

दोघेजण एकदम चमकले. या मधल्या काळात दत्तक पुत्राविषयीची नीरबाबांची भविष्यवाणी ते विसरून गेले होते. दत्तकपुत्र गोंजारत बसण्यासाठी मरण कोणाला हवं आहे? पोथी महाप्रभूपाशी जी पूजा, नवस केला होता; तो पूर्ण केला नाही तर किती मोठा अपराध व अपराधामुळे अल्पवयात मृत्यू! असा पुत्रलाभ करून दोघांचा काय फायदा? सुदाम हात जोडून म्हणाला, ''नाही महाप्रभू! आम्ही मूर्ख माणसं. मोहमायग्रस्त; कधी कधी बुद्धिभ्रम होतो. पूजा होणार, पूर्णाहुतीत शेवटचं अर्घ्य देण्यासाठी आम्ही तयार आहोत. आम्हाला दीर्घायु करा बाबा, आम्हाला मुलगा नको.''

नीरबाबांनी अभयवाणी ऐकवली, ''पुत्रलाभ निश्चित. तुझ्यापासूनच सेवतीच्या गर्भातून तुम्हाला दिव्य पुत्रलाभ होईल. वंशाचं रक्षण होईल. त्या यज्ञासाठी मुहूर्त निघाला आहे. या येणाऱ्या दोळजत्रेनंतर जी अमावस्या येईल, त्या रात्री पहाटेच्या प्रहरी यज्ञ होईल. तुमच्या गावच्या स्मशानाजवळ माझ्या आश्रमाची एक शाखा उघडली आहे. बस! फक्त पैशांची जुळवाजुळव कर. गोष्ट कोणाच्या कानावर गेली नाही म्हणजे फलप्राप्ती नक्की.''

''बाबा! सगळं काही तर गहाण ठेवलं आहे. खूप कर्ज आहे. इतका पैसा कुठून आणू? मी मूर्ख माणूस, यज्ञासाठी इतका पैसा खर्च होईल हे माहीत नव्हतं.'' सुदाम अगदी काकुळतीला आला.

नीरबाबांचा ब्रह्मस्वर घुमला,''पोथीत सगळे उपाय लिहिले आहेत. तुझ्यासाठी दोन उपाय आहेत. प्रथम उपाय –आश्रमाच्या जवळ असलेली तुझी जमीन आश्रमाच्या नावानं कर. आश्रमासाठी खूप जमिनीची आवश्यकता आहे. तुझं गाव या आश्रमामुळे शहरात बदलेल आणि पर्यटन स्थळ म्हणून आश्रमाचं नाव होईल. तुझा मुलगा एक शहरवासी होऊन चांगल्या शाळेत शिक्षण घेईल. बघ, हे छोटंसं गाव आमच्यामुळे वीस वर्षांत कसं एका भव्य नगरात पालटून गेलं.''

''बाबा, मग आम्ही खाऊ काय? जगू कसे? मुलाला कसं जगवणार?'' सेवतीच्या गळ्यात जणू माशाचा काटा अडकला होता. बोलणं अर्धवट सोडूनच तिनं आवंढा गिळला. नीरबाबा अविचल प्रशांत मुद्रेत बसले होते. त्याच शांत स्वरात म्हणाले, ''दुसरा उपायदेखील पोथीत लिहिला आहे. सुदामची जमीन त्याचीच राहील, पण त्यानं त्याची पत्नी आश्रमाला दान करावी. सेवती आश्रमात पोथीची सेवा करेल. माझ्या बायकोच्या मुलीसारखी ती इथे राहील. ती इथेच पुत्रवती होईल. या उपायानं तुझी जमीन आणि बायको दोन्ही सुरक्षित राहतील.''

सुदाम त्यावर काही उत्तर देऊ शकला नाही. जमीन सोन्याची थाळी आणि बायको सोन्यासारखी, कोणाचं मूल्य अधिक, हे तोलणं इतकं सहज नव्हतं. त त प प करत म्हणाला, "आम्ही दोघं घरी जातो. जो विचार करू, तो उद्या येऊन सांगेन, प्रभू!" सेवतीनं नवऱ्याकडे डोळे वटारून बघितलं. म्हणाली, 'या इतक्या छोट्याशा गोष्टीसाठी घरी बसून काय विचार करणार? बाबा! जमीन गेली, तर नेहमीसाठी जाणार. बायको जर आश्रमात पोथी सेवेसाठी राहिली, तर ती त्याच नवऱ्याची बायको होऊन राहील. परत घर आणि वंशाची मानमर्यादादेखील वाढेल. मी साफ सांगते, आमची ती थोडीशी जमीन – सोन्याची थाळी आश्रमाच्या नावानं कधीही करणार नाही. पूर्णाहुतीनंतर मी आपल्याबरोबर आश्रमात येईन. माझं मन आणि आत्मा, संसाराचं बंधन मला आता नको आहे. आश्रमात माझ्या आत्म्याला शांती मिळेल. संसाराचे कष्ट खूप सोसले, प्रभू – आता आणखी नाही."

बाबा प्रसन्न चित्तानं तथास्तु मुद्रेत बसून म्हणाले, "हे असंच घडेलं हे मी पोथीत वाचलं होतं. फक्त तुमचं मन बघत होतो. जा! आता दोळ पौर्णिमेला फक्त सहा महिने राहिले. पूजेच्या आयोजनाला लागा. पुष्कळ पैसा जमवायला हवा. मी योग्य वेळी तुमच्या गावातील आश्रमाच्या शाखेत येऊन पोचेन."

शंखाच्या बांगड्या, सिंदूर, आळता, काजळाची डबी, रेशमी लाल साडी सारं काही नीरबाबांनी सेवतीच्या हातात दिलं. म्हणाले, "हा आहे पोथीब्रह्मांचा आशीर्वाद. त्या दिवशी तू हे सगळं घाल आणि गुप्त आहुती देण्यासाठी ये. त्यानंतर तू आणि सुदाम घरी परत जाऊ नका. उगाचच आयुष्याची चांगली वर्षं वाईट केलीस. मूर्ख बाई कुठची, अंधाराला इतकी का घाबरतेस? उजेडात तुमच्यासाठी लाख संकटं आ करून उभी असतात, आता सोड ती गोष्ट."

हात जोडून ती म्हणाली, "जे व्हायचं, ते होऊन गेलं, प्रभू! मला या संसार बंधनातून आता मुक्त करा. मी आश्रमवासिनी होणार."

नवरा-बायको दोघंजण एकाच रस्त्यानं पुढेमागे घरी पोहोचले. पण ते जणू आपल्या घरी परत येत नव्हते. सुदामला वाटत होतं, की सेवतीबरोबर त्याची सोडचिठ्ठी झाली होती, घरात शिरताना तो तिला म्हणाला, "शी:! तुझ्या मनात इतकं पाप होतं. तुझ्यासाठी तो जमिनीचा तुकडा मोठा आणि नवरा तुच्छ झाला? मला तर वाटत होतं, तू एक सरळ पतिव्रता स्त्री. स्त्री जातीवर आम्ही अधम पुरुष कसा विश्वास ठेवतो काय माहीत?"

एखाद्या कजाग बाईसारखं कमरेला पदर बांधून, डोळे वटारून तिनं आपल्या नवऱ्याकडे बघितलं. तिचं हे असं रणचंडी रूप त्यानं या आधी कधीच बघितलं नव्हतं. स्त्री जातच बहुरूपी. सगळे पुरुष महामूर्ख. तो आश्चर्यानं स्तब्ध झाला. आजपर्यंत या रणचंडी बरोबर तो शांती व संतोषानं कसा काय राहत होता, हे समजू

शकला नाही. त्याची झालेली ही अवस्था बघून, त्याच्या तोंडासमोर हात हलवत ती म्हणाली, ''तुझ्यासाठी बायको इतकी मूल्यवान तर तिथे ताबडतोब उत्तर का देऊ शकला नाहीस रे? घरी येऊन आणखी काय विचार करणार होतास? तू काय पाच पांडवांपेक्षा जास्त बलवान पुरुष? त्यांनी आपल्या बायकोला पणाला लावून सोंगट्या खेळल्याचं नुसतं ऐकूनही मला ओकारी येते, समजलं. आज तू नीरबाबांच्या समोर जसा चाचरत होतास, आणखी थोडावेळ गेला असता तर मी त्यांच्यावर उलटी केली असती. शेतजमीन आणि बायको! यामध्ये एकाचा विचार होणार. पोथीत जर असं लिहिलं असेल तर काहीही मान्य केलं तरी पुण्य काय.''हो ना, काय म्हणतोस?''

सुदाम काकुळतीनं म्हणाला, ''मग तू काय खरोखर त्यांच्या आश्रमात जाणार का त्यांना फसवणार? त्यांच्याबरोबर कपट करतेस? त्यांना सगळं काही समजतं, माहीत आहे ना? यातून आता आपली सुटका नाही. तू आई होणार, म्हणून मला मरणाच्या जवळ आणून उभं केलं आहेस.''

''हे बघ, तुझी जमीन राहील आणि आपला मुलगादेखील राहील. आपलं घर, संसार सगळं राहील. यज्ञाची पूर्णाहुतीदेखील होणार. पूर्णाहुतीच्या वेळी मी आपलं घर आणि संसाराची मागणी करीन. प्रभू, नक्कीच माझी हाक ऐकतील.'' पूर्ण आत्मविश्वासानं सेवती म्हणाली.

''देवाबरोबर छळकपट करून तू काय त्यातून पार होशील? तुला काय वाटतयं, की या जन्मात तू गर्भवती होशील? पोथीब्रह्म खूप जागृत आहे.'' सुदाम भयभीत आवाजात म्हणाला.

बेपर्वा स्वरात सेवती म्हणाली, ''कुठला मुलगा कोणाला स्वर्गात घेऊन गेलाय! माझ्या बापाला मुलगा नव्हता. आम्ही सात बहिणी. बाप माझा राजासारखा जगला; मेला, तोदेखील राजासारखा. गावात आता त्याला देवासारखं पूजतात. अर्थात मला माझ्या मुलाला जन्माला घालण्याची इच्छा आहे. बाईच्या मनाचा हा एक दुर्बळपणा आहे. ही माया देवानंच लावलेली आहे. त्यात माझा काहीच दोष नाही. सहा महिने तर चांगलं जगू या, त्यानंतर काय होईल ती प्रभूची इच्छा.''

येताना वाटेतून तिनं मुलासाठी अंडं विकत घेतलं होतं. सुदामनं पण गवळ्याकडून दूध आणि थोडं तूप आणलं होतं. मुलावर सगळ्यांची नजर असते. उंच झाला आहे, पण आता जरा हाडं बाहेर आली आहेत. खाण्यात फार नखरे असतात. गरिबाच्या घरी त्याला रोज अंडी, तूप, मांस पाहिजे. असू दे, त्याला काय समजतंय. जेवायला बसायच्या वेळी सुदाम सेवतीकडे निरखून बघत होता. अजूनही तिला स्वत: मूल जन्माला घालण्याची इच्छा आहे. आणि आता हत्या करणाऱ्या दत्तक मुलाला कालवलेल्या आमटी-भातावर तूप घालून, वर अंड्याची भुर्जी लावून,

त्याला इकडे तिकडे फिरवत, त्याचं मन रमवत खायला घालते आहे. बाईची जात मोठी मायाळू!

पण तो पुरुष असूनही त्याचा किती बुद्धिभ्रम झाला. कशाला त्या नीरबाबांच्या फंदात पडून आज अशी अवस्था भोगतो आहे. बाईच्या बुद्धीत पडून रामचंद्रांसारखा राजादेखील मायावी मृगामागे धावला. आता राज्य घालवायचं का सीता, हे एका ईश्वरालाच माहीत!

दोळगोविंद भराभर वाढत होता. आता पाचवं वर्ष चालू असेल. या वर्षी त्याचं नाव शाळेत घालायला हवं. शाळेत नाव घालणं होणार का नाही? त्या वेळेपर्यंत तर दोळपौर्णिमेच्या नंतरची अमावस्येची रात्र उलटून गेली असेल. यज्ञ झाला असेल. हे भगवान! मुलाची दृष्ट काढली तिनं. शेतातून घरी येऊन तो गप्प बसून राहिला. त्याच्या मनात विचार आला, 'सेवतीला आता स्पष्ट सांगायला हवं, की मुलाला इतकी माया लावू नकोस, मुलगा आपला नाही.' पण काही सांगू शकला नाही. हिशोबाचा सगळाच गोंधळ झाला होता. तब्येतीनं मुलगा चांगला. कधी पडून त्याला कुठं साधं खरचटतदेखील नाही. सुदामला तर वाटत असे, मुलगा जसा जसा मोठा होतोय, त्याचे हात-पाय मोडून तो लुळापांगळा होऊ दे. पण या बाईनं कधी ते करू दिलं? चोवीस तास त्याला कडेवर घेऊन फिरली. मुलाच्या शरीरातून थेंबभर रक्त जरी आले तरी तिला सहन व्हायचं नाही. सरळ, निश्चल दिसत असलेली सेवती पुतनेसारखी इतकी कपटी? तिच्या पोटात काय आहे, हे जाणणं त्याच्यासाठीदेखील कठीण होतं. पण तोदेखील काय धुतल्या तांदळासारखा स्वच्छ, निर्मळ, निष्कपट माणूस आहे का? त्याचा तर विश्वास होता, की हा मुलगा मानलेला असल्यानं एक दिवस मारेकरी होणार. अरे देवा! या मारेकरी मुलाच्या मोहातून कधी मुक्ती मिळणार?

मोह हा माणसाचा सगळ्यात मोठा वैरी असतो. हा मुलगा मिळाल्यापासून सहज निर्माण झालेला मोह आणि स्वतःचा स्वार्थ यामधील द्वंद्व आणि चीडचीड हयामध्येच दोघं नवरा-बायको गुंतत जात होते. दोघं आपापल्या चिंतेत मग्न. कोणी एकमेकांना आपल्या मनातील वाईट चिंता आणि पाप-पुण्य यामध्ये चाललेलं युद्ध याबाबत काही बोलत नव्हतं. आधी दोघं मनानं एकरूप, एकजीव झालो होतो. मूल कडेवर आलं, की आत्मा पण एक होतो असं त्यानं ऐकलं होतं. पण हा गोविंद घरी आल्यापासून दोघांच्या सरळ आयुष्यात जणू कोणी विष कालवलं होतं. दोघं एकमेकांवर आधीसारखा विश्वासदेखील ठेवत नव्हते. तसं नसतं, तर लाज-शरम सोडून सेवतीसारखी पतिव्रता बायको नवऱ्याच्या तोंडावर कशी सांगू शकली असती, की गुप्त पूजेनंतर ती नीरबाबांच्या आश्रमात निघून जाईल? नीरबाबा ईश्वर असले तरी शेवटी पुरुषच ना? असं बोलून ती तर उघड उघड त्या दिवशी कुलटा

झालेली आहे. अशा कितीतरी 'व्यभिचारिणींसाठी कितीतरी असहाय नवऱ्यांनी आपल्या पुरुषी अहंकाराला टिकवून ठेवण्यासाठी आपापले संसार टिकवून ठेवले आहेत. सेवतीच्या मनात काय आहे ते ती जाणो, पण तोंडानं जे बोलली त्यानं बारा वर्षांचं तप खाक झालं. ती काया, वाचा, मने सती नाही. भाग्यात पुढे काय लिहिलं आहे, ते पोथीत लिहिलं असणार. पण ते जाणण्याची आता त्याला इच्छा नाही.

शेवटी ती शुभ (?) रात्र आली. अमावस्येचा किट्ट अंधार. पहाट व्हायची वाट बघायला हवी. नीरबाबा आश्रमात येऊन पोहोचले होते. खूप कष्टानं पूजेची सामग्री सुदामनं जमवली होती. रात्र संपायच्या आधी सेवती पूर्णाहुती द्यायला जाईल. पण सुदाम तिला एकटीला सोडणार नाही. काहीही झालं, तरी तिचं रक्षण करण्यासाठी तो तिच्या मागेमागे जाणार.

रात्री गोविंदला मध्ये झोपवून दोघे जण झोपडीत उघड्या डोळ्यांनी बघत स्वत:च्या विचारात हरवून गेले होते. दोघं एकमेकांना शत्रू समजून डोळ्याच्या कोपऱ्यातून बघत होते. जसा काही दोघांचा एकमेकांवर प्रचंड संशय आणि अविश्वास होता. तितक्यात गोविंदनं आपली कूस बदलून सेवतीच्या पायावर आपला पाय टाकून तिला घट्ट धरून ठेवलं. भीतीचं एखादं स्वप्न वगैरे बघितलं की काय कोण जाणे. तिनं त्याला पोटाशी धरून कुरवाळलं. पाठीवर थोपटलं आणि हळू आवाजात म्हणाली, "मी आहे ना, तुला कोण काय करणार आहे?" सुदामनं तिच्याकडे एक कुत्सित नजर टाकली. आज मुलाला बळेबळे किती जिनसा आणून खायला घातल्या आहेत. उद्या तर ही आश्रमवासिनी होणार. आणि मग हा मुलगा! त्याच्याकडे बघत सेवती म्हणाली, "तुझ्या डोळ्याला झोप नाही का काय? नंदराजासारखा मुलाला खांद्यावर बसवून सारा दिवस साऱ्या गावभर नाचत होतास. पण मी साफ सांगते, मी आता तुझे पाय चेपून देऊ शकणार नाही. माझं डोकं जड जड वाटतंय. तू झोपत का नाहीस?"

सुदाम धारदार आवाजात तिला म्हणाला, "तुझ्या डोळ्यांत का झोप नाही? कुठल्या मुलाच्या भविष्याचा विचार करते आहेस तू?"

तिनं मुलाला आपल्या छातीवर उचललं आणि त्याच्या पाठीवर थोपटून झोपवत सुदामला म्हणाली, "तू आज मुलाला झोपून देणार नाहीस. रात्रभर त्याला असं माझ्या पोटावर टाकून झोपवायला हवं."

"का, माझ्याकडे दे. मी छातीवर टाकून झोपवतो."

"आज भारी प्रेम उतू जातंय! या आधी कधी मुलाला छातीवर घेतलं होतंस सांग बरं? मी त्याला सोडणार नाही. त्याला जरा शांत झोपू दे. तुझ्या छातीची हाडं त्याच्या शरीराला बोचतील." त्याच्या मनात विचार आला, की आता चिंता करून करून त्याची हाडं वर आली. तो काय नीरबाबा आहे का, की या वयात त्याच्या

शरीरात तरुण मुलाप्रमाणे बळ आणि ताकद असणार? नक्कीच तिनं नीरबाबांशी तुलना करून माझी हेटाळणी केली. जाऊ दे, तिच्याबरोबर आता त्याचा संबंध तरी काय? आई होण्यासाठी बायका आपलं सतीत्व घालवतात, राक्षशीणदेखील होतात. पण बाप होण्यासाठी पुरुष असे निर्दय झाल्याचं उदाहरण नाही.

सुदामला वाटलं, आज रात्री त्याला आता झोप येणार नाही. पण माणसानं स्वतःवर अजिबात विश्वास ठेवू नये. रात्री कधीतरी त्याचा डोळा लागला. कोंबडा आरवल्याबरोबर तो जागा झाला, तेव्हा शेजारी सेवती नव्हती की गोविंद नव्हता. त्याच्या छातीत धस्स झालं. सत्यानाशी बाईनं सर्वनाश केला. त्यानं विचार केला होता, की मुलाला घेऊन रातोरात कुठेतरी निघून जाईन. पण तिनं तर मुलाला सोडलंच नाही, त्यात काळझोपेनं त्याला झोपवून टाकलं. धडपडून तो उठला. त्याचं लक्ष गेलं, की पुड्यात बांधलेली पूजा सामग्री व मुलाला कडेवर घेऊन सेवती रात्रीच्या अंधारात निघून गेली होती. आणि ही बाई म्हणे अंधाराला घाबरत होती. शेताच्या बांधावरच्या काट्याकुट्यांची पर्वा न करता तो आश्रमाच्या दिशेला धावला. सत्यानाशी सर्वनाश करण्यापूर्वी सुदाम पोचला नाही, तर या गावात केवढं मोठं प्रकरण घडायचं. त्यानंतर तो काय जिवंत राहणार आहे? गोविंदसारख्या दिव्य शिशूला नीरबाबा 'माँ' कालीसमोर .... नाही नाही, त्यापुढे तो काही विचार करू शकला नाही.

मंदिराचं दार ओढून घेतलेलं होतं. यज्ञकुंडातील धूर बाहेर दिसत होता. हे देवा! म्हणजे सेवतीनं पूर्णाहुती दिली की काय? इतका मोठा पुरुष पापातून आपल्या बायकोचं रक्षण करू शकला नाही! धिक्कार असो त्याचा जन्म! दरवाजा उघडून भस्सदिशी तो मंदिरात घुसला. आत मुंडक्यांची माळ घातलेली कालीची मूर्ती जोरात हसत होती. सेवतीचा काही मागमूस नव्हता की मुलाचाही काही मागमूस नव्हता. नीरबाबादेखील कुठे गेले? तिच्या हातातल्या बांगड्या आणि तिची फाटलेली साडी चारीकडे पसरली होती. प्रसाद सगळीकडे विखुरला होता. कुठे नाहीसे झाले पापी नीरबाबा? अंगणात त्याच्या पायाला काहीतरी गरम गरम लागलं. खाली बघितल्यावर तो एकदम चमकला. अंगणात नीरबाबांचं शरीर व धड वेगळे होऊन पडलं होतं. रक्ताची धार लागली होती. हे भगवान! त्याच्या देवीसारख्या बायकोबद्दल रात्रभर तो काय काय विचार करत होता. भीतीनं तो बाहेर आला. पुढे ओल्या मातीवर रक्तानं भरलेली सेवतीच्या पावलाची चिन्हं उमटली होती. थोडं थोडं रक्तदेखील पडलं होतं. सवाष्णीच्या प्रेतामागे लाह्या उधळतात, तसंच प्रसादातील लाह्या सगळीकडे पसरल्या गेल्या होत्या. सकाळच्या हवेत तिचा व गोविंदचा वास दरवळत होता. तिच्या पावलांच्या खुणा बघून तो पुढे पुढे धापा टाकत धावत होता. कोणाला काय माहीत मोठ्या आवाजात सांगत होता, 'तू जो

विचार करत होतीस, मी पण तोच विचार करत होतो. चांडाळणी, मला सांगितलं का नाहीस? दोघं मिळून त्या दांभिक बाबाचं धड शरीरावेगळं केलं असतं आणि आपल्या गोविंदला स्वाहा होण्यापासून वाचवलं असतं. तू सगळं पुण्य एकटीनंच मिळवलंस हे खरं, पण तू आता पापीण आहेस. आता एकटी फाशीच्या खुंटावर झुलशील आणि साऱ्या आयुष्यभर मला रडवशील.'

सेवतीच्या पावलांच्या खुणांच्या मागेमागे सुदाम धावत होता. तो तिला मरू देणार नाही. तो साक्ष देईल, की एका निष्पाप मुलाचे प्राण वाचवण्यासाठी त्याच्या बायकोनं एका पापीची हत्या केली आहे. पण तेवढा सुयोगदेखील सेवतीनं त्याला दिला नाही. पुढे लांबवर पसरलेलं गवत आणि त्यापुढे जंगलाकडे जाणारा रस्ता. सकाळी रिपरिप पडणाऱ्या पावसाच्या पवित्र पाण्यानं तिच्या पावलांच्या खुणा पुसून टाकल्या होत्या. गवतात एखादं एखादं उमललेलं फूल, जणू गोविंदाचं हसणं होतं. तसाच लाजून हसत असे गोविंद. सेवतीच्या छातीवर निर्भयपणे खेळत होता, आणि बहुतेक सांगत होता, 'तू परत जा, 'आई' जवळ आहे, मला कसली भीती नाही.' सुदाम तिथेच निराश होऊन उभा राहिला. त्यानं सगळीकडे बघितलं. पुढे रस्ता दिसत नव्हता. विचार आला – आपण दोघं मिळून पुण्य करू शकलो नसतो का? माझ्यावर इतका अविश्वास दाखवलास!

■

। अकरा ।

ईश्वर

गावात खळबळ माजलेली. वातावरण उत्साही. स्मशानातल्या मोकळ्या जागेवर भूतप्रेतांना धाकदपटशा दाखवून, लाच देऊन, तंत्रमंत्राच्या बळावर घालवून देऊन तिथे एक सुंदर सभामंच तयार होत होता. लोकांना बसण्यासाठी खूप जागा होती. पण तिथे काटेकुटे, माणसांच्या कवट्या, हाडं, फुटलेला माठ, हंडी, खापऱ्या वगैरे थोडंफार पडलेलं होतं. पण लोकांना त्याची फिकीर नव्हती. ते सारं त्यांच्या रोजच्या जीवनाचा भाग होता. गावातली मुलं त्यानंच खेळायची. तिथेच उड्या मारायची, गडाबडा लोळायची. त्यांची जगण्याची इच्छाशक्ती जबर, म्हणून त्यांना काही व्हायचं नाही. गोठ्याभोवती घालतात, तसं बांबूचं कुंपण घालून चारही बाजू बंद केल्या, म्हणजे मंचाजवळ कोणीही जाऊ शकणार नाही. आजकाल भूताप्रेतांपेक्षा माणूसच जास्त धोकादायक झाला आहे. गावागावात बॉम्ब बनवणारे वैज्ञानिक आहेत. चांगला व्यवसाय त्यातच चालतो. फटाक्यांच्या व्यापारात वर्षांचे बारा महिने पोट भरत नाही. कारण भात-भाजीसारखं दररोज फटाक्याची गरज नसते. पण बॉम्ब मात्र रोजची गरज! सकाळ, संध्याकाळ, दुपार बॉम्बची मागणी असते. खाकी वर्दीवाले बंदूक धरून धावपळ करत असतात. हे बिचारे लोक मोठ्या चिंतेत आहेत. वोटसभा चांगल्या प्रकारे पार पडेल का नाही याची जनतेला चिंता नाही की भीती नाही. परोपकारी देशभक्त लोकांनी, गुरांना हाकलल्यासारखं, हाकलत हाकलत त्यांना गोठ्यात आणून बसवलं आहे. त्यांनी शब्द दिला आहे, की सभा संपल्यावर पोटभर भात, डालमा (भाज्या घालून केलेली आमटी)

खायला मिळेल, मजुरी-पैसादेखील मिळेल. किती मिळेल त्याबाबत रक्कम ठरलेली नाही; पण मिळणार हे नक्की. हल्ली वोटसभेला 'निवडणूक सभा' असं म्हणतात. सगळ्यांच्या तोंडात ते बसलं नाही, पण त्यामुळे काय मिळणार? इंग्रजीत सांगितलं काय, उडियात सांगितलं तरी तेच. गावच्या लोकांना आता माहीत झालंय, की वोटचा तमाशा आता सुरू झाला. वा:! फुकटची करमणूक तर होईल. त्यात परत वर खाणं-पिणं आणि मजुरी. गावातल्या बेरोजगार मुलांना एक एक तात्पुरती नोकरी तर मिळून जाते. कायम नोकरीची हमीदेखील मिळते. काय माहीत खरं सांगतात का नुसती पाण्यावरची रेघ. मग तगड्या, गुंडगिरीत वस्ताद आणि आयुष्यावर पाणी सोडल्यासारख्या साहसी मुलांसाठी, या तात्पुरत्या नोकरीकरता खूप मागणी असते. असू दे, काही दिवस तरी दारू, मांस यावर ताव मारतील. बिचाऱ्या लोकांना हे सगळं नेहमी मिळत नाही. ईश्वरानं जर तगड शरीर दिलेलं आहे तर ते कामाला, नव्हे देशाच्या कामाला लागो. हाती माईक असलेला नेता लोकांचं गुणगान, मोठ्या आवाजात नाम-संकीर्तन केल्यासारखं करत होता. लोक चातकासारखी वाट बघत बसली होते. अठरा वर्षांची मुलं नेत्यांच्या मिरवणुकीपुढे नाच, गाणी करायची, म्हणून उत्कंठेनं अधीर झाली होती. त्यात चौदापासून अठरापर्यंत वयाची मुलं होती. गावात मुलांची जन्मतारीख कोणाला माहीत असणार? आई-बापदेखील तारीख विसरून गेले होते. ही मोठ्या घरची मुलं जन्मतारीख मोजून मोजून लवकर म्हातारी होतात, असा गाववाल्यांचा विश्वास आहे. फायदा काय? तुमचं वय तर तुमच्या रक्तात लिहिलेलं असतं. त्यासाठी डांगोरा पिटण्याची काय गरज आहे? जशी बाबूघरची मुलं शाळेत नाव घालताना आपलं वय कमी करून लिहितात, तशी या नको असलेल्या जनतेची मुलं, आपलं वय वाढवून मतपत्रिकेच्या यादीत आपली नावं घुसवतात. दोन्हीमध्ये फायदा आहे. माणूस तोटा सहन करण्यासाठी काही करत नाही. मग पंधरा वर्षांच्या मुलाला अठरा वर्षांचा सांगण्यात तोटा काय? तसं केल्यानं कोणी त्याच्या आयुष्यातील तीन वर्षं काढून तर नेणार नाही. हल्ली नेता व नेत्या दोघे वर-वधूसारखे वेष करून येतात. खूप सुंदर दिसतात. मतदानाचा काळ नसतो तेव्हा नेत्या केस कापून हिंडत असतात. कॉलेजच्या मुलींप्रमाणे शर्ट-पँट घालतात. पण लग्न झाल्याबरोबर मुलींचा जसा वेष बदलून जातो; तसंच नेत्या साडी नेसून, डोक्यावर पदर घेऊन, कपाळावर सिंदुराचा टिळा लावून, गळ्यात झेंडूची माळ घालून फारच अदबशीर नमस्कार करत करत मंचावर चढतात. नेतादेखील वेगवेगळे वेष करतात. कोणाच्या डोक्यावर फेटा तर कोणाच्या पगडी, आणि काही जण तर मुकुट घालतात. कोणाच्या कपाळावर गंधाचा टिळा तर कोणाच्या कपाळावर उभं कुंकू सगळेच वेगळे दिसतात. असा वेश बदलून का येतात? रावणानं सीतेला पळवून न्यायचं, म्हणून

वेष बदलला होता. यांचा वेष बदलण्याचा उद्देश काय? जनतेत बसलेल्या जुन्या काळचे एक म्हातारे मास्तर म्हणाले, "सीता-चोरी तर सामान्य गोष्ट, त्या वेळी सीतेचा उद्धार करण्यासाठी राम होता. हा वेषबदल देशाची चोरी करण्यासाठी आहे, पण आता देशाचा उद्धार करण्यासाठी राम कुठे आहे?" त्यांच्यापैकी एक जण म्हणाला, "देशाची चोरी पण काही फार मोठी गोष्ट नाही, विदेशी लोक दर्यापार जाऊन पुष्कळ वर्षं झाली. देशी लोकांनी जर देशाची चोरी केली तर त्यात आपल्याला काय देणंघेणं आहे? देश तर त्याच्याच जागी आहे ना? कुठे पळून जाणार नाही." दीर्घ श्वास सोडत मास्तर म्हणाले, "तुम्हाला समजावणं कठीण आहे, कारण तुम्ही तर कधी शाळेत पाय ठेवला नाही. तुमच्या डोक्यात फक्त डाळ-भात आहे, तुम्हाला सांगून फायदा काय?" त्याच वेळी जनतेमध्ये आनंदाची लाट उठली. नेत्याची सजवलेली गाडी बघून नव्हे, तर त्या गाडीपुढे रुपेरी जगातील नायक-नायिकेला गाणं म्हणताना, नाच करताना आणि वोटसाठी हात जोडून विनंती करताना पाहून ती लाट उठली होती. कोणी एक म्हणाला, "प्रभूच्या कृपेनं या डोळ्यांनी काय नाही बघितलं! आम्ही नक्की याच नेत्याच्या चिन्हावर वोट मारणार." आणखी एक म्हणाला, "दुसऱ्या नेत्याच्या बरोबरदेखील खास नायक-नायिका आले होते. सगळ्यांच्याच बरोबर येणार. ऑलीवूड, बॉलीवूड, हॉलीवूड, जॉलीवूड, टोलीवूड त्यानंतर ड, ढ, ण, त, थ,.....क्षपर्यंत जितके वूड, हिरो-हिरोईनला ते आणू शकतात. आता तुम्ही कोणाला वोट देणारं?" सगळं काही माहीत असणारा एक मुलगा म्हणाला, "डोकं तर गरगरायला लागलं आहे रे बाबा, मी काही बघणार नाही, डोळे मिटून सगळ्या चिन्हांवर ठप्पा मारणार. सगळ्यांनीच तर खायला-प्यायला दिलं, नाच-तमाशा दाखवला, कनवटीला बांधायलादेखील मिळालं; तर पक्षपात करून धर्महानी कशाला करायची." त्यात बसलेला एक जण म्हणाला, "छान, खूप छान, हीच खरी गणतंत्र नीती. गणतंत्रात सगळे समान, त्यात निवडीचा विचार कशासाठी? भारत सगळ्यात मोठा गणतंत्र असलेला देश आहे ना." नेता मंचावर चढल्याबरोबर अगोदर ठरल्याप्रमाणे टाळ्यांचा गडगडाट झाला. 'जय हो.... जय हो' आवाजानं झाडा-फांद्यांवर बसलेली बाकी काही भुतं उडून पळून गेली.

नेत्याचं भाषण सुरू झालं. "माझे अतिप्रिय बंधू आणि भगिनींनो..."

एक जण कुजबुजला, "अरे, हा तर एकदम म्हातारा, आमच्यात तर त्याच्या वयाचं कोणी नाही. उलट त्यांनी म्हणायला हवं होतं, 'माझ्या मुलांनो-सुनांनो, मुली-जावई, नातू-नातींनो.'" त्यावर आणि एक म्हणाला, "अरे, मला माहीत आहे, या माननीय नेत्यांना तर पणतू-पणतीदेखील आहेत. ते सोड, आपण त्यांच्या गटात मिसळलो म्हणून त्यांना तसं वाटलं असेल. म्हणजे आपण गुरुबंधू-भगिनी

झालो.'' बरोबर बरोबर - इतरांनी उचलून धरलं. त्याच वेळी शांतता राखण्यासाठी पोलिसांनी खुणेनं लाठी दाखवली. जनता एकदम गप्प झाली.

निवडणुकीचं भाषण सुरू झालं, ''आपल्या डोक्यावर छप्पर नाही, म्हणून माझं हृदय दुःखानं अगदी विदीर्ण झालं आहे. काहींना नोकरी नाही. अन्न, शिक्षण, आरोग्य, प्यायचं पाणी, काही काही नाही. इतकंच नाही, तर आपल्या मुलांना एकाचे दोन हात करण्यासाठी आसपास होणाऱ्या भ्रूणहत्येमुळे मुलीदेखील मिळत नाहीत. आमचं सरकार आलं, तर या सगळ्या अडचणी दूर करणं हे आमचं मुख्य काम असेल. आमची घोषणा आहे – गरीब हटाओ गरिबी बचाओ. माझ्याबरोबर सर्वांनी हे वाक्य तीनदा मोठ्यानं म्हणा.'' आवेगाच्या प्रवाहात वाहून जनता त्या वाक्याची पुनरावृत्ती करत असताना, नेत्यांच्या जवळ बसलेला एक जण त्यांच्या कानापाशी कुजबुजला, ''सर शेवटचं वाक्य आपण उलटं म्हणालात. हेच वाक्य आता विरोधी पक्षाला आमच्या विरोधात सांगण्याचा सुयोग मिळेल. कृपा करून आपण जे कागदावर लिहून दिलेलं आहे, तेच नीट वाचून बोलावं.''

''गप्प बैस, नेता कोण तू का मी? हे सगळं चालेल म्हणजे चालेल. ... पहिल्यांदा ज्या गोष्टी सांगितल्या गेल्या, त्या सगळ्या उलट्या खऱ्या झाल्या. फक्त आपलं सरकार नाही, आधीची सगळी सरकारं जे बोलतात ते होत नाही. सगळं उलट होतं. त्याशिवाय ही सगळी मूर्ख, फुटपाथवर स्मशानाच्या कडेला जगत असणारी माणसं, इतकी खोलात शिरायची नाहीत. तू कशाला जिऱ्याच्या शिरा काढत बसला आहेस?''

नेत्यांनी पुन्हा आपलं भाषण सुरू केलं, ''तुमच्या सगळ्यांसाठी घरं होणार, कारण आम्हाला हे माहीत आहे, की गरिबात ईश्वर वास करतो. गरिबाची पूजा हीच खरी ईश्वराची आराधना आहे. या गरीब ईश्वराच्या डोक्यावर मंदिर बांधण्यासाठी, आमचं सरकार रक्तपाताचीदेखील पर्वा करणार नाही. जनतेसारखा ईश्वरदेखील मूक. तो ईश्वर आज उन्हातान्हात, पाऊस-पाण्यात बेघर होऊन पडला आहे. आपला सहयोग आम्हाला हवा आहे. शिवमंदिर झालं तर पार्वती येतील, रामाचं मंदिर झालं तर सीता येईल, नारायणमंदिर झालं तर लक्ष्मीची स्थापना होईल. आपल्यामध्ये कितीतरी नेते हनुमान, कार्तिकेय, नारद यांच्यासारखे आजीवन ब्रह्मचारी होऊन राहिले आहेत. त्यांची गोष्ट सोडा, पण इतर देवतांच्या एकाहून अधिक पत्नी आहेत. म्हणजे तुमच्या मुलांना नक्की मुली मिळणार.''

एक जण जोरात ओरडला, ''साहेब, आजकालची शिक्षित मुलं लग्नाला तयार नाहीत. त्यांना बायकोची गरज नाही.'' 'काय कारण' नेत्यांनी विचारलं. एक जण उठून उभा राहिला आणि म्हणाला, ''साहेब, लग्न होऊन काही दिवस जात नाहीत; तर नवरा, सासू, सासरा आणि सासरचे इतर नातेवाईक जेलमध्ये असतात.

मुलीचा बाप मालामाल. आपणच हा कायदा केला आहे.''

"आमचं सरकार आलं, की सगळे कायदे बदलतील. सांगायचं म्हणजे कायदा-कानून काही राहणार नाही.''

"छान! खूप छान.'' जनतेनं जल्लोष केला. आणखी एक जण उभा राहून म्हणाला, 'अहो, आमच्या डोक्यावर छप्पर नाही. आम्हाला तर मंदिरात जायला मनाई, मंदिर उभारून फायदा काय? आमच्या डोक्यावर आधी छप्पर द्या.'

नेता मोठ्या आवाजात म्हणाले, "तुम्हाला काही समजत नाही. वरती जायचं असेल तर एक एक पायरी चढावी लागते. तुमच्यासाठी घरं बांधायची ठरवली, तर त्यात अनेक अडचणी आहेत. जमीन कोणाची, त्याची कागदपत्रं कोणाकडे आहेत, अशा अनेक गोष्टी. त्याचा तपास करता करता आणखी एक सरकार यायचं. तुमचा विचार कोण करणार? पण मंदिर बांधलं, तर कोणी तोंड उघणार नाही. कुठल्याशा जमिनीवर एक पताका उडवली, की गोष्ट संपली. आपला देश हा एक धर्मनिरपेक्ष देश आहे. धर्माच्या नावावर घर-दार, संपत्ती, बाग-बगिचा, फार्म जे काही केलं, तरी त्याला हात लावायचं साहस कोणी करणार नाही. मंदिरात दान देण्यासाठी एक हुंडी ठेवली जाईल. दाता डोळे मिटून दान देतील. त्यातूनच प्रसाद केला जाईल. पण तुम्हाला कोणी दान देईल का?''

कोणी एकाने प्रश्न केला, "पण आम्हाला कोणी फुकट प्रसाद देईल का?'

नेता उत्साहित होऊन म्हणाले, 'जरा स्वतःची बुद्धी चालवा. पाळी लावून एक एक दिवस तुमच्या नागड्या मुलांना मंदिरात सोडा. त्यानंतर तर मंदिर बंद, प्रसाद बंद, दिवे बंद... बस सगळा प्रसाद मंदिराच्या बाहेर फेकला जाईल. तुम्ही गायी, कुत्र्यांना हाकलून पोटभर प्रसाद खा. आणि मंदिराच्या कडेनं जो बाजार भरला जाईल, रात्री त्याच्याच कडेनं झोपत जा. तिथेच तुमच्या मुला-बाळांची संख्या वाढेल, संसार वाढेल, काम करणारे हात वाढतील.''

जनतेनं आनंदानं वा! वा! केलं. सरकारनं त्यांच्या छातीत असणाऱ्या ईश्वराला ओळखलं आहे, त्यांच्यासाठी तो अभिमानाचा विषय होता. ते सतत गरीबच राहतील, त्याचे त्यांना दुःख नाही. नेता म्हणाला, "तुमच्या हे लक्षात यायला पाहिजे, की तुमच्यातच ईश्वर असल्यानं तुम्हाला मंदिरात जायची आवश्यकता नाही. ईश्वर श्रीमंत लोकांचा नाही. म्हणून ते ईश्वराला शोधत शोधत मंदिरात येतात. अरेरे, बिचारे श्रीमंत लोक.....''

खूप काही माहिती असणारा एकजण म्हणाला, "अहो, आधी याच मंचावर आणखी एक वोटसभा झाली होती. त्या नेत्यांनी मंदिराविरोधात खूप काही विष ओकलं. ते सांगत होते, की शहराच्या रस्त्याच्या कडेकडेनं गरिबांसाठी ते जमीन शोधत असताना समजलं, की आणखी जमीन नाही. सगळी जागा बेकायदेशीरपणे

जबरदस्तीनं ईश्वर बळकावून बसला आहे. तिथे गांजा विकण्यापासून नाना तऱ्हेचे बेकायदेशीर कारभार चालू आहेत. ते असं म्हणत होते, की मंदिरफंदीर फक्त गरिबांचं शोषण करण्याची एक युक्ती. गरिबांसाठी त्यांचं सरकार वादळ आलं तर त्रास होऊ नये, म्हणून आश्रयशाळा तयार करेल. वादळ नसेल, तेव्हा तिथे शाला-महाविद्यालय चालतील. वादळाच्या वेळी तिथे गायी-गुरं, म्हशी, कुत्री-मांजरं, आणि साप-बेडूक सगळेच आश्रय घेऊन आपापला जीव वाचवतील. गरीब शिक्षण घेईल आणि चांगला जगेलदेखील.'' नेत्यांच्या जवळ सगळ्या प्रश्नांसाठी उत्तर असतं. ते म्हणाले, ''आणि तुमच्या डोक्यावर छप्पर. ती गोष्ट का विचारली नाही?''

''अर्थात विचारली. विचारणं, हा आमचा अधिकार आहे. नेत्यांनीदेखील संतोषजनक उत्तर दिलं, ''मनुष्य एक मुक्त जीव. तो मुक्त जन्माला आला होता, मुक्तच मरणार. त्याच्या डोक्यावर छप्पर आणि चारही बाजूंना भिंत याचा अर्थ तुरुंग. हजार हजार वर्षं आम्ही मुक्त आकाशाखाली जगलो आणि जगू. फक्त नैसर्गिक आपत्तीची भीती. त्यासाठीच तर घर नावाचा तुरुंग तयार झाला. गरिबांसाठी घरं अशी तयार होतात, की वादळाच्या एका धक्क्यात ते घर त्याच्यावर पडून त्याचा प्राण घेतं. म्हणून घरापेक्षा वादळ आश्रयशाळा अधिक सुरक्षित.''

नेता उत्तेजित होऊन म्हणाले, ''आमचा पक्ष तुम्हाला ईश्वर मानतो. आणि त्यांचा पक्ष तुम्हाला गायी-गुरं, डुक्कर, म्हैस मानतो. कुठलं सन्मानजनक आहे?''

''जी, आम्हाला सन्मानानं जगायचं आहे.'' जनतेचं उत्तर.

''मग तुम्ही आता ईश्वर व्हा आणि मंदिर निर्माणासाठी आंदोलनात भाग घ्या. ते ईश्वराला ओळखत नाहीत, गायी-गुरांना ओळखतात. म्हणून मंदिर बांधण्यासाठी रक्तपात झाला, तरी आमचं सरकार मागे हटण्यासाठी तयार नाही. आंदोलनासाठी मिरवणूक आवश्यक. त्यासाठी गरिबांचा सहयोग कधी कधी आवश्यक असतो. कारण गरीब हे ईश्वरासारखेच निःस्वार्थी व निर्लिप्त असतात. तसेच ते सत्ता पिपासू नसतात. त्यांच्याकडे धन आणि अधिकार नसल्यामुळे तोटा होण्याची काही शक्यता नसते. धनी लोकं भित्रे, लोभी व सत्तापिपासू असतात. धनाचा लोप, अधिकाराचा लोप, यशाचा लोप या सगळ्याला घाबरून ते रोजच मरत असतात. गरीब एकदाच मरतो. जर गरिबांच्यासाठी मंदिर निर्माण करायचं झालं, तर तुम्हाला मिरवणूक काढावी लागेल. देशासाठी जो प्राण देतो, तो शहीद. ईश्वरासाठी जो प्राण देतो, तो भक्त. ही भूमी देवभूमी, हा फक्त देवांचा देश नाही, भक्तांचा देश. तुम्हीच खरे या पवित्र भूमीचे देशवासी, आता मिरवणूक सुरू होऊ दे....'' मिरवणूक सुरू झाली. पुढे रिकामी पोटं, अनवाणी पाय, उघडे देह, उघडी डोकी, मोकळ्या हृदयांचा आवेग. मागे नेत्यांची शीतल, गोळाबारुद, बुलेटप्रुफ सुसज्जित

गाडी. नेत्यांचं भाषण गारा पडल्यासारखं चहूकडे पडत होतं, 'गरिबांच्या हृदयात ईश्वर लपून बसला आहे. त्या ईश्वराचा सन्मान करायला हवा. त्यांच्यासाठी मंदिर-निर्माण हा आमचा संकल्प आहे. गरीब म्हणजे गायी-गुरं नाहीत. त्यांना आणखी कशाची आवश्यकता नाही. गरज पडली तर आम्ही गरिबांची हृदयं फाडून ईश्वराला दाखवू, रक्तपाताला आम्ही घाबरत नाही.'

'घाबरणार नाही, घाबरणार नाही.' मिरवणुकीमधून एकच गदारोळ उठला. दुसऱ्या बाजूनं आणखी एक मिरवणूक आली. दोन नेत्यांच्या चढाओढीत गोळीबार सुरू झाला. यांचे आवाज बंदुकगोळी निरोधक. पण गरिबांची हृदये निरोधक नाहीत. त्यांच्या हृदयापेक्षा त्या गोळ्या ईश्वराला शोधत होत्या. भाषणबाजी चालूच होती. गरिबांची हृदयं भेदून रक्तानी माखलेले ईश्वर वाहनांच्या चाकाखाली किंचाळत होते.

ईश्वराला मृत्यू नाही. गरिबाला मृत्यू नाही. कारण या देशात गरिबांचा तुटवडा नाही. चला, पुढे चला. घाबरायचं काही कारण नाही. आणि रक्तात भिजलेली मिरवणूक पुढे सरकत होती.

■

। बारा ।

देश कुठला

सूर्यमुखीच्या उजाड झालेल्या शेतागत युध्दक्षेत्राचं अतीत.

युद्धात काय मिळतं? शांती!

कसली शांती? स्मशानातील नीरवतेप्रमाणे शांती. त्या दिवशी जे युद्ध करून शहीद झाले होते, तेच बहुतेक शांतीत राहत असतील. त्यांचा त्याग, बलिदान देशाला वा पृथ्वीला शत्रूशून्य वा युद्धमुक्त करू शकत नाही. आजकाल कबरस्तान पृथ्वीवरील सर्व देशांचं पर्यटनाचं आकर्षण-स्थळ झालं आहे. दिवसभर कबरस्तान, राजप्रासादाचे भग्नावशेष आणि किल्ल्यांचे ध्वंसावशेष बघून बघून अरम्या थकली होती. पाय आणखी चालत नव्हते. टूरिस्ट बसमधून उतरायचीदेखील इच्छा होत नव्हती. रोमन साम्राज्याचे भग्नावशेष बघण्यासाठी ते बसमधून उंच डोंगरावर चालले होते. ते बघितले नाहीत तर तिचं जीवन व्यर्थ होणार, असं काही तिला वाटत नव्हतं. पण तिला बसमधून उतरावंच लागलं. कारण सगळ्यांनाच उतरवून ड्रायव्हर बस लॉक करून चहा प्यायला गेला. मोठ्या कष्टानं पावलं टाकत टाकत अरम्या वर चढू लागली. जेव्हा छोटी छोटी दुकानं असलेला बाजार सुरू झाला, तेव्हा मात्र तिथे थांबली. खूप अंतर चालून गेल्यावर एका चढावरती रोमन साम्राज्याच्या भग्नावशेषाजवळ तो रस्ता जाऊन पोहोचत होता. त्यानंतर भंगलेल्या ओबडधोबड दगडांवर चालून चालून भूतकाळाच्या समृद्धीच्या भग्न अवशेषांबद्दल वाचायचं. काय वाचायचं; अधिकाराचा लोभ, परराज्यात घेतलेली दखल आणि मानवी अधिकाराची हत्या. राजप्रासादाला चारही दिशांनी घेरून बसलेलं विशाल प्राचीन. जसं काही वार्धक्य आणि मृत्यू त्याच्या आत प्रवेश करू

शकणार नाही. कोण कुठे कुठे निघून गेले, भग्नावशेषात किती किती हतभागी माणसांचे आत्मे रडत आहेत. तुर्कस्तानात केवळ इस्तांबूलमधली नीळ मशीद फक्त प्रेक्षणीय स्थान नाही, साऱ्या देशात प्रेक्षणीय स्थान आहे विध्वंस – भग्नावशेष! अरम्याला आपल्याकडे आकर्षित करण्यासाठी दुकानातून सुंदर तुर्की तरुणी, आपल्या भाषेत तिला बोलावीत होत्या. त्यांच्या बोलण्यातून फक्त 'इंडियन' हा एकच शब्द तिला समजला. त्या दिवशी का कोणास ठाऊक पण भारतीय साडी नेसून ती बाहेर पडली होती. तिला सोडून पुढे जाण्याची गाईडची इच्छा नव्हती. जर ती कुठे हरवली, तर त्याची अवस्था फार शोचनीय झाली असती. तो तिला बरोबर येण्यासाठी जोर करत होता. पण ती हसत हसत म्हणाली, "मी ह्याच ठिकाणी, या भंगलेल्या दगडांसारखी उभी राहीन. जर मी हरवले तर माझी जी काय अवस्था होईल, ती तुम्हाला माहीतच आहे. म्हणून मी मुळीच हरवणार नाही आणि या ठिकाणाहून अजिबात हलणार नाही." भारतीय संशोधिका हरवण्याची शंका मनातून गेली नव्हती, तरी गाईड बाकीच्या लोकांना घेऊन पुढे गेला. मासाक, मनोज, प्रभाकर आणि सईद त्याच्याबरोबर पुढे गेले. सईदला तिच्याबरोबर थांबायचं होतं. या देशात त्याला स्वत:ला अगदी सहज-सोपं वाटत होतं. अरम्याला एकटं सोडून जाणं योग्य होईल का? असा विचार करत असतानाच मासाक त्याचा हात धरून ओढून घेऊन गेला. मासाकला हे माहीत होतं, की ती अशी हरवून जाणाऱ्यातली मुलगी नाही. ती अगदी एखाद्या मूर्तीसारखी त्या जागेवर उभी राहील. पण बसायला जागा नव्हती. काही खुर्च्या ओळीनं दुकानांच्या कडेनं मांडलेल्या होत्या. त्यावर अनेक तुर्की तरुण बसले होते. त्याच दुकानातील एका व्हरांड्यात ती टेकून उभी राहिली. एकटी असले तरी या तरुणांच्या नजरेत बघितल्यावर काही वाईट घडेल, असं वाटत नव्हतं. अशी किती वेळ उभी राहणार? थोडं इकडेतिकडे केलं, मग दमल्यावर आणि उन्हाचा त्रास वाटल्यावर परत आपल्या जागेवर येऊन उभी राहिली. एक मध्यम वयाचा माणूस तिच्या हालचालींवर लक्ष ठेवून आहे, हे तिच्या लक्षात आलं. तिला जरा चमत्कारिक वाटलं. ती व्यक्ती भारतीय असावी, असं वाटत होतं. तिच्या नजरेत एक कुतूहल होतं. ती व्यक्ती चालत चालत तिच्याजवळ आली, विचारलं, "आपण भारतीय?"

"हो." अरम्या.

"मी आपल्याला बघितल्याबरोबर ओळखलं. पण इथे एकट्या कशा? आपल्या गटाबरोबर गेला नाहीत? परत येण्याची संधी थोडीच मिळेल?" त्या व्यक्तीनं विचारलं.

अरम्या जराशी चिडून म्हणाली, "रोमन साम्राज्याचे भग्नावशेष न बघितल्यानं माझं काही नुकसान होणार नाही. इथले भग्नावशेष व कबरस्तानं बघून बघून

माणसावरची आस्था नष्ट होत चालली आहे. जिथे बघावं, तिथे युद्ध आणि रक्तपात. तेदेखील अगदी फालतू गोष्टीवरून. मूठभर माती, देशाची सीमारेखा, सांप्रदायिक भावना हे सारं माणसाच्या आयुष्याहून अधिक मूल्यवान का? मी एक संशोधिका आहे. जे तथ्य मला मिळवायचं होतं ते मला मिळालं. आपण काय भारतीय? आपल्याला बघितल्यापासून मला तसंच वाटतंय.''

आता दोघं समोरासमोर उभे होते. तिला आता काही विचित्र वाटत नव्हतं. जणू कोणी घरातलीच व्यक्ती तिच्यासमोर उभी होती. ते म्हणाले, ''मी भारतीय नाही, पाकिस्तानी. पण आता तुर्की नागरिक. मी खूप आनंदात आहे. गेली पस्तीस वर्षं मी इथे राहतो आहे.''

अरम्यानं चकित होऊन विचारलं, ''पाकिस्तानातून येऊन इथले नागरिक कसे झालात?''

ते उत्तरले, ''ही एक प्रेम-कहाणी आहे. प्रेमात देश, काळ, पात्र यांचा काही संबंध नाही. ग्रीस देशात एका जहाजावर मी काम करत होतो. ते एक मालवाहू जहाज होतं. सल्फ्युरिक ॲसिड घेऊन ते जहाज ग्रीसहून इस्तंबबूलला येत होतं. कोणी तरी सिगरेट ओढून जहाजावर फेकून दिली. ॲसिडला आग लागली. जहाजाच्या कॅप्टनबरोबर अनेक जण मृत्यू पावले. अनेक जणांनी आगीत होरपळल्यामुळे समुद्रात उडी मारली. त्यातलाच मी एक होतो. तेव्हा माझं वय बावीस होतं. आम्हाला वाचवलं आणि इस्तंबूलच्या दवाखान्यात आमच्यावर उपचार झाले. माझी अवस्था चांगली नव्हती. माझी सेवा एक सुंदर तरुण नर्स करत होती. तिची सेवा व उपचारामुळे मी बरा झालो व मला नवं जीवन मिळालं. तोपर्यंत आम्ही दोघं एकमेकांच्या प्रेमात पडलो होतो. मग परत जाण्याची इच्छा झाली नाही. ज्या देशात प्रेम मिळतं, तो देश अती सुंदर. तिच्याशी विवाह केला आणि सुखानं राहिलो. मला दोन मुली आहेत. त्यांची पण लग्नं झाली आहेत. मी आता दोन नातींचा आजोबा आहे.' इतकं सांगत असताना त्यांच्या चेहऱ्यावर एक मधुर हास्य तरळून गेलं. अरम्याला तो एखाद्या दिव्य पुरुषासारखा भासला. तिनं विचारलं, ''देशाची कधी उणीव भासते, देशासाठी झुरता का?''

''नाही, नाही, का झुरीन? इथे मला काही उणं नाही. देशात असतो, तर माझी आर्थिक अवस्था इतकी चांगली झाली नसती. माझी बायको व मुली बुरखा घालून फिरल्या असत्या. आणि कितीतरी दुःखांना मला सामोरं जावं लागलं असतं, काय माहीत? देशाचं विभाजन झाल्यानंतर आम्हा पाकिस्तानी लोकांची दुर्दशा तर आणखीनच वाढली आहे. दररोज गोळीबार, हत्या, विस्फोट, आक्रमण इत्यादी धास्तींमुळे मनुष्य मरत असतो.''

त्यांनी इतकंच सांगितल्याबरोबर अरम्याच्या मनात आलं, की जणू ते तिलाच

दोष देऊन सांगत आहेत, पाकिस्तानच्या सगळ्या दुःखाचं कारण भारत आहे.

तिनं तो नावडता विषय बाजूला सारून त्यांना उलटा प्रश्न केला, "देशात जाता का नाही?"

"नक्की, दरवर्षी नियम करून जातो."

"तिथे आता तुमचं कोण कोण आहे?"

"कोणी नाही. आई-बाप मोठा भाऊ-बहीण सगळे जग सोडून गेले आहेत. माझे मित्र, शिक्षक सगळे जण त्या तीराला निघून गेले. घरदार मोडून पडलं आहे." सांगून त्यांनी दीर्घ श्वास सोडला.

अरम्यानं त्यांना जरा लागेल असा प्रश्न केला, "तुम्ही तर देशासाठी झुरत नाही. आता देशात आपलं असं कोणीही नाही. असं असूनदेखील कोणत्या आकर्षणानं दरवर्षी नियमित देशाला भेट द्यायला जाता?'

ते म्हणाले, "विदेशात कितीही समृद्ध जीवन जगलो, तरीही आपला देश तो आपला देश. देशाला काय विसरता येतं? देश म्हणजे काय फक्त आई-वडील, भाऊ-बहिणी, इतर कुटुंबीय का? देश हा एक अंतरंगातील भाव असतो. पण देशातील अस्थिर परिस्थिती बघितली, की दुःख होतं. रागदेखील येतो. मी आता तिथे राहणार नाही. माझी मुलंबाळंदेखील तिथे राहणार नाहीत. पण माझ्या देशाची परिस्थिती बघून मला चिंता वाटणार नाही का?"

इतकं बोलून ते म्हणाले, "आपण खूप वेळ उभ्या राहिल्या आहात. आपल्याला त्रास होत असेल. कुठे बसायलादेखील जागा नाही. ही मुलं तुमच्यासाठी एखादी खुर्ची सोडायला तयार नाहीत. आजकालची मुलं, तुर्की तरुण. आपल्या देशाची मूल्यं वेगळी असल्यानं, आपलं उभं राहणं मला त्रासदायक वाटतं आहे." इतकं बोलून ते दुकानाच्या आत नाहीसे झाले, आणि काही वेळानंतर एक छोटी खुर्ची उचलून अरम्याच्या समोर आणून ठेवली. म्हणाले, "दुकानातून मागून आणली आहे. ते येईपर्यंत आपण निश्चिंतपणे बसा. आपण गेल्यावर तो दुकानदार येऊन ही खुर्ची घेऊन जाईल. काही असो, आपल्याला बसण्यासाठी खुर्ची मिळाली म्हणून मला खूप आनंद झाला आहे."

अरम्याचं हृदय कृतज्ञतेनं नम्र झालं. हा तर पाकिस्तानी माणूस. आत्ता भारताला नावं ठेवत होता. त्यात परत म्हणत होता, "आपल्या देशाची मूल्यं वगैरे" सगळंच विचित्र. खुर्चीवर बसण्याआधी ती म्हणाली, "आपले हे उपकार आणि उदार भावनेला मी कधीही विसरू शकणार नाही. हे माझ्या एका शोधाच्या लेखासाठी उल्लेखनीय आहे. माझ्या शोधाचा मूळ विषय आहे विश्वशांती."

ते उदार स्वरात म्हणाले, "ह्यात उपकाराची गोष्ट कुठे आली? हे तर माझं कर्तव्यच होतं. इतकंसुद्धा न करता आपल्याला उभं ठेवून मी जर घरी परतलो

असतो, तर आयुष्यभर मला त्याची टोचणी लागून राहिली असती. माझी घरी परतायची वेळ झाली. आपल्यासाठी मला मोठी काळजी वाटत होती. इथे आता आपली काही गैरसोय होणार नाही. आपण माझ्या परिचयाच्या आहात, असं मी इथे सगळ्यांना सांगितलं आहे. ही तरुण मुलंदेखील आपल्याला काहीही त्रास देणार नाहीत.''

तोपर्यंत एक कार येऊन त्यांच्यापाशी उभी राहिली. स्नेहार्द दृष्टीनं अरम्याकडे बघून ते म्हणाले, ''अच्छा बेटी, आता आराम कर. खूप दमलेली दिसतेस. माझ्या पत्नीची ड्युटी संपायची वेळ झाली. हॉस्पिटलमधून तिला घेऊन घरी जाणार. पण काहीही असो, आमच्या या भागात तुमच्यासारख्या एका संस्कृतिनिष्ठ बेटीबरोबर भेट झाल्यामुळे, मला वाटतंय, की मी जणू घरी परत आलो आहे. अल्ला तुमचं कल्याण करो.''

कृतज्ञतेनं तिचे डोळे भरून आले. तिनं हात जोडून निरोप घेतला. मनात आलं, ती जर इथे थांबली नसती तर या मौल्यवान भेटीला वंचित झाली असती. सहजच तिनं विचारलं, ''पाकिस्तानात आपलं घर कुठे आहे?''

ते गाडीत बसले होते. तोंड बाहेर काढून म्हणाले, ''मीरपूर, आझाद काश्मीर.'' गाडी निघून गेली.

अरम्याच्या मनात आलं, अरे, हे तर भारतीय. काश्मीर अधिकृत भारत, मीरपूरमध्ये यांचं घर. आणि म्हणतात काय तर हे पाकिस्तानी. तिच्या हृदयातील कृतज्ञतेवर वेदनेची कळ उठली. जर्मनीच्या भिंतीप्रमाणे दोन देशांची सीमारेषा उचलून टाकली तर कसं होईल? खरंच का पुन्हा हिंदू-मुसलमानांच्यात असणारा धर्म-विद्वेष नाहीसा होईल! भाई, भाईमध्ये होणाऱ्या रक्तपात समाप्तीची घोषणा होईल. कोणत्याही निर्णयाप्रत ती पोहोचू शकली नाही. त्यांना आपण उगीचच गावाचं नाव विचारलं. नसतं विचारलं, तर बरं झालं असतं. शेवटी जी विचित्र वेदना तिच्या हृदयाला व्यथित करत होती, त्यातून तिला मुक्ती मिळाली असती. आज निखळ आनंददेखील माणसाच्या भाग्यात लिहिलेला नाही.

खरोखर तिला ऋणी करणाऱ्या माणसाचा देश कुठला? भारत की पाकिस्तान?

ते राहतात वेगळ्या देशात. तरीही एका माणसाच्या हातानं ओढलेल्या सीमारेषेला घेऊन त्यांच्या भावना मात्र रक्ताक्त!

■

। तेरा ।

मैत्र जीवांचे

सरोजिनी इथून जाणार होती, म्हणून ती सगळी आवराआवर करत असताना तिच्याबरोबर माझा घनिष्ट संबंध झाला. तिचं जाणं नक्की होतं, पण जाण्याची तारीख नक्की झाली नव्हती. ती जाणार हे मला माहीत असूनही, तिच्याबद्दलचं माझं प्रेम आणि आकर्षण दिवसेंदिवस वाढतच होतं. आधी जास्त ओळख नसताना फक्त दुरून तिच्याबद्दल माझं जे मत झालं होतं, ते मत जवळ गेल्यावर बदलून गेलं. कितीतरी मोठी माणसं दुरून आपल्याला महान वाटतात, पण जवळ गेल्यावर ती किती खुजी आहेत ते समजतं. एखाद्याला दुरून बघून त्याच्याबद्दल कितीतरी चुकीची मतं होतात आणि तेच जवळ गेल्यावर धुक्याचा पडदा दूर होऊन आकाश किती निळं-निर्मळ आहे, हे समजतं. अगदी तशीच सरोजिनी जवळून प्रेमळ, निर्मळ व आपलीशी वाटते. अर्थात इतरांसारखंच मलाही आधी ती खूप आत्मकेंद्रित आहे असं वाटायचं. दर्शनशास्त्र शिकवत असल्यानं ज्ञानाचं तेज असलेली व स्वत:च्या संपन्न संसारात समाधानानं जगणारी ती एक साधारण महिला. माझ्याप्रमाणेच हे इतरांनाही वाटत होतं. वाटणंही अगदी स्वाभाविक होतं. कारण ती आसपासच्या कोणाहीबरोबर मिसळत नव्हती, की कोणाच्या घरी येत-जात नव्हती. आसपासची सगळी मुलं गणेश पूजा, सरस्वती पूजा, दुर्गा पूजा, उत्कल दिवस वगैरे साजरे करायचे, पण त्यात तिचा सहभाग तर दूरची गोष्ट, ती दिसायचीदेखील नाही.

अर्थात हेदेखील खरे, की आपल्यातल्या एका नोकरी करणाऱ्या बाईजवळ अशा प्रकारच्या सामाजिक व सांस्कृतिक कार्यक्रमासाठी द्यायला

कितीसा वेळ असतो. पुन्हा सरोजिनी चाळीस किलोमीटर दूर एका कॉलेजात दर्शनशास्त्र विभागाची प्रमुख होती. दररोज बसनं ये-जा करून, घर व नोकरी दोन्ही सांभाळणं किती अवघड असतं, हे माझ्यासारखी एक नोकरी करणारी बाई समजू शकते; पण इतर बायकांना ते समजणं सोपं नव्हतं. पण एखाद्याकडे बघून हसणं वा 'कसे आहात?' इतपत विचारण्यासाठी तर वेळ खर्च होत नाही? सकाळी वा संध्याकाळी फिरायला जाताना, चालता चालता सगळ्यांबरोबर माझी मैत्री, शुभेच्छा व एकमेकांबद्दलची विचारपूस सहजपणे होत असे. तिच्याजवळ असा सहजपणा नव्हता, म्हणून तिला कोणी विशेष ओळखत नव्हतं.

इथे कोणी कोणाचं नसतं. सगळे वेगळ्या गावातील, वेगळ्या शहरातील, वेगळ्या वृत्तीची माणसं. जात, गोत्र, आर्थिक व सामाजिक स्थितीदेखील भिन्न. आता गावातून शहरात नोकरीसाठी येणारे पोटार्थी लोक कोणीही गावाकडे परत जात नाहीत. फुलाचे परागकण वेगवेगळ्या कारणांनी दूर उडून गेले, की परत फुलाकडे परत न येता जिथे अनुकूल माती, हवापाणी मिळते, तिथे रुजून त्यातून झाड जन्माला येते. त्याच्या फांद्या इकडेतिकडे पसरतात, अगदी तशीच अवस्था आधुनिक माणसाची झाली आहे. शहरात आता सगळे आपापली कुटुंबं आणि घरं सोडून आलेले फिरस्ते. आमच्या गल्लीतदेखील तीच अवस्था. सगळे गावाची माती सोडून शहरी झालेले. त्यामुळे इथे कोणाचं कोणाशी रक्ताचं नातं नाही, गावातला कोणी सगासोयरा नाही. मग एखाद्या शेजाऱ्याबरोबर संबंध वाढत जातो, त्यात प्रेम असतं, राग, रुसवा असतो तर वरवर दाखवलं जाणारं नातंदेखील असतं. संबंध घनिष्ट होण्याइतका वेळ कोणापाशीच नसतो. पण या सामंतनगर नावाच्या गल्लीत उन्नयन समिती आहे आणि एक महिला समिती आहे. वर्षांतून एक-दोनदा जेवण होतं. ज्यायोगे परस्परांच्या गाठीभेटी होतात. ओळख होते. काहींच्या नुसत्या ओळखी होतात. काहींच्या ओळखी वाढत जातात. एकूण बघायला गेलं तर ओळखी घट्ट झाल्या नाही तर नाही; पण त्या कडू, खाऱ्या, वाईट होणं बरोबर नाही असं वाटलं तरी कधीकधी त्या ओळखीत फट पडलेली दिसे. म्हणजे सगळीच मुखवटे घातलेली माणसं. वरवर काही दिसत नाही. त्या दृष्टीनं सरोजिनीसाठी विशेष प्रेम नसलं तरी कोणी तिच्या विरुद्ध नव्हतं. वास्तविक हल्लीच्या उसंत नसलेल्या व गुंतागुंतीच्या आयुष्यात कोणाला माहीत असतं, की कोणाच्या घरी काय दुःख, काय सुख, किती अडचणी व किती त्रास? स्वतःचं दुःख आणि स्वतःच्या अडचणी सगळ्यांपेक्षा मोठ्या या विचारानं, एकटेपणानं स्वतःच्याच दुःखात माणूस गुंतलेला असतो. आजकाल कोणाच्या घरी अगदी योग्य मुलं असतात. जो योग्य असतो, तो दूर जातो. राज्याच्या बाहेर आणि जो अतियोग्य असतो, तो देशाच्या बाहेर जातो. विदेशात त्यांच्या काय अडचणी हे देशात

राहणाऱ्या आई-वडिलांना कळणं अशक्य असतं. देश सोडण्याबरोबरच, इच्छा नसूनही आई-वडिलांना सोडणं त्यांना भाग पडतं.

सध्याच्या काळात घरोघरी म्हातारा-म्हातारी दोघे जण असतात. आजकाल त्यांना म्हातारं म्हणणं हे सौजन्याला धरून नाही. वयस्कर, वरिष्ठ असं म्हणावं लागतं. नाहीतर सगळ्यात उत्तम म्हणजे 'सिनियर सिटिझन'. घरोघरी अशा सिनियर सिटिझन्सचा गट टीव्हीसमोर बसून आपला वेळ घालवत असतात. मुलांना रोज फोन लावायला वा स्काईपवर बघण्याची इच्छा झाली तरी संकोच वाटतो. या वरिष्ठ लोकांना नोकरी, मुलं-बाळं वगैरे झंझट नसलं; तरी सतत स्वत:ची चिंता, गुडघे-कंबर दुखी, मोतीबिंदू, ब्लडप्रेशर, डायबेटीस, हाडांचे इतर विकार, डिमेन्शिया, रक्तातील पोटॅशियम सोडियमची कमी मात्रा, युरीक ॲसिड, कोलेस्टेरॉल, हृदयविकार, म्हातारपणीचे रोग व पुरुषांना प्रोस्टेट ग्लँड इत्यादी समस्या. हे सगळं काही रोग नव्हेत, तर म्हातारपणीच्या स्वाभाविक होणाऱ्या गोष्टी आहेत. तारुण्यात पदार्पण केल्यावर मुलींना होणारा ऋतुस्राव, मुलांना दाढी-मिशा येण्याबरोबरच आवाजात होणारा बदल, हे सारं काही माणसाच्या वयामुळे होणारे स्वाभाविक शरीरबदल असतात. सगळ्यात मोठा शत्रू आहे दहशत. चोर, तस्करांची धास्ती. नशिबानं घरकामात मदतीला कोणी मिळालं असेल, तर त्याच्याबद्दल मनात अतिशय संशय आणि मरणाची भीती वाटण्याचा एक दु:खद रोग. असे आई-वडील शिक्षित असले तरीदेखील या सगळ्या गोष्टींचा विचार करून नेहमी चिंतीत आणि त्रासलेले असतात. कित्येक गोष्टी समजूनही न समजल्यासारख्या. मुलांच्या तर अनेक समस्या. इतक्या दूर राहून दीर्घायुषी आई-वडिलांच्या कोणत्या अडचणींचं ते निवारण करू शकणार. त्यांना तर अजिबात दोष देता येणार नाही. पण अधिकांश आई-बाप स्वत:च्याच अडचणी दूर असलेल्या मुलांना सांगून सांगून मुलांना खूप त्रास देत असतात आणि ते त्यांच्या लक्षातदेखील येत नाही. रोज रोज फोन वा स्काईप न करता आठवड्याच्या शेवटी सुटीच्या दिवशी बोला, असं मुलांना आपल्या आई-वडिलांना सांगणं भाग पडतं.

सरोजिनी व प्रसन्नबाबूंची सगळी मुलं कर्तबगार, त्यामुळे दूर राहतात. वयस्क आई-वडिलांनी आपल्या दूर राहणाऱ्या मुलांवर आपला किती बोजा टाकायचा, याबाबतीत तिचे विचार पक्के होते. आई-वडिलांचं आपलं आयुष्य जगून झालं आहे. मुलांनी स्वत:चं आयुष्य स्वत:च्या मतानुसार जगणं, ही अगदी स्वाभाविक गोष्ट. स्वत:च्या वा नवऱ्याच्या तब्येतीबाबत ती आपल्या मुलांशी विशेष बोलत नसे. इतक्या दुरून सगळ्या गोष्टी सांगून काय उपयोग? जीवनाबद्दलचे तिचे परिपक्व विचार माझ्या विचारांशी जुळत असल्यानंच, मला तिच्या व्यक्तित्वाचा आदर होता.

खरं तर तिचे आधुनिक विचार आणि काळानुसार वागणं यामुळेच मी तिच्याकडे आकर्षित झाले होते. ती जाण्याची तयारी करत आहे, असं ज्या दिवशी शेजाऱ्यांकडून ऐकलं, त्या दिवशी मी तिला घट्ट पकडून आडवून ठेवीन असा विचार करून, तिच्या घरी वेळी-अवेळी माझं येणंजाणं सुरू केलं होतं. गेल्या वर्षी ती सेवानिवृत्त झाली होती आणि मी तिच्या एक वर्षं अगोदर निवृत्त झाले होते. मी विचार केला, की तिनं अचानक आपला बाडबिस्तरा न बांधता, आणखी काही वर्षं इथे राहिली, तर तिच्याबरोबर या निवृत्तीनंतरच आयुष्य चांगलं जगता येऊ शकेल. त्यांच्या घरी जात-येत राहिल्यामुळे माझ्या हे लक्षात आलं, की ते दोघेजण खूप स्वाभिमानी आहेत. सहज कोणाच्यात मिसळत नाहीत, की कोणाची मदत घेत नाहीत. कोणाच्याही समोर आपल्या दैनंदिन आयुष्यात असलेली दु:खं, अडचणी, त्रास याबाबत चर्चा करत नाहीत. दोघं अतिशय आत्मनिर्भर. कामवाली आली नाही तरी त्यांना काही वाटत नसे. आपलं घरकाम, नवरा-बायको दोघं वाटून घेऊन करून टाकत असत. कोणाच्याही विरुद्ध कसलीही तक्रार नसे. तिच्याबरोबर माझी मैत्री घनिष्ट झाल्यावरदेखील, माझ्यासमोर तिनं कधी स्वत:च्या घरच्या अडचणी वा त्रास मला सांगितला नाही.

मी तिच्या घरी गेल्यावर तिच्या चेहऱ्यावर चांदणं फुलायचं. दारापासून मोठ्या आदरानं नेऊन मला सोफ्यावर बसवायची. समोरच्या सोफ्यावर स्वत: बसून मला एकटक बघत राहायची. आणि मला विचारायची, "इतकी कामं करूनही तुम्ही इतक्या ताज्यातवान्या कशा असता? कधी कधी आम्ही दोघं तुमच्याबद्दल बोलत असताना चकित होतो."

"तुम्ही माझ्यापेक्षा खूप जास्त काम करता हे कोणाला माहीत नाही? त्यामुळेच तर तुम्हाला बरं नसूनही....." मी माझं बोलणं अर्धवटच सोडत असे. काही दिवस झालं, तिला काहीतरी मोठा आजार झाला होता. त्यामुळेच तिला तिच्या आजाराविषयी बोलून दाखवणं बरोबर नव्हतं. कोण स्वत:च्या आजाराविषयी जरा हळुवार नसतं?

स्वत:च्या आजारपणाला बाजूला सारून, ती उठून तीन कप कॉफी करून आणत असे. एकदा कधीतरी मी तिला म्हणाले होते, तुमच्या हातची कॉफी प्यायच्या लोभानं मी तुमच्या घरी येते. तिच्या हातच्या कॉफीची एक वेगळी चव आणि वास मला फार आवडे. माझ्या आवडीच्या कॉफीत दूध, साखर आणि कॉफीचं प्रमाण तिला अगदी बरोबर माहीत होतं. तिच्या हातचं जेवणदेखील अप्रतिम असायचं. मध्ये मध्ये ती तिच्या हातचे पीठे (इथे पक्वान्नांना पीठा म्हणतात) आणि तोंडी लावणं आमच्या घरी पाठवायची. आत्तापावेतो मला काय काय आवडतं, हे तिच्या लक्षात आलं होतं. डॉक्टरांच्या सल्ल्यानुसार सरोजिनीनं

जास्त वेळ झोपून राहणं आवश्यक होतं. तिचा अशक्तपणा हळूहळू वाढत होता. पण ती अशक्तता फक्त शरीराची होती. तिचं मनोबल मात्र जुन्या देवळाच्या खांबांसारखं दृढ होतं.

राखी पौर्णिमेच्या दिवशी सरोजीनिनं माझ्या हातात राखी बांधली.

"तुम्ही माझी छोटी बहीण."

"नाही, नाही, तुम्ही माझी छोटी बहीण. मी तुमच्या आधी एक वर्ष निवृत्त झाले होते, आठवतंय ना?" मी म्हणाले होते.

"आपल्या देशात निवृत्त झालेल्या तारखेवरून अगदी बरोबर जन्मतारीख सांगता येणार नाही, हे सगळ्यांनाच माहीत आहे. आपल्या पिढीतल्या नोकरी करणाऱ्या जवळ जवळ सगळ्यांच्याच दोन जन्मतारखा आहेत. म्हणून मी माझी जन्मतारीख तुम्हाला सांगणार नाही. मी धरून चालते, की तुम्ही माझी छोटी बहीण."

"ठीक, ठीक, मग आपण दोघी जुळ्या बहिणी."

"त्यातदेखील पाच मिनिटं, दहा मिनिटं असं मागे-पुढे असतं." हसत हसत सरोजिनी म्हणाली. खरोखरच मी तिची जन्मतारीख जाणू शकले नाही. जाणण्याची आवश्यकतादेखील नव्हती.

आमच्या दोघींचं नातं इतकं घट्ट झालं, की काही दिवसांसाठी मी राज्याबाहेर अथवा माझ्या मुलांच्याकडे देशाबाहेर गेले, की सरोजिनीसाठी माझ्या मनात एक प्रकारची उत्कंठा असे. तिची तब्येत दिवसेंदिवस खालावत चालली आहे, हे आसपासच्या सगळ्यांना माहीत झालं होतं. दूर असताना मी तिला फोन करायचे पण तिला विचारू शकत नसे, की तुझी तब्येत कशी आहे? तिच्या फुलझाडांची चौकशी मी करत असे. प्राजक्ताच्या झाडाला फुलं आली का नाही, हे विचारल्याबरोबर आनंदानं ती गदगदून जायची. उत्तर देताना तिचा स्वर कातर व्हायचा. म्हणायची, "तुम्ही केव्हा येणार? तुम्ही याल, तेव्हा या वर्षीची प्राजक्ताची फुलं आणखी येत असतील का नाही कोणास ठाऊक? माणसाच्या आयुष्यासारखंच, एका रात्रीचं आयुष्य त्या फुलांचं. माणसासारखंच किती निरीह, सुंदर व अगतिक? इच्छा असली तरी प्राजक्त सकाळ बघू शकत नाही. पहाटे पहाटे गळून पडणं त्याला भाग असतं.'

ऐकताना माझी छाती धडधड होत असे. सहजच तोंडातून बाहेर पडे, "असा का निराशेचा स्वर लावला आहे? तुमची तब्येत कशी आहे ते सांगा बरं. तुमचं बोलणं ऐकून मला तुमची काळजी वाटते आहे."

माझ्या ह्या अशा प्रश्नावर तिनं अचानक विचारलं, "खरं सांगा, माझ्या ह्या प्राणघाती रोगाबद्दल कळल्यावर मगच तुम्हाला मी इतकी आवडायला लागले ना?

माझ्याबद्दल तुमच्या मनात दया येते, हो ना? त्याचसाठी तुम्हाला माझी इतकी काळजी वाटते. आपल्याइथली सगळी माझ्याकडे दया दाखवल्यासारखी बघतात. संध्याकाळी घरासमोरच्या रस्त्यावर जरा चालत जा, असं डॉक्टरांनी सांगितलं आहे, पण लोकांच्या नजरेतील दया बघून आता बाहेर पडत नाही. तुम्ही पण तशाच....'' अचानक तिच्याबद्दलचं प्रेम आणि आदर बघून तिला तसं वाटणं अगदी स्वाभाविक होतं.

''नाही सरोजिनी, असं नको म्हणूस. मला आधीपासूनच तुझ्याबद्दल आदर होता. मला माहीत झालं होतं, की तू इतरांपेक्षा वेगळी आहेस. त्या वेळी तू कॉलेजला जात होतीस, मी पण जात होते. कोणाकडे वेळ होता? आता आपल्या दोघींकडे पुरेसा वेळ आहे. म्हणून तर तुझ्याबरोबर मैत्री वाढली. तुझ्याबरोबर वेळ घालवायला मला आवडतं, म्हणून तर मी तुझ्याकडे येते. तुझ्याबरोबर ज्या वैचारिक गप्पा, चर्चा होतात; तशा आणखी कोणाबरोबर होणं शक्य आहे का? हेच कारण आहे.''

ती म्हणाली, पुरेसा वेळ? तुम्हाला तर माझ्या रोगाविषयी माहीत होतं...... ''असं म्हणून ती गप्प झाली. खरं तर माझ्या मनात तिच्याविषयी दया उत्पन्न झाली नव्हती का? इतकंही न समजण्याइतकी ती काही वेडी नव्हती. या जगात सगळे जाण्यासाठीच आलेले असतात. हे जग म्हणजे सुसज्जित असा एक रंगमंच आहे, ज्याला माणूस एक स्थायी लीलाभूमी समजून चांगली-वाईट कर्मं करण्यात गढून जातो. एखाद्याच्या मृत्यूनं सगळेच जण सरणावर जायची तयारी करायला लागले तर हे जग एकापाशीच थांबून जाईल.

सरोजिनी स्वत: शिक्षित असल्यानं तिच्या आजाराविषयी तिला सगळी माहिती होती. तिचं मन आणि शरीर दोन्हीही या कारणामुळे खचून गेलं होतं. शरीर सगळ्यांना दिसत असलं तरी मन कोणाला दिसत नाही. त्यामुळे सगळ्यांसमोर आपल्या खंबीर मनानं ती एक स्वाभाविक आयुष्य जगत असल्याचा अभिनय करत असे. पूर्वीसारखी सणावाराला गोडधोड करत असे. सुदसा व्रत (गुरुवारी दशमी येते तेव्हा इथे ओरिसात बायका ही पूजा करतात), मार्गशीर्षात होणारी माणवसा पूजा (ओरिसात ही पूजा मार्गशीर्ष महिन्यात गुरुवारी करतात.) वगैरे सर्व करत असे. तिच्या अशक्त झालेल्या बोटांनी मार्गशीर्ष महिन्यात अंगणापासून घरात सगळीकडे रांगोळी काढत असे. घरी केलेलं गोडधोड माझ्या घरीही पाठवत असे. विचार करत असेल, की पुढच्या वर्षी आपण असू का नसू, म्हणूनच अगदी मनापासून त्या वर्षीचे सण साजरे करत असे. स्वत:च्या घराला ती अगदी एखाद्या चित्रासारखी सजवून ठेवत असे.

मला नेहमी वाटे, की ती गेल्यावर तिचा संसार उजाड होईल. प्रसन्नबाबू अगदी

चांगला माणूस, एक गृहस्थ या नात्यानं एक चांगला नवरा, चांगले वडील नक्कीच. पण घर सांभाळण्यात ते किती निपुण? आपल्या समाजात नवरे आपल्या बायकोवर अवलंबून असतात. पूर्वी बायका अन्न-वस्त्र यांसाठी पुरुषांवर अवलंबून असायच्या. आता ते नाही. पण गृहिणी म्हणून तिच्या कामात जरादेखील कमी-जास्त कुठला नवरा चालवून घेत असेल? सरोजिनीची तीच अवस्था होत असणार. पण ती सांगत असे, की प्रसन्नबाबू घरकामात तिला मदत करतात. ती आजारी पडल्यापासून स्वयंपाकदेखील करतात. इतकंच काय, पण तिच्याकडून वेगवेगळी पक्वान्नंदेखील शिकले आहेत. त्यांना वाटत असेल, की सरोजिनीबरोबरच तिची ही रांधण्याची कला नाहीशी होईल, या आशंकेनंच ते सर्वकाही शिकून घेत असतील. त्या दृष्टीनं ते एक असाधारण पती आहेत.

सरोजिनी जाण्याचे दिवस जवळ येत चालले आहेत ह्याची अनेक चिन्हं आता, नजरेस येत होती. पण ती मोठ्या साहसीपणानं, हातावर मोजण्याइतके तिचे दिवस अगदी स्वाभाविकपणे घालवून जगण्याचा प्रयत्न करत होती. जणू तिला असं काही झालेलं नाही, ज्यायोगे ती आपले उरलेले दिवस रडून रडून असहाय करणार नाही. तिचं आजारपण गृहीत धरून तिच्या घरातली माणसंदेखील अगदी स्वाभाविकपणे वागत होती. पण मला माहीत होतं, की ती मधूनमधून बेशुद्ध होत असे. हे आता शेवटचं पर्व आहे, हे सगळ्यांनाच कळून चुकलं होतं. ती कितीही आजारी असली तरी तिला इतक्या सहजपणे कोण सोडू शकणार होतं? दवाखान्याच्या कॉटवर मला मरायचं नाही, अशी विनंती तिनं आपल्या नवऱ्याला केली होती. म्हणून निरोप गेला रे गेला की डॉक्टर येत असत. घरी सर्व प्रकारची सेवा आणि उपचार करून पैलतीराच्या सीमेवरून तिला परत ऐलतीरी आणलं जात होतं. बोलण्याचं बळदेखील तिच्या अंगात नव्हतं. त्या काही दिवसांसाठी मला तिच्या घरी प्रवेश बंद होता. या अवस्थेत तिला बघून मी दया दाखववी, हे तिला मान्य नव्हतं. तिच्या इच्छेला प्रसन्नबाबू मान देत होते. त्यांनी मला सांगितलं, ''सरोजिनी पहिल्यासारखी तुम्हाला कॉफी करून देण्याइतकी बरी झाली, की तुम्हाला निरोप पाठवीन. ती ज्या अवस्थेत आहे, तिला बघून तुम्हाला दुःख होईल. फक्त तीच नाही, तर तुम्ही तिला या अवस्थेत बघावं अशी माझीदेखील इच्छा नाही. त्यात परत तुम्हाला बघितलं, की ती उठून बसायचा प्रयत्न करेल. उठू न शकणं, बोलू न शकणं हे तिच्यासाठी खूप त्रासदायक असेल. तिला कोणत्याही कारणांनी त्रास व्हावा, अशी माझी इच्छा नाही. तुम्ही काही वाईट वाटून घेऊ नका.'' त्यांच्या मोकळ्या स्वभावाला मी दाद दिली. त्यांचं पत्नीप्रेम आणि सेवानिष्ठा बघून मी भारावून जात असे. एकदाही मी त्यांच्या तोंडून ऐकलं नाही, 'खूप कष्ट सहन करते आहे. मरणाचे दिवस मोजण्याहून जास्त त्रासदायक काय असू शकतं? ईश्वरानं तिला आता तिच्या यातनांमधून मुक्त

करावं.' किंवा त्यांनी असं कोणाला सांगितल्याचंदेखील ऐकलेलं नाही, 'आता माझ्याच्यानं होत नाही, खूप कष्ट घेतले. सेवा करण्यासाठी माणूस मिळणंदेखील खूप त्रासदायक झालं आहे. मुलं येतात, पण ती तरी किती दिवस राहणार?'

मुलं आल्यानंतर तिचा त्रास दुप्पट व्हायचा, हे मी बघितलेलं आहे. कारण मुलगा-सून, नातू-नाती, मुलगी-जावई सगळ्यांनाच तिच्या हातचा स्वयंपाक खूप आवडायचा. तिच्या हातचं खाल्ल्याशिवाय त्यांचं मन तृप्त व्हायचं नाही की सरोजिनीलादेखील चैन पडायचं नाही. शेवटचा श्वास लागायच्या मुहूर्तालादेखील 'आई' रूपातील सरोजिनीच्या क्षीण झालेल्या शरीरातील हाडात विजेचा संचार होत असे. त्या वेळी तिच्यात आई अन्नपूर्णेचं रूप दिसे.

दर पंधरवड्यागणिक तिची तब्येत कधी कमी, कधी जास्त आणि प्रसन्नबाबू अगदी स्थितप्रज्ञ साधकासारखे अविचलितपणे तिची सेवा, उपचार, खाणं, पथ्यपाणी याबरोबर तिच्या शरीराची व मनाची काळजी घेत असत. तिला जरा बरं वाटलं, की मला बोलावणं येई. माझ्या असण्यानं ती आनंदी होई, म्हणून मी तिच्यासाठी वेळ काढण्यात कधीही कुचराई करत नसे.

ती जरा बरी असायची, तेव्हा आम्ही दोघी विश्वब्रह्मांडाची चर्चा करायचो. कधी कधी कॉफी प्यायचो. आमच्या गप्पांमध्ये प्रसन्नबाबूदेखील थोडाफार भाग घेत असत.

त्यांच्यात सगळे गुण असूनही, त्यांच्या एका वाईट सवयीचं तिला फार वाईट वाटायचं. त्यांना सिगरेट ओढण्याची वाईट सवय होती. त्या दोघांच्या लग्नाआधीपासून त्यांना ही सवय होती. कितीही रागावली, तरी त्यांच्या प्रिय पतीची ही वाईट सवय सरोजिनी घालवू शकली नाही. आम्ही दोघी गप्पा मारत असताना मला नमस्कार करून ते बाहेर जात आणि सिगरेट ओढून परत येत. सिगरेटीचं शेवटचं थोटूक बाहेर टाकून, तिचा वास मात्र बरोबर घेऊन ते आत आल्याबरोबर माझ्या नाकाला जाणवायचं आणि तिचा छान चेहरा उदास व्हायचा.

तिच्या सुखमय दांपत्य जीवनात हे एकच अपयश माझ्या नजरेस पडलं होतं. अचानक एके दिवशी ती म्हणाली, "माझं ऐकत नाही तर नाही, पण आज यांच्यासमोर प्रतिज्ञा करा, की मी गेल्यावर तुम्ही सिगरेट हातात घेणार नाही. आजपासून हळूहळू संख्या कमी करत आलात, की आपोआप सवय सुटेल. तुम्ही आजपर्यंत कसल्याही फंदात पडला नाहीत .....पैसा, यश, अधिकार, अनीती, लाच खाणं, खोटं बोलणं ..... आणि कागदात गुंडाळलेल्या या सामान्य सिगरेटच्या फंदात असे पडलात, की शेवटी माझी जायची वेळ आली तरी ....."

तिचे डोळे भरून आले. आपला पुरुषीपणा दाखवण्यासाठी त्यांच्या डोळ्यात पाणी आलं नाही, पण ते एकदम खोकायला लागले. खो खो करत त्यांनी आपला

गळा साफ केला. वातावरण हलकं करण्यासाठी म्हणाले, "मी यांच्या सांगण्यावरून सिगरेट सोडू शकेन, मात्र मी सोडणार नाही. कारण तसं जर मी केलं, तर तुझ्या मनात यांच्याविषयी असूया निर्माण होईल. तुला या इतक्या आवडतात, पण मी तुझं न ऐकता त्यांचं ऐकलं म्हणून तुला नक्की दुःख वाटेल. स्त्री स्वभाव.... तुमचं काय म्हणणं आहे यावर? कारण तुम्ही तर स्त्री-मनाच्या विशारद आहात."

"मी पुरुषांच्या मनाची विशारद नाही असं तुम्हाला कोणी सांगितलं? आपल्याला चांगल्या प्रकारे माहीत आहे, की सरोजिनीला सवत जरी असती, आणि तिच्या सांगण्यावरून आपण सिगरेट सोडली असती, तरी तिला आनंद झाला असता. तिचा मत्सर न करता, ती कृतज्ञ राहिली असती. तिच्या प्रेमाची अथांगता तुम्हाला माहीत आहे. आमच्या दोघींत असूया आणि तीसुद्धा तुमच्या सिगरेटवरून! तिचं व्यक्तिमत्त्व इतकं दुर्बळ नाही, हे तुमच्याशिवाय दुसऱ्या कोणाला माहीत असणार? एकूण आपल्याला सिगरेट सोडायची इच्छा नाही. म्हणून ही एक पळवाट, आणि मला मध्ये घालून?"

"मी नेहमी सिगरेटचाच तिरस्कार करत आले आहे, हे त्यांना माहीत आहे. प्लीज त्यांची सिगरेटची सवय आपण घालवा. ते आपल्याला खूप मानतात, त्यांना तुमचा खूप आदर आहे, आपलं बोलणं ते नक्की मानतील."

तिच्या व्याकुळतेनं मला आश्चर्यात टाकलं. ती गेल्यावर जर त्यांनी सिगरेट सोडली तर ते शंभर वर्षं का जगणार आहेत? जगले तरी त्यात तिचा फायदा काय? तिचा नवरा अमर होईल, ते ती वरून बघेल आणि तिच्या आत्म्याला शांती मिळेल, असं तिच्या पातिव्रत्याला वाटतंय का? नवरा-बायकोचं हे नातं अगदी अभूतपूर्व–मृत्यूनंतरदेखील त्यातून मुक्ती नाही?"

प्रसन्नबाबू म्हणाले, "सरोजिनीला मी सोडीन, कारण ईश्वराहून मी मोठा नाही. मी सिगरेटदेखील सोडू शकतो. आपण माझ्यापेक्षा सर्वच दृष्टीनं मोठ्या आहात. पण त्यानंतर मी दोन दिवसदेखील जगू शकणार नाही. सिगरेट फुंकता फुंकता मी माझ्या कितीतरी न पेलता येणाऱ्या दुःखांना फुंकून उडवून लावतो, ते आपल्याला माहीत नाही."

"पुरे पुरे – मी परत एकदा कॉफी करून आणते." म्हणतच सरोजिनी उठून गेली.

माझ्या मनात आलं, की आणखी किती दिवस? पण हनिमूनच्या रात्री सिगरेट सोडीन म्हणून शपथ घ्यायला लावण्यासारखंच, आज तिच्या निष्पाप विनंतीची किंमत या जगातील कोणता नवरा देऊ शकेल? आज या विनंतीच्या मागे तिचा काय स्वार्थ दडला आहे? ती तर काही दिवसांची सोबती आहे. तरीही तिला वाटतं, की तिच्या नवऱ्यानं शतायू व्हावं. नवऱ्याच्या अनुपस्थितीत तिनं मला विनंती केली,

'यांची सिगरेट सोडवायची जबाबदारी मी तुमच्यावर सोपवली. प्रयत्न तर करून बघा.' मला अगदी असहाय वाटलं.

एक दिवस मला काही पूर्वसूचना न देता ते आमच्या बैठकीत सोफ्यावर येऊन बसले होते. मला वाटलं, बहुतेक सरोजिनीची जायची वेळ आली. त्यांच्यासमोर बसून मी विचारलं, "काय झालं? सरोजिनी ...?"

"नाही, नाही, घाबरायचं काही कारण नाही. ती चांगली आहे. नेहमीसारखी झाली आहे. स्वयंपाकपाणी करते आहे. आज तर मार्गशीर्ष महिन्याची रांगोळी घरात, दारात सगळीकडे काढून झाली. पण तुम्हाला तर माहीत आहे, की कोणत्या वेळी काय होईल काही सांगता येणार नाही. तिचं सगळं काही अनिश्चित, पण मी तुम्हाला एक गोष्ट सांगायला आलो आहे. ती तुम्हाला बहीण मानते. म्हणजे तुम्ही माझीसुद्धा बहीण. आपल्याला न सांगता काही करणं, माझ्यासाठी अपराध केल्यासारखं आहे."

"काय करायचा विचार करता आहात?" मी विचारलं.

"आत्महत्या." त्याचं स्पष्ट उत्तर आलं.

"आत्महत्या, कोण करणार?" मी आश्चर्यचकित झाले.

"आत्महत्या मी करणार. तिचा मृत्यू झाल्याबरोबर मी आत्महत्या करणार. आम्ही दोघं जण एकाच सरणावर जळू. लग्नाच्या पहिल्या रात्री आम्ही दोघांनी हीच शपथ घेतली होती. 'एकत्र जगूया – एकत्र मरूया' ही शपथ मी नक्की पाळणार. तिच्याशिवाय मी जगू शकणार नाही, खरं सांगतो."

ते एक कणखर पुरुष आहेत, अशी माझी समजूत होती. पण ती चुकीची होती. त्यांच्या या प्रतिज्ञेनं मी खवळले. मी अजिबात सहानुभूती न दाखवता कठोर शब्दात त्यांना म्हणाले, "आपण परत माझ्या घरी येऊ नका. मला आत्महत्येचा भयंकर तिटकारा आहे. आपल्या तोंडून आत्महत्येच्या शपथेबाबत ऐकून, आपल्याबद्दल मनात असणारं आदर आता नाही. उलट आता मी आपला तिरस्कार करेन. तिच्याबरोबर आत्महत्या करून, स्वर्गात हातात हात घालून, दोघं नंदनवनामध्ये नक्की फिराल, अशा विचारानं निश्चिंत आहात का? मग या महापापासाठी शपथ कशाला? नासमज सरोजिनी त्यावेळी काहीबाही बोलली असेल, पण आज जर आपल्या तोंडून हे तिनं ऐकलं, तर आपल्याबद्दल असलेलं तिचं प्रेम आणि आदर नाहीसा होईल. त्या दिवशीची ती शपथ जर तिच्या लक्षात असती, तर आपली सिगरेटची सवय सोडवण्याची विनंती तिनं मला कशाला केली असती? आपल्याला जे करायचं आहे ते करा, पण तिच्या कानावर हे पडू देऊ नका. शेवटी तिच्या मनात आपल्याविषयी असणारं प्रेम आणि आदर मनात ठेवून तिनं हे जग सोडावं – तिला आणखी दुःख देऊ नका."

ते एकदम गप्प झाले. कॉफी प्यायले. स्थिरस्थावर झाल्यावर म्हणाले, "परत हा विचार मनात आणणार नाही. पण ती गेल्यावर मी कसा जगू? तुम्ही बघालच, ती गेल्यावर मग मी जास्त दिवस तिच्याशिवाय जगू शकणार नाही."

"ती तर वेगळी गोष्ट आहे. पण मला हे माहीत आहे, की ती गेल्यावर आपण आपलं पूर्ण आयुष्य जगाल. तिला ज्यात आनंद मिळतो, आपण त्याच वाटेनं जाल. तुम्ही तिच्या आत्म्याचा अनादर करू शकणार नाही." त्यांना माझं बोलणं पटलं असं मला वाटलं. पण ही गोष्टदेखील खरी, की आजपर्यंत पत्नीच्या चितेत पतीने उडी मारून 'सत्य पुरुष' म्हणून मान्यता मिळवली आहे, असं शास्त्रात वा समाजात घडलेलं नाही. असं उदाहरण बघायला मिळणं सोपं नाही. जिथे पण बायको सती गेली आहे तिथे ती स्वेच्छेनं नाही, तिला जबरदस्तीनं सती जायला भाग पाडलं आहे. कितीतरी ठिकाणी अंधविश्वासापायी झालं आहे. पण पुरुषासाठी असा नियम नाही. केवळ बायकोच्या आसन्न मृत्यूच्या आशंकेनं ते हा नवा नियम तोंडानं नुसता बोलून दाखवत होते.

त्यांना मी विनंती केली होती, "तिची अगदी जायची वेळ आली तर मला नक्की बोलवा. म्हणजे तिनं डोळे मिटण्याआधी तिची भेट होईल. त्यापासून मला वंचित करू नका."

काही दिवसांनंतर त्यांचा फोन आला, "दोन दिवसांपूर्वी सरोजिनी गेली होती असं म्हणालो तरी चालेल. डॉक्टरांच्या अथक परिश्रमानंतर ती परत आली आहे. बोलू शकतीय. आणखी काही दिवस काढेल, असं त्यांचं मत आहे. आपल्याला भेटायची तिची फार इच्छा आहे. येऊ शकाल?"

जरादेखील वेळ न दवडता मी तिच्याकडे जाऊन पोहोचले. तिच्या पलंगाच्या कडेला बसून तिच्या कपाळावर हात ठेवला. तिनं डोळे उघडले. वेदनेनं शिणलेली नजर. जणू खूप दूरची वाट चालून आली आहे. करुण आवाजात म्हणाली, 'बघितलं, "हे सगळं किती निष्ठुर! मी मेले होते – निश्चिंत झाले होते, मृत्यूच्या भयातून मुक्त झाले होते. किती शांत गाढ झोप! या लोकांनी इंजेक्शन टोचून टोचून, मी भोगून संपवलेल्या वेदनांमध्ये मला पुन्हा आणून टाकण्याची काय गरज होती? किती दिवस आणखी मला अडवून ठेवणार आहेत? असं एकदा नव्हे, तर वारंवार मला मरणप्राय वेदना देण्यात बहुतेक या सगळ्यांना आत्मसंतोष मिळतो. पण मी एकदा नव्हे, तर अनेकदा मरण पावले आहे. मृत्यू आता निश्चित आहे, हे एकदा समजल्यावर जगणं हे किती वेदनादायक हे ज्यानं भोगलं नाही त्याला कधीच समजणार नाही. आता मरणार मरणार हा विचार मरणाहूनदेखील किती भयंकर त्रास देतो, हे कसं समजावू? यांना सांगा, मला पुन्हा अशा वेदना देऊ नका. ह्यांनी माझ्या सेवेत, उपचारात कधीही हेळसांड केली नाही, हे मी वारंवार सांगितलं

आहे. हे कोणी देव नाहीत, की मला कायमची जिवंत ठेवतील!'

पहिल्यांदाच तिच्या डोळ्यातून अश्रू आलेले बघितले. तिच्या अशक्त झालेल्या हाताच्या तळहातावर हात फिरवून म्हणाले, "त्या सगळ्यांची तू आवडती आहेस. नक्की तुझं ऐकतील."

एकटक नजरेनं ती माझ्याकडे बघत राहिली.

"काही सांगायचं आहे का?" मी विचारलं.

"जर शक्य असेल तर माझ्यावर एक गोष्ट लिहा." ती म्हणाली.

तिला शब्द हवा होता असं वाटून मी माझ्या डोळ्यांनीच तिला संमती दिली. तिनं आपले डोळे मिटून घेतले. आणि इतका वेळ अडवून ठेवलेलं पाणी डोळ्यातून झरा झरा वाहून उशीवर ओघळू लागलं.

त्याच्या दुसऱ्या दिवशी सरोजिनी गेली. मृत्यू तिच्यासाठी आता भीती उरली नव्हती, प्रशांती होती. तिच्या चेहऱ्यावर वेदनेचा काही लवलेश नव्हता.

तिचा नवरा आता मरायचं नाव घेत नाही. ते वेड्यासारखं काम करत सुटले आहेत. तिची जागा ते भरून काढत आहेत. बागेची देखभाल करतात. देवाची पूजा करतात, गोडधोड करून नैवेद्य दाखवतात.

ती गेल्यानंतर पहिल्या मार्गशीर्ष महिन्यात मुलं आश्चर्यचकित झाली होती. आई तर नाही, मग अंगणापासून घरापर्यंत रांगोळी कोणी काढली? अर्थात आईच्या हातासारखी अगदी सुरेख नव्हे, पण रांगोळी तर होती, आपली परंपरा.

कोणी? कोणी?

"आईनंच काढली आहे रांगोळी." गालातल्या गालात हसत प्रसन्नबाबू म्हणाले. मुलांनी आश्चर्यानं विचारलं, 'आई!'

"हो, आईचा आणि माझा आत्मा एक आहे ना. तिनं शरीर सोडलं, पण आत्मा माझ्यात सोडून गेली. तीच माझ्याकडून तिची सगळी कामं करवते. मला ताकीद देते, 'तुम्ही इतके मोठे आर्किटेक्ट, पक्वान्न करणं, रांगोळी काढणं ही काय कामं? मला खात्री आहे, हे सगळं करून तुम्ही तुमचं वेगळेपण कायम ठेवाल.' कळलं का मुलांनो आईच्याबरोबर मी रोज बोलतो, फक्त सिगरेट सोडू शकलो नाही, तेच दुःख. माझं दुःख तिच्यापेक्षा मोठं आहे."

त्यांच्या अनन्यसाधारण पारंगतपणाच्या गोष्टी माझ्या कानावर येत. कोणासाठी हे जग थांबत नाही. पूर्वीपेक्षा ते स्वतःला कामात जास्त गुंतवून ठेवतात. कोणी घर बांधत असेल, तर स्वतःहून मदतीला पुढे होतात. पाया खणताना, भिंती उभारताना, छताचं काम चालू असेल तेव्हा ते स्वतःचं घर तयार होतं आहे अशा रीतीने मनापासून मदत करत असतात. माझी अभ्यासिका नव्हती. बाई लेखिका असो वा प्राध्यापिका असो, तिच्यासाठी स्वतंत्र अशी अभ्यासिका जवळजवळ नसते. हाच

विचार मनात ठेवून, बाहेरून विशाल दिसणारा आमचा बंगला तयार झाला होता. एक दिवस माझ्यासाठी अभ्यासिका तयार करायचा विचार पक्का केला. पण मी तर इंजिनियर नाही, मग कोण घेईल ही जबाबदारी? माझ्याकडून हे ऐकून प्रसन्नबाबू अत्यंत प्रसन्न झाले. म्हणाले, "मी असताना खोली बांधायची काळजी, आणि तेही तुमच्यासाठी? सरोजिनीला वर किती आनंद होईल, हे मी तुम्हाला समजावू शकणार नाही." खरोखरच काही महिन्यांतच माझी सुंदर अभ्यासिका बांधून झाली. आमच्या बागेतील आंब्याच्या झाडाखाली बसून सिगरेट ओढता ओढता ते कामावर देखरेख करायचे. काम संपायच्या वेळी म्हणाले, "सरोजिनीला नक्की आनंद झाला असेल. पण माझ्या हातात आता आणखी काही काम नाही."

पण त्यांना भरपूर कामं होती. ती घरी जी जी कामं करायची ती सगळी कामं ते मोठ्या सहजपणे करायचे. मुलांच्या आयुष्यातील आईची पोकळी भरून काढण्याचा ते मनापासून प्रयत्न करायचे. पण त्यांच्या स्वतःत असलेली पोकळी. तिचं काय? विचार करायला वेळ असेल, तर पोकळी पाठीमागे लागते. म्हणून सरोजिनी काही पोकळी नाही. ती कोणासाठीच कधी पोकळी नव्हती. जीवनात जरी पूर्ण नव्हती तरी मृत्यूनंतर तिनं आपल्या संसाराला पूर्ण करून ठेवलं होतं. इथे-तिथे घरी-दारी सगळीकडे आठवण होऊन झळकत होती. त्यांच्या आता लक्षातही नाही, की तिच्या बरोबरजाण्याची शपथ घेतली होती. मरायलादेखील आता वेळ कुठे आहे त्यांच्याकडे?

पण मला मात्र खूप दु;ख आणि खंत आहे, की ती गेल्याला पाच वर्षं झाली तरी तिच्यावर एक गोष्ट लिहू शकले नाही. कारण ती गोष्टीचा विषय नाही. सरोजिनी एक जीवन आणि मृत्यूच्या अनुभूतीचं चोख सोनं होती. तिच्या जीवनात कल्पना मिसळता येणार नाही, म्हणून तिच्यावर गोष्ट लिहिणं शक्य नाही.

(ही गोष्ट स्वर्गीय सौदामिनी पटनायक यांना अर्पण. त्यांचे पती प्रफुल्ल पटनायक या काही दिवसांत सौदामिनीपाशी निघून गेले. रोज अभ्यासिकेत पेन हातात घेतलं की दोघं आठवतात.)

■

। चौदा ।

मातृपूजा

आ 'आई'तला, बातमी लिहिल्या दिवशीच पहिल्यांदा अनिलनं आई शब्द उच्चारला. त्या अगोदर 'आई' अशी हाक मारायचा सुयोग त्याच्यापाशी नव्हता. त्याचा जन्म झाल्यावर काही दिवसांतच त्याची आई मरण पावली होती. अनिलला एक आई द्यायच्या नावाखाली की काय पण चाळीस वयाच्या त्याच्या वडिलांनी, आपल्या पत्नीच्या मृत्यूनंतर काही दिवसांतच, आधीपासून ओळख असलेल्या राधाबरोबर घाईघाईत लग्न केलं. मुलं तिला आधीपासूनच मावशी म्हणत. तीच हाक पुढे चालू राहिली. अनिल बोलायला लागला तेव्हा आईच्या जागी मावशी म्हणायला लागला.

काही जण म्हणत, की राधामावशीबरोबर रामानंदांचे अवैध संबंध होते म्हणून अनिलची आई नाना प्रकारच्या शारीरिक व मानसिक यातना भोगत होती. कानावर येत होतं, की त्याच्या आईचा अपमृत्यू झाला होता मुलांच्या सुख-सोयीसाठी त्यांनी राधाला घरी आणलं होतं. शेवटी लग्नानंतर राधाच्या सुख-सोयीसाठी तिन्ही मुलींची यथातथा स्थळं बघून कमी वयात लग्नं लावून दिली होती. घरी फक्त अनिल, राधा आणि रामानंद, राधाला एकापाठोपाठ एक अशी चार मुलं होऊन कुटुंबाची मात्र संख्या वाढली. आणि अशा सगळ्या गोंधळात अनिल घरात अगदी एकटा पडला. त्याच्याकडे वडिलांचं लक्ष नव्हतं की मावशीचंदेखील नव्हतं. बाबा स्वत:च्या नव्या बदललेल्या संसाराबद्दल जितके उदास होते त्या पेक्षा अनिलच्या बाबतीत जास्त उदासीन होते. घरच्या जंजाळात त्रासलेली राधा, रामानंदांवर जितकी असंतुष्ट होती, त्यापेक्षा

जास्त अनिलवर चिडलेली. जणू काही घरातल्या सगळ्या कटकटींना अनिलच जबाबदार होता. दहा वर्षांचा असल्यापासूनच अनिल घरापेक्षा जास्त बाहेर आपला वेळ काढत असे. कधी कधी बाहेरच वडे-भजी खाऊन राहत असे व झोपायच्या वेळी घरी येऊन चुपचाप झोपत असे. तो कुठे जातो, काय खातो, काय करतो हे त्याला घरात कोणीही विचारत नसे. बाबा अधूनमधून त्याच्यावर चिडण्याव्यतिरिक्त बापलेकामध्ये इतर काही संभाषण नसे. अनिल दिवसाचा बराच वेळ बाहेर राहत असल्यानं त्याला पैशाची गरज पडे. बाबा पैसे देत नसल्यानं तो राधाच्या नाहीतर बाबांच्या पाकिटातून पैसे चोरीत असे. घरी जास्त वेळ नसल्यानं तो शिकतही नव्हता व अभ्यासासाठी लागणारं शांततेचं वातावरण घरात नव्हतं. त्यामुळे नियमितपणे त्याला परीक्षा वाईट जात असे. व वाईट निकालाचं कारण समजून न घेता वा त्या कारणाचं निराकरण न करता बाबा त्याला भरपूर मार देत असत. बाबांबद्दल त्याच्या मनात धुमसत असलेला राग व्यक्त करण्यासाठी, त्यांनी चिडावं म्हणून तो अधिकाधिक वाममार्गांचा अवलंब करीत असे. समाजविघातक कृत्यं करण्यात त्याचा हात असे. त्याच्या वडिलांची सामाजिक प्रतिष्ठा व मान जितका अधिक त्याहून जास्त खालच्या पातळीवर जाऊन काम करण्याचा त्यानं जणू विडाच उचलला होता. बापाच्या अविचारी वागण्याचा बदला घेण्याचा आणखी कोणता मार्ग तो या वयात घेऊ शकला असता?

नोकरीत उच्चपदस्थ असलेले रामानंद समाजात एक प्रतिष्ठित व्यक्ती म्हणून वावरत होते. मान-सन्मान, पैसा कोणत्याच बाबतीत कमतरता नव्हती. त्यांचाच मोठा मुलगा अनिल मात्र शिक्षण अर्धवट सोडून चौकात मवाली मुलांबरोबर वेळ काढतो, चोरी करतो, पाकीट मारतो, सिनेमा तिकिटांचा काळाबाजार करतो, ड्रग घेतो. नातेवाईक, मोठी माणसं, शिक्षक, बाबा आणि राधामावशी सगळेच त्याचा तिरस्कार करीत असतात. पण तो असा का आहे, याचा शोध घ्यायला कोणी पुढे येत नसे. तो कोणाच्याही तिरस्काराची अथवा टीकेची फिकीर करत नसे. त्याच्या मनानं कौल दिला होता, की तो बापाचा अगदी योग्य बदला घेतो आहे. दररोज मुलाविरुद्ध नाना प्रकारच्या तक्रारी वडिलांकडे येत. ते खूप चिडत. त्यांना वाईटदेखील वाटे. पण का कोणास ठाऊक एकवीस वर्षांच्या, अर्धवट शिक्षण सोडलेल्या आपल्या मुलाला ताकीद देऊन काही बोलू शकत नसत. कोणी विचारलं तर म्हणत, "त्याच्यासारख्या नालायक मुलाला ताकीद देऊन काही उपयोग नाही." सगळ्यांच्याच आता हे लक्षात आलं होतं, की अनिल त्यांच्या हाताबाहेर गेला आहे.

अनिल त्यांच्या गल्लीचा आता 'दादा' म्हणून ओळखला जातो. त्याच्या पुढे-मागे करणारे त्याचे अनेक चमचे असतात. त्याला वाटे, आपण आपल्या वडिलांपेक्षा कोणत्याही बाबतीत गुणात कमी नाही. त्याचे वडील क्लबमध्ये खूप पीत.

घरीदेखील मुलांसमोर पीत. राधामावशी बाटली आणि ग्लास आणून ठेवी. पीत असताना ते त्याबरोबर काजू, चिकन पकोडा खात. पैशाच्या टंचाईमुळे अनिल ड्रग घेत असे. देशी दारू ढोसे, त्याबरोबर सुकं बोंबीलदेखील काही कमी मस्त नसायचं. या वयातदेखील रामानंदांच्या बद्दल नाना तऱ्हेचे प्रवाद ऐकायला मिळत. पैसा आणि अधिकाराच्या बळावर ते मोठ्या मोठ्या हॉटेलात, तसेच डाक बंगल्यावर स्वर्गातील रंभा-उर्वशींना उतरवून आणत. त्यांनी कमावलेला बेहिशोबी पैसा सत्कारणी लागतो, अशा नातेवाइकांनी केलेल्या चेष्टेत ते स्वतःचं कौतुक अनुभवायचे. त्या एका बाबतीत तो आपल्या वडिलांपेक्षा एक पाऊल मागे होता. पण लवकरच तो बापालाही या धंद्यात मागे टाकील यात शंका नाही. त्याचे चमचे मुलींचा खूप चांगला धंदा करत. पैशानुसार वेगवेगळ्या पद्धतीच्या मुली ते कुठून काय माहीत, उडवून आणत. अनिलनं आता पक्कं ठरवलं होतं, तोदेखील बापाला दाखवून देईल, की पुरुष म्हणून तो त्यांच्यापेक्षा कशातही कमी नाही.

त्याला या जगात कशाचीही भीती उरली नाही. कोणाचंही प्रेम नाही. कोणाचीही तमा तो बाळगत नाही. पण वडिलांच्या बैठकीच्या खोलीत ठेवलेल्या एका नग्न बाईच्या मूर्तीकडे कधी कधी तो खूप वेळ एकटक बघायचा. त्याला ती मूर्ती जितकी आवडायची, तितकीच त्या मूर्तीची भीतीही वाटायची. मूर्तीतल्या तरुण युवतीच्या उन्मुक्त छातीवर उघडं बाळ होतं. तरुण स्त्रीच्या परिपूर्ण छातीतून मुलाच्या तहानेल्या ओठात अमृत झरत होतं. तीच खरी मातृमूर्ती. पण बाबा त्या मूर्तीकडे त्या दृष्टीनं बघत नसत.

मूर्तीकडे बघितलं, की बाबांचे दोन्ही नशाग्रस्त डोळे घाणेरड्या लालसेनं तांबडे पडत. अनिल नशा करून चुकून बाबांच्या बैठकीच्या खोलीत गेला, तर त्या मूर्तीकडे बघितल्याबरोबर त्याची सगळी नशा उतरून जात असे. का कोणास ठाऊक पण 'माल'पेक्षा 'मा'च्या छातीचं अमृत जास्त छान असेल, असं त्याला वाटत असे. त्या अमृताची गोडी त्यानं कधी चाखली नव्हती. या जन्मात आता त्याला त्या अमृताची चव कधी मिळणारही नव्हती. त्यासाठी त्याच्या मनात वेळोवेळी खंत असे. राधामावशी ज्या वेळी तिच्या मुलांना बाटलीनं दूध पाजे, त्या वेळी अनिलला ती तिच्या मुलांची आई नाही तर एक आया वाटे. म्हणूनच तिच्याबद्दल त्याच्या मनात थोडादेखील आदर नसे.

त्या दिवशी त्यानं पुरुषपणात बाबांना मागे टाकायचं ठरवलं होतं. घरून निघताना बैठकीतल्या त्या मूर्तीकडे तो अजिबात बघू शकला नाही. जणू राखण करणारे आईचे दोन डोळे त्या मूर्तीच्या डोळ्यांतून त्याला बघत होते. आई हा विचार मनात आला की तीच मूर्ती त्याच्या डोळ्यांसमोर येई. शिवाय त्यानं आईचा फोटोदेखील बघितला नव्हता. मावशीनं सगळे फोटो नाहीसे केले होते. मनाशी

निश्चय करून तो घराबाहेर पडला. त्या दिवशी त्यानं खूप दारू ढोसली. त्याचे बाबादेखील घरापेक्षा बाहेर जास्त पितात. त्याच्या दोन चमच्यांनी त्याला योग्य जागेच्या वाटेकडे नेलं. तो खूप खूश होता. गळा साफ करत त्यानं विचारलं,

"दोस्त, माल कसा आहे?"

"एकदम खास." चमचा म्हणाला.

"वय?"

"वीस संपून ... पण रूपात उर्वशी. बघितल्यावर जागीच उभा राहशील. पापणीदेखील हलायची नाही. जसा पैसा तसा माल." शाबासकी मिळवण्यासाठी चमचा म्हणाला.

"शाबास, मी परत आलो की आज बक्षीस मिळणार." चमच्याची पाठ थोपटत अनिल म्हणाला.

घाणेरड्या गल्लीतील एका अस्वच्छ घरासमोर उभे राहत चमचा अनिलला म्हणाला, "मुलीचं नाव लक्षात ठेव. 'दिलखुश'. ठीक, आता जा बाबा आत." अश्लील खुणा करत चमचा खो खो हसला.

अनिलनं हळू आवजात विचारलं, "हे घर?"

"अरे हो रे, चिखलातलं कमळ! मग सांग मला." चमच्यानं त्याला आत ढकललं. थरथरत्या पायानं अनिल घरात जाऊन उभा राहिला. मिणमिणत्या डीबरीच्या उजेडात अनिलकडे पाठ करून एक तरुण युवती बसली होती. तिचा चेहरा दिसत नसला तरी तरुणी दिसायला व तब्येतीनं चांगली आहे हे अनिलच्या चांगलं लक्षात आलं होतं. खाली डोकं करून ती काहीतरी करत होती. तिची बसायची पद्धत खूप छान वाटत होती. पाठीमागून तर ती एखाद्या पुतळ्यासारखी वाटत होती. अनिलनं गळा साफ केला. त्या आवाजानं युवती हळूच म्हणाली, "जरा धीर धरा बाबू, आजारी मुलगा सोडत नाहीये. पोट भरलं की लागलीच झोपून जाईल."

खाडकन त्याची दारूची सगळी नशा उतरली. वळून तो त्या तरुणीच्या समोर गेला. तो जागच्या जागी थबकला. वडिलांच्या बैठकीतील मूर्ती त्याच्यासमोर जणू मूर्तिमंत होऊन बसली होती. त्या युवतीच्या उघड्या छातीला तोंड लावून एक रोगट मुलगा अर्धवट झोपेत पडला होता. त्याच्या डोक्यात राग चढला. त्यानं तिच्या मुस्कटात एक सणसणीत ठेवून दिली आणि किंचाळत ओरडला, 'तू आई असून धंदा करतेस? तुझ्या मानेवर मी चाकू चालवीन.' खट आवाज करत त्यानं चाकू बाहेर काढला. मुलाला तसंच छातीशी धरून, ती त्याच जागी स्थिर झाली. व्याकूळपणे म्हणाली, 'मला मारून टाकलंत तर माझी मुलं मरून जातील बाबू. मी तीन मुलांची आई.....'

त्याच्या हातून चाकू गळून पडला. जड आवाजात म्हणाला, 'आई असून धंदा करतेस? आई ही काय चीज आहे ते तुला माहीत तरी आहे का? आई कितीजणांना मिळते? आई नसलेली मुलंदेखील या जगात आहेत, हे तुला माहीत आहे का? मी पण त्यातलाच एक अभागी ...' असं म्हणत तो खूप रडला. तिला वाटलं आज बाबूला दारू खूप चढली आहे. मुलाला कॉटवर ठेवून, वेगळ्याच धाटणीनं तिनं स्वत:चं आवरलं. बसक्या आवाजात म्हणाली, 'या भागातील अधिकांश बायका हाच धंदा करतात बाबू. नाहीतर आमची मुलं भुकेनं उपाशीपोटी मरून जातील बाबू. आमचे नवरे त्यांची कमाई बाहेर उडवून आमच्यावर मर्दुमकी गाजवतात. छातीवर हात मारून मी इतक्या मुलांचा बाप आहे, हे सांगून वाहवा मिळवतात. पण मुलं कशी जगणार, याचा विचार त्यांच्या मनात येत नाही. मुलांना जगवण्यासाठी आम्ही किती जणींनी हा सहजसोपा मार्ग, दुसरा काही उपाय नाही, म्हणून निवडला आहे. यात आम्हाला सुख नाही की आनंद नाही. दारुड्या, इज्जतदार बाबूंनी आमच्या शरीराला हात लावला रे लावला की आम्ही दगडी मूर्ती होतो. त्यानंतर काय काय घडतं, त्याच्याशी आम्हाला काही देणंघेणं नसतं. रक्तामासांच्या देहाची किंमत ही कोणत्याही आईसाठी पोटच्या मुलाच्या किंमतीपेक्षा जास्त आहे ना बाबू? मुलांना जगवण्यासाठी इज्जत विकणं हे आमच्यासाठी पुण्य आहे, पाप नाही. तू तर लहान आहेस, त्यात पुरुष. आईचं दु:ख, आईचा आनंद, आईच्या प्रेमाचं मूल्य तू समजू शकणार नाहीस. तू सांग बाबू, मुलाला जन्म देऊन, त्याला घडवून मग मारणं हे पाप आहे का नरकात उतरून मुलाला जगवणं हे पाप आहे? दे बाबू, माझे पैसे दे, माझ्यासाठी तर हे रोजचं काम आहे. मी तयार आहे. उद्या मुलासाठी औषध आणायचं आहे. जवळ एक पैसादेखील नाही.''

तोंडावर हात ठेवून अनिल लहान मुलासारखा हमसाहमशी रडला. तिनं त्याला आईसारखं छातीशी धरून सरसर अश्रू गळणाऱ्या गालाची पापी घेतली. तिच्या मनात विचार आला, हा बाबू त्याच्या वयाहूनही आणखी छोटा आहे. दारूच्या नशेत कोणाच्या तरी बुद्धीनं चुकीच्या वाटेला लागला आहे. त्याचा तिला अजिबात राग आला नाही की तिला त्याची भीती वाटली नाही. ती म्हणाली,''तुझी काही चूक नाही बाबू. तुला काय माहीत, की तू चुकून एका आईकडे आला आहेस. ठीक आहे, आता आलाच आहेस तर तू तुझं काम कर. मला तर मुलासाठी पैसे पाहिजे आहेत.''

डोळे पुसून त्यानं त्या आईच्या तोंडाकडे बघितलं. आईचा चेहरा इतका सुंदर असतो, हे राधा मावशीच्या चेहऱ्याकडे बघून त्याला कधी समजलं नव्हतं. बाबांच्या बैठकीतील मूर्तीचा चेहरा अगदी या आईच्या चेहऱ्यासारखा कोणी कसा तयार केला?

त्यानं तिच्या हातावर पैसे ठेवले. हकूम सोडल्यासारखा म्हणाला, ''तुझ्या मुलांसाठी मी रोज खर्च पाठवीन. पण तुला धंदा सोडावा लागेल. जर कधी मी ऐकलं की तू पुन्हा धंदा सुरू केला आहेस, तर तुझ्या मानेवर चाकू फिरवीन. तेव्हा खबरदार ...''

तणतणतच तो बाहेर रस्त्यावर आला. बाहेर त्याची वाट बघत असलेल्या चमच्यानं त्याला विचारलं, ''दादा, माल कसा होता? मी बोललेलं खरं होतं ना?'' अचानकपणे तो चमच्यावर तुटून पडला. मारता मारता रडत रडत बोलत होता, ''सैताना, आयांना घेऊन तुम्ही व्यापार करता? आई काय असते, ते माहीत तरी आहे का? आईची किंमत ओळखता? कशी ओळखणार? तुमची तर आई आहे. जवळ असलेली वस्तू म्हणजे तर पायाखालचा दगड. हरवलेलं द्रव्य नेहमी अमूल्य असतं. मला आई नाही म्हणून मला माहीत आहे, की माणसाच्या आयुष्यात आईचं स्थान कुठे ... आईचं प्रेम, आईची ताकद, आईच्या आशीर्वादा शिवाय आयुष्य कसं नष्ट होतं आणि माणसाची कशी अधोगती होते, ते माझ्याकडे बघून समजत नाही का? पण तुम्हाला आई असूनही तुम्ही या व्यापारात शिरलातच कसे?'' बराच वेळ तो स्फुंदून स्फुंदून रडत होता. चमच्याला वाटलं, दारूची नशा त्याच्या डोक्यात शिरली आहे. पण अनिलला समजलं होतं, की त्याच्या डोक्यातून नशा उतरली आहे.

आजकाल रोज रात्री ठरल्याप्रमाणे अनिल त्या घाणेरड्या वस्तीत तिच्याकडे एकदा जातो. रोजची कमाई तिच्या पदरात घालतो. त्याच्या पैशावर तिची मुलं वाढत आहेत. त्याच्या समाजानं त्याच्यावर बहिष्कार टाकला आहे. कारण त्यानं म्हणे वस्तीतल्या एका मजुराच्या बायकोला ठेवलं आहे. त्याची पूर्ण अधोगती झाली आहे. रामानंदांनी त्याचा मुलगा म्हणून त्याग केला आहे. कारण त्यानं त्यांच्या परंपरेला कलंक लावला आहे. त्याला काही विचारलं, तर तो म्हणतो, ''मी मातृपूजा करतो. आजच्या विपरीत युगात मातृजातीचा सन्मान करणं म्हणजे परंपरेला कलंक लावणं असेल तर अशा परंपरेला गोळी मारा. बाप, आजोबांपासून चालत आलेल्या त्या परंपरेला अनिल कवडीचीही किंमत देत नाही.''

■

। पंधरा ।

प्राक्तन

त्या दिवशी नितळ अशा आकाशाच्या कपाळावर, विर्षांदाच्या एका छोट्याशा ढगानं पहाटेला मलीन करून टाकलं. वेड्यावाकड्या वाढलेल्या पांढऱ्या चाफ्याच्या झाडाच्या फांद्यांच्या त्या बाजूला जुना सुखी, प्रेमळ, गजबजलेला एकमजली वाडा मोठ्या नम्रपणे उभा होता. वाड्याच्या बाहेर ओळखी, अनोळखी लोकांचे पारोसे चेहरे, हे साध्या कागदावर पेन्सिलनं काढलेल्या रेखाचित्राप्रमाणे भावनाशून्य दिसत होते. कोणाच्याही तोंडातून हूं की चूं येत नव्हतं. अंथरुणातून उठून, सकाळी फिरायला बाहेर पडलेले पाय इतके स्थिरावले होते, की उघड्या दाराच्या भिंतीजवळ थबकून ते का उभे आहेत, हेही कोणी कोणाला विचारत नव्हतं. याचा अर्थ सकाळी सकाळी या घरात काय विपरीत घडलं आहे, हे सगळ्यांनाच कळलं होतं. अशा विलक्षण घटनेची बातमी विनासायास वायुवेगानं पसरते. सुसंवाद नाही तर विसंवाद शेजारच्याच्या घराची झोप उडवतो, त्यात छोट्या शहरात तर साथीच्या रोगासारखं लागलीच सगळीकडे पसरतं. पण हेही खरं, की ही संवेदनशील माणसं, घरात नशिबाला दोष देणाऱ्या व ईश्वराला नावं ठेवणाऱ्या आईच्या दुःखाचं कारण नाहीत वा हे सगळे जण असहाय आईचं दुःख रेसभरदेखील कमी करू शकणार नाहीत. तरी पण अशासारखी बातमी, परदुःखग्राही कुतूहल असणाऱ्या माणसांच्या हलक्या कानाला चुंबकासारखं खेचून आणते.

दोन तीन पोलीस, निर्लिप्त कर्तव्यदक्ष पुतळ्याप्रमाणे जीपमधून उतरून घरात गेले. इथं काही चोरी, दरोडा पडला नव्हता, की

त्यांना कुत्र्याची गरज होती. कुत्रा कोणाला ओळखत होता? अपराध्यानं तर स्वतालाच पकडून दिलं होतं. पोलीस पण कोणाची साक्ष घेणार होते? अपराधी आणि जखमी, दोघेही संवेदनाहीन. घराचे मालक सुरेंद्र राऊत लाकडाच्या मूर्तीगत झाले होते. कोणलाही उत्तर देण्याच्या अवस्थेत ते नव्हते. झोपायच्या खोलीबाहेरच्या व्हरांड्याच्या भिंतीला, आपला विशालकाय थुलथुलीत देह टेकवून ते जे बसले होते, तेच जास्त होतं. आपले दोन्ही पाय लांबवून भिंतीला टेकून ते शून्यात नजर लावून बसले होते, जणू दोन काचेचे डोळे. स्थिर, निराशामय, अनोळखी नजर. अजूनही झालेल्या घटनेवर त्यांचा विश्वास बसत नव्हता. त्यांचा मोठा मुलगा सत्येंद्रच्या खोलीतून ताज्या रक्ताची धार वाहत येऊन, व्हरांड्याखालच्या नाल्यात होळीत खेळणाऱ्या रंगासारखी वाहत होती. हे रक्तच आहे, यावर त्यांचा विश्वास बसत नव्हता.

पोलिसांना बघून काही न झाल्यासारखं ते बसून राहिले होते. पोलिसांनी सगळ्यांना लागलीच दवाखान्यात नेलं तर सगळं काही ठीक होईल, असं त्यांना वाटत होतं. असं काही घडेल, यावर कोणाचा विश्वास बसू शकेल? पोलिसांनादेखील घटनेचा काही धागा-दोरा मिळत नव्हता. सुखी, संपन्न परिवार, बारा वर्षांचं वैवाहिक जीवन. रती-मदनासारखी जोडी, राजपुत्रासारखा दहा वर्षांचा मुलगा शुभम, कमळाच्या फुलासारखी आठ वर्षांची मुलगी स्वर्णिमा. सुखी परिवाराच्या चित्रपटाप्रमाणे हेवा वाटावा असा परिवार. पण गोड फळात कीड असावी त्याप्रमाणे आतल्या आत, कोणत्या लपून बसलेल्या दुर्दैवामुळे हे अघटित घडलं?

आई, सत्यभामा एक अतिशय धर्मपरायण, सुशील, दयाळू बाई. अत्यंत कोमल, निरागस, निर्लोभी, निरासक्त गृहिणी. घराकडे बघायचं सोडून मुलं-बाळं यांना बाजूला सारून, देवांना कवटाळून बसतात. मुलांच्या जंजाळापेक्षा देवांचा जंजाळ अधिक. नवरा, मुलांकडे बघायला घरी माणसं ठेवली होती. मुलांचे हट्ट हे लोकच पुरवतात. सुरेंद्रबाबू निदाविष्णू एक उदार, सढळ हाताचा मालक. त्यामुळे घरी आणि दुकानात विश्वासू कर्तव्यनिष्ठ अशी माणसं वर्षानुवर्षं त्यांच्याकडे कामाला होती. सगळ्यात महत्त्वाची गोष्ट म्हणजे पोटाला आणि तोंडाला खाद्य हवं. ते ठीक पाळलं, की माणूस आसाध्य ते साध्य करू शकतो, असं त्यांचं मत होतं. कोणत्या बायका आजकाल स्वयंपाक घरात रांधा-वाढा यात वेळ घालवतात? आधुनिक गृहिणींचा वेळ नोकरीत अथवा सामाजिक सेवेत स्वेच्छेनं जातो. दुसऱ्यांच्या भरवशावर घर चालतं. पण सत्यभामांच्या काळातील गृहिणी जरा वेगळ्या प्रकृतीच्या होत्या. नवरा, मुलं, स्वयंपाकघर हेच त्यांच्यासाठी सकाळपासून संध्याकाळपर्यंतचं काम होतं. स्वत:च्या घराबाहेर बॉंब विस्फोट झाला, तरी त्यांना त्याचं काही देणंघेणं नसे. सकाळ-संध्याकाळ देवांना नमस्कार करून तुळशीला सांजवात केली, की देवांना समजतं, भक्तीत काही कमी नाही. सणावारी वेगवेगळी पक्वान्नं करून,

देवांना त्याचा वास देऊन, नवरा व मुला-बाळांना बळं बळं खायला घालणं, ही त्यांच्यासाठी सगळ्यात मोठी देवपूजा असते. पण सत्यभामांना वाटे, अशा प्रकारच्या गृहिणी अत्यंत स्वार्थी आणि आत्मकेंद्री. त्यांचा भक्तिभाव कमी असतो. त्या अत्यंत धर्मपरायण. त्या देवांना प्रसादाचा नुसता वास देत नसत तर खाऊ घालत असं म्हटलं तरी चालेल.

त्यांच्या पुण्याईच्या बळावर आणि सुरेंद्रबाबूंच्या नशिबाच्या बळावर घरी खूप दिवसांपासून एक जुना स्वयंपाकी आहे. आला तेव्हा तरणाबांड होता, आता वय वाढलं आहे. प्रत्येकाच्या आवडीनुसार अगदी वेळेवर सगळ्यांना चांगलं जेवण करून वाढतो. सणावारी, पूजेला गोडधोड नैवैद्य पण तोच करतो. त्यांनी त्याला सारं काही शिकवलं आहे. खूप दिवसांचा जुना मधुमेह आणि ब्लडप्रेशर असलेल्या सुरेंद्रबाबूंना कोणत्या वेळी काय खायचं हे माहीत नसायचं, पण स्वयंपाकी मुरलीला ठाऊक असायचं.

म्हणूनच ते आपल्या बायकोवर जास्त अवलंबून नसायचे. मुलंदेखील चांगलं चुंगलं खाऊन, लेऊन बघता बघता मोठी झाली. त्यांच्या अभ्यासाकडे कोणाचंही लक्ष नसूनसुद्धा ते हुशार विद्यार्थी होते व अनेक परीक्षा पास करून ते आपापल्या नोकरीधंद्याला लागले व संसाराला लागले. धाकटा मुलगा शुभेंद्र आपल्या वडिलांच्या व्यवसायात शिरला. मोठा मुलगा सत्येंद्र खूप कुशाग्र बुद्धीचा असल्यानं व्यवसायाकडे न बघता तो वैज्ञानिक झाला. सत्यभामा नेहमी म्हणायच्या, मुलांच्या परीक्षेअगोदर त्या इतके उपास, नवस करायच्या, की त्याचंच फळ देवानं त्यांच्या सत्येंद्रला दिलं. तिन्ही मुलींना उच्च शिक्षण दिल्यांनतर, चांगली स्थळं बघून वडिलांनी त्यांची लग्नं लावून दिली. हे सगळं काही ईश्वरापाशी असलेल्या आपल्या समर्पण भावामुळे शक्य झालं, असा सत्यभामांचा विश्वास होता. वडिलांचा विश्वास होता, की मुलं आपापलं नशीब घेऊन आली आहेत आणि आपापल्या वाटेनं गेली आहेत. अर्थात आपल्या पत्नीची ईश्वरभक्ती काही प्रमाणात मुलांच्या भाग्यात मदतीला आली, यावरदेखील त्यांचा विश्वास होता. म्हणून आपल्या पत्नीच्या विरोधात त्यांचं काहीही म्हणणं नव्हतं. त्यांचं एक परिपूर्ण असं सुखी कुटुंब होतं.

नातवंडांची लाडीगोडी आजीजवळ जास्त नसायची, आजोबांपाशी जास्त. नातवंडांना कडेवर घेऊन त्यांचे लाड पुरवायला आजीकडे वेळच कुठे असायचा? देव तरी काय कमी होते का? त्यांचा पसारा काही कमी नाही. देव कधी तोंड उघडत नाहीत. पण या 'सत्यभामा कुंजात' सगळ्यात लाडके देव! त्यांना काही बोलायची आवश्यकता नसे. त्या मन लावून देवांची नित्यकर्म – स्नान, पोशाख, परिधान स्वत: करत असत. मुरली सकाळी अंघोळ करून, फुलं तोडून देत असे. त्या स्वत: वेगवेगळे हार गुंफत, गंध उगाळत असत. देवांना हार घालून त्यांना गंध लावत

असत. कधी कधी मुलं दात न घासताच भात खाऊन शाळेत पळायची. त्यांच्या अंघोळी वगैरे रोजच्या कामासाठी मदतीला एक मावशी होती. पण सत्यभामा जितक्या निष्ठेनं काळजीपूर्वक देवांचं सर्व काम करायच्या, तितक्याच निष्ठेनं मावशी मुलांची कामं थोडीच करायची? त्यांच्या भक्तीबरोबर मावशीच्या मुलांवरील प्रेमाची तुलना करता येणार नाही. माया-ममतेपेक्षा भक्ती वरचढ ठरे. माया-ममता ही आहे मोहमाया. भक्ती आहे मोक्षाचा मार्ग! शिवाय त्यांची ही भक्ती, पूजा, अर्चना कोणासाठी होती? त्यांच्या स्वत:साठी तर नव्हती? त्या इतर बायकांसारखं कपडे बदलणं, साड्या, दागिने यांकडे लक्ष देत नसत. खाण्यापिण्याचीदेखील काही वेळ नव्हती. स्वत:च्या आरोग्याची काळजी नाही, मुलांची तब्येत बिघडली तर त्यांचा डॉक्टरपेक्षा देवावर जास्त विश्वास होता. डॉक्टर जर माणसांना वाचवत असते, तर दररोज इतके लोक अकाली का मरतात? ज्यांना दीर्घायुष्य मिळालं आहे, ते त्यांना देवाच्या कृपेमुळेच मिळालं आहे; हाच त्यांचा युक्तिवाद असे. सुरेंद्रबाबूंच्या गोड स्वभावामुळे की काय त्यांना तरुण वयातच मधुमेह जडला होता. त्यात सगळ्या मधुमेह रोगींसारखे तेही खाद्यप्रिय. त्यांना थांबवायला कोण होतं? त्यांचे आणखी पाच मित्र मधुमेहानं इतके त्रासलेले नव्हते, पण अहेवपणी मरायचं अशी प्रतिज्ञा घेतलेल्या त्यांच्या बायका, त्यांच्या खाण्यापिण्यावर इतकं नियंत्रण ठेवायच्या, की त्यामुळे ते जास्त त्रासलेले होते. बिचारे घरी चांगलंचुंगलं खाऊ शकत नसत. त्यामुळे जेवणाच्या पंगतीत डोळे मिटून खात असत. सुरेंद्रबाबू उदार माणूस, मित्रवत्सल. स्वत:देखील खाद्यप्रिय. त्यांच्या खाण्यावर अंकुश लावण्यासाठी त्यांच्या बायकोकडे वेळ नसायचा. त्यांच्या बायकोचा या सगळ्यावर विश्वासही नव्हता. रोज काहीतरी गोडधोड, खीर, एखाद्या पक्वान्नाचा नैवेद्य देवाला दाखवून आपल्या नवऱ्याला सढळ हातानं वाढत असत. म्हणायच्या, 'डॉक्टरांच्या बोलण्याकडे लक्ष देऊ नका. दिवसातून दोनदा इन्सुलिनचं इंजेक्शन घेता. देवाच्या प्रसादाला जर दूर लोटलंत, तर शरीराचा अगदी काटा होईल बघा. या इन्सुलिननं कोणी मधुमेहाचा रोगी बरा झाल्याचं कधी ऐकलं आहेत का? मग! नवरादेखील यात आनंदी असायचा. इन्सुलीन घेतात, मग पर्वा कशासाठी करायची? घरी पोटभर जेवण आणि बाहेर हॉटेलात मित्रांना खायला घालण्याचा महाआनंद. असा सुखानं त्यांचा संसार चालला होता.

सत्येंद्रची बायको निरुपमा नावाप्रमाणेच निरुपमा. लक्ष्मीच्या मूर्तीसारखी फक्त रूपवान नाही तर आई अन्नपूर्णेसारखी सुगरण, स्वयंपाकात दक्ष आणि नवऱ्याचे नातेवाईक, मित्रमंडळी यांना जेवायला घालण्यात पटाईत.

पण देव वेळोवेळी परीक्षा घेत असतो. परीक्षेशिवाय कोणालाही जीवनातल्या सोपानावर उत्तीर्ण होता येत नाही. संसाराच्या परीक्षा तर वेगवेगळ्या पास-नापासमधून

जाता जाता शेवटी एक निकाल संसारी लोकांना भोगावा लागतो. माणसाचं शरीर हे रोगाचं घर आहे. म्हणून त्याला परीक्षेत नापास असं म्हणणं बरोबर नाही. देवांनीदेखील मर्त्यभूमीवर अवतार घेतले. त्यांनाही रोग-व्याधी होतात. त्यांनादेखील मृत्यू आहे. त्यामुळेच मुलांच्या तब्येती बिघडल्या, तर सत्यभामा जास्त काळजी करत नाहीत. वैद्य म्हणून त्या एकालाच ओळखतात, तो म्हणजे त्यांचा देव. देवाचं तीर्थ अंगावर शिंपडायच्या, देवाचा प्रसाद तोंडात घालायच्या; देवाचा अंगारा, कुंकू कपाळावर लावायच्या की झालं, मुलांची तब्येत एकदम ठीक व्हायची. आजार जर अगदीच हाताबाहेर जात असेल, तर डॉक्टरांना बोलावत असत. मुलांच्या तब्येतीसाठी वडिलांच्या कर्तव्यात ते कधीही हेळसांड करत नसत. पण मुलांच्या इतर काही घरातल्या अडचणी असल्या, तर त्याबाबतीत स्वत:चं डोकं घालण्यासाठी त्यांच्याकडे वेळ नसे. ती सगळी घरच्या बाईची कामं आहेत, असं त्यांचं मत होतं. ते एक यशस्वी व्यावसायिक. त्यांचं स्वत:चं साडीचं दुकान, कपड्याचं दुकान व औषधांचं दुकान आहे. ते जातीनं या सर्व कामांकडे लक्ष देत असल्यानं इतर कामासाठी त्यांच्याकडे वेळ कुठून असणार? संसारी जीवनात अशा अडचणी कधी कधी निर्माण होतात, की ज्या आयाच दूर करतात. पण सत्यभामा मात्र अशा अडचणी देवाला समर्पित करत. शेवटी देवानी काय केलं!

देवाकडे इतकं लक्ष न देता त्यांनी जर थोडं लक्ष आपल्या मुलांकडे दिलं असतं, तर बहुतेक आज सकाळी सकाळी या सुखी कुटुंबाच्या 'सत्यभामाकुंज'वर फक्त वज्रच नव्हे, त्याबरोबर आकाश कोसळलं नसतं, घरात पोलीस आले नसते. ज्या गोष्टीला त्या आजार न समजता नशिबाचे भोग समजत होत्या व त्यांच्या पतीनं ज्या आजारानं समाजात लाज वाटेल वा कलंक वाटेल, या भीतीनं मुलावर बरेच दिवस उपचार न करता ते लपवून ठेवलं, शेवटी त्याच आजारानं त्यांच्या जिवलग मुलाला मारून रस्त्यावर वाहवत आणलं. इतका चांगला विद्यार्थी, रामचंद्रासारखा मुलगा सत्येंद्र! जो स्वत: एक वैज्ञानिक. शेवटी त्यानं हे काय अविचारी कृत्य केलं. आता दोष कोणाला देणार सुरेंद्रबाबू? निरुपमाला अजिबात दोष देता येणार नाही. बायको म्हणून तिनं आपल्या नवऱ्याला बारा वर्षं सहन केलं. किती समजावलं. कोणाला न कळवता उपचार करवले आणि त्याचे अत्याचारदेखील सहन केले. तिच्या मनात एक आशा होती, की आपला नवरा बरा होईल. स्वर्णिमाचादेखील काय दोष? आठ वर्षांची निरागस मुलगी. रोज आजोबांच्या कुशीत झोपायची. आजीजवळ झोपून पऱ्यांच्या गोष्टी ऐकत, निद्रादेवीच्या जादूच्या कांडीच्या स्पर्शानं स्वप्न बघण्याचं भाग्य नातवंडांच नव्हतं. देवांचा पोशाख रात्री बदलून, भजन वगैरे म्हणून, नमस्कार करून, सगळ्या मागण्या करून आजी झोपायला आली, की रात्र अशी किती बाकी असायची? परत सकाळी सुरू होई देवाचं काम. आजीचा

शंखनाद आणि घंटेच्या आवाजानं सारं घर जागं होत असे. धन्य ती धर्मपरायण बाई. आसपासचे सगळे नेहमी हेच म्हणत असत.

मुलाचा तो न समजणारा रोग कळल्यापासून तर आईचा पूजेचा वेळ वाढला होता. हा रोग त्याला कॉलेजच्या पहिल्या वर्षापासूनच जडला होता. त्याच्यात जी सगळी लक्षणं दिसून येत होती, त्यावरून हा काही रोग आहे असं कोण म्हणणार होतं? म्हणून सत्यभामांनी ज्योतिषाला बोलावून आपल्या मुलाची पत्रिका दाखवली. त्यावरून त्यांना हे समजलं, की ग्रहांच्या वक्रदृष्टीबरोबरच त्याला शनीदशा आहे. ग्रहशांती केली, की सगळा दोष जाईल आणि सत्येंद्र बरा होईल. काही दिवस ग्रहशांतीसाठी घरात मोठ्या प्रमाणावर समारंभासारख्या पूजा, होम, यज्ञ इत्यादी चालू होतं. साधू-संन्याशांचे पाय घराला लागले. पण ग्रहशांती, पूजा वगैरे केलेली कर्मकांडं, सगळं काही रोगाच्या त्रासापेक्षा अधिक होतं. रोग कमी होण्याऐवजी वाढतच गेला.

तो स्वत: एक वैज्ञानिक होता, तरी त्याला पहिल्यापासून संशय असायचा, की या जगात सारे त्याचे शत्रू आहेत. इतकंच नाही, तर आई-वडील, बायको, भावंडं, आसपासचे शेजारी आणि सरकारदेखील त्याला त्याचे शत्रू वाटत. त्याला सतत वाटे, की म्हणूनच सगळ्या वाईट ठिकाणी त्याची नेमणूक होते, की जिथे मलेरिया, कावीळ, मॅनेंजायटीस, तंत्रमंत्र; जणू काही तांत्रिक त्याची वाट बघत असायचे. म्हणूनच त्याला चक्कर यायची. चोहीकडे अंधार दिसायचा. त्याच्या अन्नात कोणीतरी विषप्रयोग करीत असेल, असं वाटून त्याला अशक्त वाटायचं. ऑफिसमध्ये झोप यायची, त्याच्या कामावर साहेब संतुष्ट नसायचे. त्याचे हात-पाय गळून जायचे. फक्त तेवढंच नाही, तर तुला मारून टाकू, गच्चीवरून ढकलून देऊ, सुरा भोसकू, कुऱ्हाडीनं तुकडे तुकडे करू अशी धमकीची वाक्यं त्याला कानापाशी ऐकू येत. बघायला गेलं, तर जवळ कोणीच नसायचं. हे सगळे शब्द म्हणजे त्याचे शत्रू इथरतरंगात पाठवतात. त्याच्यासमोर कोणी नसलं, तरी त्याचे शत्रू जसं काही कोणी नातेवाईक वा कुटुंबीय,अवाढव्य भूत-प्रेताचं रूप घेऊन त्याला मारून टाकण्याची धमकी देत. कधी कधी कोणीतरी त्याच्या कानापाशी येऊन सांगे, जा गच्चीवरून उडी मार, गळ्याला फास लावून घे वगैरे..वगैरे... रात्री झोप यायची नाही. डोळे मिटले रे मिटले, की खूप भयंकर आकार दिसत व त्यांच्या भयंकर आवाजानं त्याच्या हृदयाचा थरकाप होई. तो बायकोला झोपू देत नसे व मुलांकडे टकमक बघत राही. तीदेखील त्याला कधी कधी पूर्वजन्मीचे शत्रू वाटत. हळूहळू त्यानं मुलांना आपल्यापासून दूर केलं. ती आपल्या आजोबांजवळ झोपायला लागली. पतिव्रता निरुपमा आपल्या नवऱ्यापासून दूर राहायला तयार नव्हती. नवऱ्याला तिच्याबद्दल असलेला संशय आणि मनाला त्रास देणारी त्याची वागणूक,

असं असूनही आपलं प्रेम, माया आणि सोशिकपणा याच्या जोरावर त्याला बरं करण्याचा ती प्रयत्न करत असे. रात्रभर त्याला समजावत राही. जिवाभावानं त्याची काळजी घेई. ही सारी लक्षणं त्याच्या कॉलेजच्या पहिल्या वर्षांपासून असूनही तो एक हुशार विद्यार्थी होता. पण वयाबरोबरच ही लक्षणं वाढत गेली आणि त्याच्या वैवाहिक आयुष्याला ग्रहण लागलं.

नातेवाइकांकडे जायचं आहे, असं सांगून त्याच्या नकळत त्याला एका मानसोपचार तज्ज्ञांकडे घेऊन गेली. नवऱ्याला तिनं सांगितलं, ‘‘हे माझ्या मावशीचे यजमान आहेत. ते कधीही तुमचे शत्रू होऊ शकणार नाहीत. ज्याप्रमाणे ते मला मुलीसारखं समजतात, तुम्हीही त्यांना आवडाल, आणि तुमच्या समस्येचं ते निराकरण करू शकतील.’’ तो डॉक्टरांकडे बघत राहिला. ते त्याला भयंकर वाटले नाहीत, पण त्याच्याहून सुंदर दिसले. स्वर्गातील गंधर्व मायावी रूप घेऊन या घरात राहतो आहे व त्याच्या बायकोबरोबर यांचा काहीतरी गुप्त संबंध आहे, अशी त्याची दृढ समजूत झाली. त्यानं डॉक्टरांना सरळ प्रश्न केला, ‘‘तुम्ही माझ्या रोगाच्या बाबतीत सगळ्या गोष्टी निरुपमाला का विचारतात आणि सारखं तिच्याकडेच का बघत आहात? उलट जे विचारायचं आहे, ते मलाच विचारलं तर जास्त चांगलं होईल.’’ त्याच्या या काही तथ्य नसलेल्या बोलण्यावर डॉक्टर अजिबात चिडले नाहीत. मानसिक रोग्यांचं अशा प्रकारचं बोलणं ऐकण्याची त्यांना सवय होती. दररोज असे कितीतरी आरोप त्यांना ऐकायला मिळत. निरुपमाला आतल्या खोलीत नेऊन त्यांनी सांगितलं, की सत्येंद्र एक भयंकर मानसिक रोगी आहे. जो सहजी बरा होण्यातला नाही. पण योग्य उपचार केले तर तो आपलं रोजचं जीवन चांगल्या प्रकारे जगू शकेल आणि नोकरीत वरच्या जागादेखील मिळवेल. बरेच प्रसिद्ध वैज्ञानिक, लेखक, तत्त्वज्ञानी, अध्यापक या रोगानं पछाडलेले असूनही ते त्यांच्या क्षेत्रात खूप नावाजलेले असतात. त्यांची प्रतिभा असाधारण असते. नोबेल पुरस्कार मिळालेल्या काही व्यक्तींनादेखील या रोगानं पछाडलेलं होतं. गणितात नोबेल मिळवणाऱ्या जॉन नास यांचं आत्मचरित्र ‘द ब्युटीफुल माईंड’ त्यांनी निरुपमाला वाचायला सांगितलं. त्यांनी तिला हेदेखील सांगितलं, ‘एकमात्र निरुपमाच आपल्या नवऱ्याला रोजचं जीवन जगायला मदत करू शकेल. रोगाच्या लक्षणांमुळे तो निरुपमावर संशय घेत असला तरी तिला शत्रू मानत नाही. त्याचं तिच्यावर जिवापाड प्रेम आहे. म्हणून तीच फक्त त्याला औषध घ्यायला लावू शकेल.’ डॉक्टरांशी विचारविनिमय करून औषध घेऊन घरी परत पोहोचल्यावर सत्येंद्रनं प्रचंड गोंधळ घातला.‘‘इतकावेळ तू त्या डॉक्टरांशी काय बोलत होतीस, ते सांग.’’ ‘‘काही नाही, ते माझे आई-वडील, आमच्या भावंडाबद्दल विचारत होते. आपल्या मुलांबद्दल त्यांनी विचारलं. तुमच्यासाठीदेखील त्यांनी औषध दिलं आहे. तुम्हाला तर माहीत

आहे, की ते या सर्व रोगांवर उपचार करतात ....'' इतकं ती बोलली मात्र तो एकदम खवळून उठला. मोठ्यानं ओरडून त्यानं विचारलं, ''मी काय वेडा झालो आहे का? का मानसिक रोगी? खरी गोष्ट अशी आहे, की माझ्यापासून लपवून त्या डॉक्टरबरोबर तुला काही बोलायचं होतं. त्यांच्याबरोबर जे काही बोलायचं होतं, त्यात माझ्या उपस्थितीची काही अडचण तर नव्हती. मग त्यांनी तुला आत का बोलावून घेतलं? त्या डॉक्टरची वर्तणूक चांगली नाही.'' तुझ्याकडे तो जसा बघत होता, त्यावरूनच मी समजलो, की त्याचा हेतू चांगला नाही. तूदेखील ... 'निरुपमानं लागलीच विरोध केला आणि आपल्या नवऱ्याला रोगमुक्त करायचंच, असा स्वत:शी दृढ निश्चय केला. त्यासाठी धैर्याची आवश्यकता होती. लग्नाच्या अगदी पहिल्या रात्रीपासूनच सत्येंद्रच्या विचित्र वागण्यामुळे तिनं शारीरिक आणि मानसिक यातना भोगल्या होत्या. कोणालाही काही सांगितलं नव्हतं. तिला हे ठाऊक होतं, की मुलींना आपलं दुर्भाग्य एका लोखंडाच्या पेटीत बंद करून वर कुलूप लावावं लागतं. दुःखी संसाराला सगळ्यांच्या नजरेआड ठेवून भोगावं लागतं. बारा वर्षं झाली ती भोगतेच आहे. तरीदेखील तिचं त्याच्यावर जिवापाड प्रेम आहे. सत्येंद्र एक चांगला चारित्र्यवान माणूस! कधी कधी तो अगदी देवासारखा वागत असे. पण ज्या वेळी त्याचा रोग बळावत असे, तो राक्षस होत असे. कितीतरी वेळा तो आपल्या बायकोचा व मुलीचा गळा दाबे आणि पुढच्याच क्षणी त्यातून शांत होऊन स्वत:चं डोकं भिंतीवर आपटून स्वत:लाच शिक्षा करून घेई, ही गोष्ट निरुपमाने कधीही उघड केली नाही. सत्येंद्रला काय त्रास होतो आहे, हे जसं कोणाला समजत नसे; तसंच तिला काय कष्ट भोगावे लागतात हेदेखील कोणाला कळत नसे. पण आता नाही. सासू-सासऱ्यांना हे कळवायलाच हवं. त्यांनी स्वत:च्या मुलाचा मानसिक रोग लपवून लग्न केलं आहे, हे तिच्या आता लक्षात येतं आहे. एखादे वेळी त्यांना, आपल्या मुलाचं चमत्कारिक वागणं हा मानसिक रोग आहे, असं वाटलं नसेल. म्हणून आधी डॉक्टरांकडे नेलं नसावं. आपल्या समाजात साधा ताप आला, तरी मुलांना तज्ज्ञांकडे घेऊन जातात. पण मुलाचं वागणं चमत्कारिक दिसलं तर मानसोपचार तज्ज्ञांकडे नेत नाहीत. कारण सामाजिक कलंकाचा ठपका कुटुंबावर आणि रोग्याच्या मुलांवर पडण्याची भीती असते. याच मूर्खपणामुळे सत्येंद्रचा रोग आज इतक्या भयंकर अवस्थेला येऊन पोहोचला होता.

सगळ्या गोष्टी सांगितल्यावरसुद्धा, आपला मुलगा गेली अनेक वर्षं एक भयंकर मानसिक रोग भोगतो आहे, हे मानायला सासू तयार नव्हती. सुरुवातीला सासरेदेखील मानत नव्हते. ते म्हणाले, ''सत्येंद्र तर नेहमी वर्गात पहिला यायचा. इतक्या मोठ्या नोकरीसाठी इंटरव्ह्यू देऊन उत्तीर्ण झाला होता. नोकरीत त्यानं चांगलं नाव कमावलं होतं. जर कॉलेजच्या पहिल्याच वर्षात त्याला हा रोग जडला होता,

तर इतका चांगला विद्यार्थी तो कसा झाला असता? अर्थात त्यानंतर काय झालं माहीत नाही, नोकरीच्या ठिकाणी पक्षपात होतो असा आरोप करून पहिल्यांदा सुटीवर आला. तो सुटीवर असताना त्याची बदली केली म्हणून कोणालाही न कळवता त्यानं राजीनामा दिला. त्याच्या आधी त्यानं दोन/तीन नोकऱ्या धरल्या आणि सोडल्या. यावरून त्याला मानसिक रोगी ठरवणं कितपत बरोबर आहे? तू आम्हाला न कळवता त्याला डॉक्टरांकडे का घेऊन गेलीस? मी त्यांच्याबरोबर आधी बोलतो, मग तू त्याला त्यांनी सांगितलेलं औषध दे. कधी कधी मानसोपचारतज्ज्ञ अगदी किरकोळ विचित्र वागण्यालादेखील रोग समजून, उपचार करतात. त्या उपचारानंच त्या माणसाचं डोकं बिघडतं.''

आता सत्येंद्रचं असं म्हणणं आहे, की त्याच्या वैज्ञानिक प्रतिभेचा सगळे हेवा करतात. त्यानं लावलेल्या नवीन शोधांची चोरी करून दोन/तीन वैज्ञानिकांनी यामध्ये नोबेल पुरस्कारदेखील मिळवले. अर्थात या सगळ्याचा तो काही पुरावा देऊ शकत नाही. बंद दाराआड तो आपल्या बायकोबरोबर जी काही चर्चा करे, ती बाहेर चव्हाट्यावर सगळे ऐकू शकत असतील, अशी त्याची समजूत होती. बायको जरा मोठ्या आवाजात बोलली, तर तिला तो थांबवत असे. आता त्याची हत्या करण्याचं षडयंत्र सगळे जण रचत आहेत, म्हणून तो भयभीत होऊन जातो. आणि म्हणूनच त्यानं नोकरी सोडली असं तो म्हणतो.

खूप दिवस झाले तो घरीच होता. त्याच्या वडिलांनी त्याला औषधाच्या दुकानात बसायला सांगितलं. ते दुकानही जरा तोट्यात चाललं होतं. त्यांनी मुलाला समजावलं, की त्यानं औषधाच्या दुकानात काम केलं, की तो कोणाच्या अधीन राहणार नाही. तोच मालक. म्हणजे बदली होण्याचा प्रश्नच उरणार नाही. तो वैज्ञानिक असल्यानं औषध दुकानाबरोबर एक डायग्नोस्टिक सेंटरदेखील सुरू करू शकतो. त्यासाठी पैशाची कमतरता नाही. त्यात सत्येंद्रला अपमान झाल्यासारखं वाटलं. तो म्हणाला, ''काही दिवस मी घरी बसलो म्हणून सगळ्यांना ओझं वाटायला लागलो. सगळे म्हणतात दुकानात बस. माझी बायकोदेखील म्हणते, की स्वतःचं दुकान स्वतः सांभाळणं यात लाज वाटायचं काही कारण नाही. म्हणजेच तिलादेखील कमावणारा नवरा हवा आहे. जर कमाई नाही तर प्रेम नाही. सगळं जग स्वार्थी. सगळ्यांनी माझ्याशी शत्रुता ठेवली नसती, तर मी मोठा वैज्ञानिक होऊ शकलो असतो. आणि आता मला सांगता आहात, की मी दुकानदार बनून औषधं विकावी? माझा मान-सन्मान म्हणून काही आहे का नाही?'' सुरेंद्रबाबूंना धक्का बसला. तरीही मुलाच्या पाठीवर हात फिरवून ते म्हणाले, ''अरे सत्य! तुझा बाप तर एक दुकानदार आहे. तुझा धाकटा भाऊदेखील दुकानदार आहे. आम्हाला काय मान-सन्मान नाही? समाजात आम्हाला कोणी कमी लेखतं का? तू असा का विचार

करतो आहेस? हे तर व्यवसायाचं युग आहे. तुझी इच्छा असेल, तर तुझ्यासाठी मी एक प्रयोगशाळा उघडून देऊ शकतो. तिथे बसून संशोधन कर आणि नवीन नवीन शोध लाव. बेरोजगार तरुणांची नेमणूक कर. हा तर खूप सन्मानजनक व्यवसाय आहे. काय मग आहेस तयार?'' त्यावर तक्रारवजा स्वरात तो म्हणाला, ''याचा अर्थ मला काही ना काही काम करायलाच हवं. नाही केलं, तर या घरात मला काही स्थान नाही. एकवेळचं खायलादेखील मिळणार नाही. मग हे घर सोडून मी कुठेतरी निघून जातो. या पृथ्वीवर राहण्यासाठी जागेचा अभाव नाही. अभाव आहे तो फक्त प्रेम, माया आणि विश्वासाचा. खरोखर कुठे मी जाणार? सगळीकडे तर माझे शत्रू माझी हत्या करण्याची वाट बघत बसले आहेत.''

वडिलांनी मान्य केलं, की सत्येंद्र मानसिक रोगी आहे व त्याला उपचाराची गरज आहे. पण उपचार अत्यंत गुप्तपणे करणं योग्य होईल. पण आई सत्यभामा मात्र, शेवटपर्यंत आपला मुलगा रोगी आहे, हे मानायला तयार झाली नाही. त्यांची पूजा आणि ग्रहशांतीची कर्मकांडं वाढतच गेली. साधू-संन्याशांचा ओघ घरी सुरू झाला. त्यांच्या अतिथ्यात सारं घर गर्क झालं. त्या अगदी प्रसन्न झाल्या. आता त्यांच्या मुलाचा ग्रहदोष नाहीसा होईल. तो डॉक्टर इतका माणसंमारू,की निरुपमाला सांगत होता, सत्येंद्रचा रोग त्याला आत्महत्या करायला प्रेरित करेल किंवा त्याला जी व्यक्ती खूप आवडते, त्या व्यक्तीला मारून टाकेल. सत्यभामांची तर इच्छा होती, की त्या डॉक्टरच्या नावानं पोलिसात तक्रार करावी, की हा आमच्या सुखी संसाराला मोडण्यासाठी कारस्थान रचतो आहे. अशी कितीतरी घरं त्यानं मोडली असतील. डॉक्टरांच्या दवाखान्यासमोर रोग्यांना घेऊन येणाऱ्या गाड्या-मोटारींची ही गर्दी असते. साऱ्या जगातील लोक वेडे, एकटा हा डॉक्टर काय तो शहाणा! पण त्या काही डॉक्टरकडे गेल्या नाहीत. कारण त्यांच्या पतीचा हळूहळू डॉक्टरवर विश्वास बसत गेला आणि सत्येंद्रचे उपचार अत्यंत गुप्तपणे चालू ठेव, असं त्यांनी निरुपमाला सांगितलं. त्यानंतर त्याचे उपचार तसेच गुप्तपणे सुरू झाले. डॉक्टर म्हणाले, ''सत्येंद्रचं विचित्र वागणं लक्षात आल्याबरोबर डॉक्टरांचा सल्ला घेतला असता, तर खूप चांगलं झालं असतं. शारीरिक रोगाप्रमाणेच मानसिक रोग असतो, याचा सहजपणे स्वीकार न करण्याची मानसिकता आपल्या देशात आहे, ती फार दुःखदायक आहे. या कारणामुळे कुटुंबात किती दुःखदायक घटना घडतात, हे जेव्हा रोगाचं प्रमाण खूप वाढतं, तेव्हाच सगळ्यांना माहीत होतं. पण त्या वेळी आपल्या प्रिय माणसाला त्यातून सोडवून आणता येत नाही.'' त्या दिवशीची ती हृदयविदारक, दुःखदायक घटना, जी अगदी गुप्तपणे घडली; ती विजेच्या वेगानं सगळीकडे पसरली आणि डॉक्टरांचं म्हणणं सिद्ध करून गेली.

ही घटना घडायच्या अगोदर सत्येंद्रचा रोग वाढण्याचं नक्की काहीतरी कारण

होतं. त्याच्या वडिलांनी औषधाचं दुकान विकायचं ठरवलं होतं. कारण, ज्या जवळच्या माणसावर त्यांनी दुकानाची जबाबदारी दिली होती, तो माणूस सगळा पैसा गोळा करून सुरेंद्रबाबूंना बुडवून गेला होता. त्या वेळी निरुपमानं सासऱ्यांना विनंती केली की ती दुकानात बसेल आणि दुकान लवकर पूर्ववत करेल. नुकसानदेखील भरुन काढेल. तिच्या नवऱ्याचा याला तीव्र विरोध होता. मोठ्या धैर्यानं तिनं आपल्या नवऱ्याला समजावलं, की मुलांच्या भविष्यासाठी आई-वडिलांपैकी एकाला आर्थिकदृष्ट्या आत्मनिर्भर होणं जरुरीचं आहे. एकत्र कुटुंबात सासऱ्यांच्या कमाईवर अवलंबून राहिलं, तर पुढे अनेक समस्यांना तोंड द्यावं लागेल. सासऱ्यांनाही तिनं असंच समजावलं व ते तयार झाले. सासूला समजावू शकली नव्हती. त्यांनीही सगळं देवाच्या हवाली सोडून दिलं होतं.

निरुपमा नवऱ्याची, मुलांची देखभाल करून, सासऱ्यांना त्यांची औषधं देऊन, स्वयंपाक काय करायचा त्याची सूचना देऊन, मग ऑफिसमध्ये निघाल्यासारखी दुकानात जायला लागली. एका आठवड्यातच जुनी गिऱ्हाईकं दुकानात परत यायला लागली. ग्राहकांची गर्दी वाढायला लागली. आपल्या सुनेत असाधारण हिंमत व आत्मविश्वास आहे, जो तिला सर्व बाजूंनी आत्मनिर्भर करेल, हे सुरेंद्रबाबूंच्या पंधरा दिवसांतच लक्षात आलं. सत्येंद्रचा काय भरवसा? आणि त्यांचेही आणखी किती दिवस होते. तरुण वयात जडलेल्या मधुमेहाला घेऊन त्यांनी सत्तरी गाठली होती. मुलाच्या या रोगामुळे त्यांचा आत्मविश्वासदेखील कमी झाला होता. आणखी जास्त दिवस आपण राहणार नाही, हे त्यांच्या लक्षात आलं होतं. तरीही त्यांच्या चेहऱ्यावरचा स्वाभाविक प्रसन्न भाव आणि सगळ्यांच्या कल्याणाची भावना तशीच कायम होती. सत्यभामा रोज मुलासाठी व नवऱ्यासाठी महामृत्युंजय मंत्राचा जप करत होत्या. म्हणून त्यांच्या मनाला कसली काळजी नव्हती.

नवऱ्याला औषध आणि इंजेक्शन देणं, हे निरुपमासाठी काही सोपं काम नव्हतं. त्यासाठी तिला दिवसरात्र झगडावं लागत होतं. त्यामुळेच त्याचं औषध आणि इंजेक्शन नियमित दिलं जात नव्हतं. परिणामी तो कधी कधी खूपच भयंकर वागत असे. त्याला काही दिवस दवाखान्यात ठेवून त्याच्यावर उपचार करावेत, असं डॉक्टरांचं म्हणणं पडलं. निरुपमाला हे म्हणणं पटलं नव्हतं. तिचे सासरेदेखील याच्या विरुद्ध होते. त्याला दवाखान्यात ठेवणं म्हणजे तो वेडा आहे, हे सगळ्यांना जाहीर करणं होतं. तिलादेखील हे नको होतं. ही गोष्ट आपल्या समाजात कोणालाच नको असते. निरुपमा अगदी प्राणपणानं प्रयत्न करून नवऱ्याला जेवणात औषध मिसळून उपचार करत होती. कधी कधी तिला आपणच वेडे होऊ की काय असं वाटत असे. या रोगाची लागण होते का काय? असा संशयही तिला वेळोवेळी यायला लागला.

औषधाच्या दुकानातील वाढती गर्दी बघून सत्येंद्र आक्रमक व्हायला लागला. दुकानात जायच्या अगोदर बायको हलकीशी लिपस्टिक का लावते? इस्त्रीची साडी नेसून पायापासून डोक्यापर्यंत आरशात स्वत:ला निरखून मुग्ध का होते? दुकानाची खरेदी-विक्री अचानक का वाढली? हे सगळं काय निरुपमाला बघण्यासाठी?

त्यादिवशी का कुणास ठाऊक पण आजोबांच्या कुशीत झोपलेल्या आपल्या मुलीला, स्वर्णिमाला सत्येंद्र उचलून घेऊन गेला. भाऊ-बहीण दोघे जण आजोबांच्या दोन्ही बाजूला त्यांच्या गळ्यात हात घालून झाडांच्या फांद्यांप्रमाणे ऐसपैस झोपले होते. तिला उचलून नेत असताना तिची झोप मोडली व तिने आजोबांच्या गळ्याला घट्ट धरून ठेवलं. ती कळवळून ओरडली, ''मी बाबांजवळ झोपणार नाही आजोबा, मला भीती वाटते. मागे एकदा त्यांनी मला असंच उचलून नेऊन स्वत:जवळ झोपवलं आणि खोकल्याच्या औषधाची बाटली माझं तोंड उघडून ओतली. आजदेखील तसंच काहीतरी करतील! मला तुम्ही सोडू नका, आजोबा.'' आजोबांनीही त्याला समजावलं, ''अरे ती नाही म्हणते आहे, तर तिला जबरदस्तीनं अर्ध्या रात्री का घेऊन जात आहेस?'' सत्येंद्र सहजपणे म्हणाला, ''तिची ही सवय मोडायला हवी. ती आता मोठी होतं आहे.'' दररोज तिनं तुमच्याजवळ झोपणं बरोबर आहे का? आता तिनं तिच्या आईजवळ झोपायला हवं. मुलींच्यासाठी अनेक नियम आहेत, ज्यांचं त्या उल्लंघन करतात आणि त्यामुळे समाज विनाशाकडे जातो आहे. तुम्हाला काय वाटतं, की निरुपमानं तिच्या बुद्धीच्या बळावर दुकानात फायदा कमवायला सुरुवात केली आहे? सगळ्याच्या मुळाशी तिचं सुंदर रूप आहे. मी सांगून ठेवतो, त्यामुळे काही अघटित घडलं तर त्यासाठी तुम्ही जबाबदार असाल. ती आता माझ्या सांगण्यानुसार वागायला तयार नाही. मुलीला मी आता माझ्या मताप्रमाणे घडवणार. शुभमची जबाबदारी तुमची.'' एखाद्या राक्षसासारखा तो आजोबांच्या मिठीतून मुलीला झोपायच्या खोलीत ओढत घेऊन गेला. खोलीचा दरवाजा बंद झाला. दिवसभराच्या ओढाताणीमुळे दमलेली निरुपमा झोपली होती. आपला मुलगा आता नीट वागायला लागला आहे, अशी त्यांनी आपल्या मनाची समजूत घातली. बाप असल्याची आपल्या मुलाला जाणीव झाली आहे, असं त्यांना वाटलं. मुलांवर नजर ठेवतो आहे. पण मग शुभमला न नेता फक्त स्वर्णिमाला का नेलं? बहुतेक मुलीवर जास्त लक्ष ठेवायला हवं, हा समाजाचाच नियम आहे. मुलगा जरा इकडे-तिकडे झाला तरी चालेल, पण मुलगी वेगळ्या वाटेला गेली तर बापाचं नाव वाईट होईल. तो इतका विचार करतो आहे, हेही एक प्रकारे चांगलंच आहे. देव बहुतेक सत्यभामांची हाक ऐकतो आहे आणि तो सत्येंद्रला बरा करेल. या विचारानं त्यांना रोजच्यासारखीच गाढ झोप लागली.

अगदी त्याच रात्री सत्येंद्रनं आपल्या वागण्याची परिसीमा गाठली. सुरेंद्रबाबू,

त्यांच्याबरोबर रोज सकाळी फिरायला जाणारे मित्र, आनंदबाबूंच्या बरोबर फिरून घरी परतले. बघितलं की निरुपमा अजून उठली नव्हती. त्यांचं इन्सुलीन टेबलावर ठेवलेलं नव्हतं. रोज यावेळपावेतो निरुपमा सकाळची सगळी कामं उरकून त्यांना इन्सुलीन द्यायला तयार असायची. त्यानंतर दोन्ही मित्रांना चहा देत असे. आनंदबाबू चहा पिऊन मग स्वत:च्या घरी जात असत. बागेतील सकाळच्या फुलासारखा निरुपमाचा तजेलदार चेहरा दोन्ही मित्रांना रोज टवटवीत करत असे. इतकं दु:ख सहन करूनही आपली सून इतकी ताजीतवानी कशी दिसते, याचं त्यांना आश्चर्य वाटायचं आणि त्याबद्दल ते देवाचे आभार मानायचे. आपल्या कर्तव्यात कधीही कसूर न करणाऱ्या निरुपमाच्या दिनचर्येत आज हा फरक कशामुळे? ती अजूनपर्यंत का झोपून आहे, या शंकेनं ते अस्वस्थ झाले. आपल्या मुलाला व सुनेला त्यांनी जोरजोरात हाका मारल्या. नातीलादेखील जोरानं हाका मारल्या.

आतून सत्येंद्रचं एक वाक्य कानावर पडलं, "बाबा, तुम्ही रागावणार तर नाही?" त्यांच्या पायाखालची जमीन सरकल्याचा भास त्यांना झाला. त्यानं असं काय केलं आहे, की ते त्याच्यावर रागावतील? आणखी जोरात दरवाजा आपटून ते म्हणाले, "आधी दार उघड, नाही तर दरवाजा फोडीन." त्याच वेळी दरवाजा उघडला गेला. त्यांच्या डोळ्यासमोर बघता बघता त्यांच्या मुलानं स्वत:च्या गळ्यावर धारदार सुरी चालवली आणि मागच्यामागे खाली पडला. वडिलांच्या डोळ्यांसमोर प्राणप्रिय सत्येंद्रनं तडफडत आपले प्राण सोडले. त्या वेळी कॉटवर स्वर्णिमाचं प्राणहीन शरीर पडलं होतं. खाली निष्प्राण निरुपमाचा देह पडला होता. पोलीस म्हणाले, सत्येंद्रनं आधी दोघींचे गळे दाबले होते व नंतर त्यांना विषाचं इंजेक्शन दिलं होतं. त्यांच्या शेजारी विषाचं इंजेक्शन व सिरींज सापडली होती.

देवघरातून आता शंखध्वनी ऐकू येत नव्हता, तिथे महामृत्युंजय जप ऐकू येत नव्हता. आता तिथे, मुलांना बाजूला सारून त्यांची देखरेख न करता देवाची अगदी एकचित्तानं भक्तीभावपूर्ण पूजा करणाऱ्या असहाय आईचा करुण विलाप आणि मध्ये मध्ये देवाचा केलेला उद्धार ऐकू येत होता.

कुठून कोणास ठाऊक, अचानक शून्यातून यावा तसा एक साधू तिथे आला. हे कोणी त्याला ओळखत नव्हतं. आरोप केल्याच्या स्वरात सत्यभामा त्या साधूला म्हणाल्या, "महाराज! नवरा, मुलं-बाळं यांना दुसऱ्यावर सोपवून, देवालाच सर्वस्व मानून दिवस-रात्र निष्ठेनं केलेल्या देवाच्या पूजेचं काय हे फळ? पूजेच्या बाबतीत जरासुद्धा कमी जास्त या घरात झालं नाही. देव माझा असा शत्रू का झाला?"

शांत स्वरात साधू म्हणाला, "देव कोणाचाही मित्र अथवा शत्रू नाही. देवपूजेचा खरा अर्थ न समजून त्याला नावं ठेवणं महापाप आहे. आता आणखी पाप करू नका."

■

। सोळा ।

उत्तम गणित

दिशांत!

कुठे आहेस तू? जिथेही असशील, सुखात राहा.

त्या दिवशी जो निरोप घेतला, त्यानंतर परत भेट नाही ... काही बातमी नाही की पत्ता नाही.

यामध्ये कित्येक श्रावण जमिनीला भिजवून गेले........ कित्येक वैशाख आपल्या रखरखत्या उन्हानं झाडा-फांद्यांच्या शामल स्वप्नांना जाळून गेले. सगळंच सहन करावं लागतं. जीवनात प्रत्येक ऋतूचं महत्त्व आहे, माधुर्यदेखील आहे. सामान्य माणसाकडे यावर काय उपाय असतो? पण तू तर असाधारण होतास. बुद्धी, आचरण, व्यक्तित्व सगळ्यातच असामान्य मुलगा होतास. हे फक्त माझं नाही, तर सगळ्याच शिक्षक व शिक्षिकांचं मत होतं. तू गेल्यानंतर खूप चांगले विद्यार्थी आले. पण तुझ्यासारखा असामान्य विद्यार्थी आला नाही. तुला फक्त मीच नव्हे, तर कोणीच विसरलं नाहीये. येणाऱ्या विद्यार्थी मुलांसाठी तू एक आदर्श विद्यार्थी बनला आहेस. पण किती सहजपणे तू शाळा आणि सर्व शिक्षकांना विसरलास, याचं आश्चर्य वाटतयं. किती वर्षं उलटून गेली. थोडीच वर्षं बाकी आहेत, ज्यात गणितीय चूक काहीच नाही.

तू ... तू दिशांत! शतायू हो. हाच आशीर्वाद मी रोज देत असते. तू बारावीत असताना माझ्या नोकरीची आठ-दहा वर्षं झालेली होती. गणितातील सगळ्या परीक्षा देऊन मी डॉक्टरेट करत होते. नोकरीदेखील शहरातल्या सगळ्यात नामवंत ज्युनिअर कॉलेजमध्ये मिळाली होती. तुला मी फक्त तीन वर्षं शिकवलं होतं. दहावीपासून बारावीपर्यंत.

ॲडमिशनची जबाबदारी माझ्यावर असल्यानं, तुझं वय समजलं, की तू पंधरा वर्षांचा. त्या वेळी माझं वय होतं बत्तीस वर्षं. पण तुझ्या वयाच्या मानानं तू पोक्त होतास.

वर्गातील सगळ्या मुलांमध्ये तू एक चांगला विद्यार्थी व चांगला मुलगा होतास. म्हणून तू माझा प्रिय विद्यार्थी होतास, असं तुला वाटत असावं. बाकी इतरांनादेखील तसंच वाटायचं. पण सगळेच विद्यार्थी मला प्रिय होते. नापास होणाऱ्या मुलांना पास करणं, गणिताची भीती असणाऱ्या विद्यार्थ्यांना गणिताच्या प्रेमात पाडणं हीच माझी सहज प्रवृत्ती होती. त्यामुळे सगळ्या वर्गातील सर्व विद्यार्थ्यांना वाटायचं, की तेच माझे प्रिय विद्यार्थी आहेत. आज विचार केला, की मला आनंद होतो, गणिताच्या प्रेमात पडता पडता मुलं माझ्या प्रेमात पडत होती. दरवर्षी मुलांचा निरोप समारंभ म्हणजे एक विरहपर्व असायचं. न रडताही मला रडण्यापेक्षा जास्त त्रास व्हायचा. मी गणिताची शिक्षिका असून रडणं हे शोभा देत नाही, या विचारानं मी कठोर बनायची. मुलं आईचा निरोप घेत आहेत, असं मी अनुभवायची. मला त्यांच्या पाठीवर हात फिरवून, त्यांच्या कपाळाचं चुंबन घेऊन त्यांना निरोप देण्याची सवय झाली होती. त्या दिवशी मुलांच्या अश्रूंनी माझे ओठ खारट होत असत.

पण मला माहीत नाही, की तुझ्या निरोप समारंभाच्या वेळी माझ्या मनात इतकं काही काहूर का उठलं होतं? फक्त तू एक चांगला विद्यार्थी, चांगला मुलगा म्हणून तुझ्यासाठी हे एक स्वतंत्र आवडणं?

माझ्या शिक्षकी जीवनातील तू एक स्वतंत्र अनुभूती नव्हतास, तर माझ्या शिकवण्याच्या इतिहासातील एक सूक्ष्म अव्यक्त उपलब्धी होतास. तुझ्यात एक दिव्य अनुभव होता...ज्यानं तुला इतर सगळ्यांपेक्षा वेगळं केलं होतं.

तू तर गणितात कविता लिहीत होतास, श्वासात गोष्ट सांगत होतास, ओठांनी दुःखाचं चित्र काढत होतास, शांततेत शब्दांचं पुष्पगीत गात होतास. तू एक आश्चर्य होतास दिशांत. फक्त मलाच नव्हे, तर तू सगळ्याच शिक्षकांना भारावून ठेवलं होतस. विशेष करून मला. कारण इतर सर्व विषयांत तू चांगला होतासच, पण गणितात तू विलक्षण होतास. कधी कधी गणितातल्या एखाद्या अवघड उदाहरणाला तू खूप सरळ आणि सहजपणे सोडवून, मला आश्चर्यचकित करायचास. मला वाटत असे, की गणिताच्या तासाला तू शिक्षक व्हावं आणि मी विद्यार्थिनी. भविष्यात तू एक मोठा गणितज्ञ होशील व नवीन तत्त्व शोधून काढशील, असं मी एकदा तुझी वही बघता बघता म्हणाले होते.

तू अगदी एखाद्या मोठ्या माणसासारखा म्हणाला होतास, ''गणिताच्या जुन्या सूत्रांमध्ये कितीतरी नवी सूत्रं लपून आहेत. मी त्यांचाच शोध घेतो आहे, मॅडम ...''

लहान मुलगा होतास तू, पण गोष्टी अगदी मोठ्या माणसांसारख्या करत होतास.

त्यामुळेच फक्त माझ्या नाही तर सर्व शिक्षकांच्या नजरेत तू भरला होतास.

गणिताच्या तासाला तू अन्यमनस्क राहत होतास. फळ्याकडे नाही, तर माझ्या तोंडाकडे बघत असायचास. किती तरी वेळा मी यावरून तुझ्यावर रागावत असे. एकदा त्यावरून तुला वर्गाबाहेर काढलं होतं आणि त्याचं मलाच वाईट वाटलं होतं. या वयात बरेच चांगले विद्यार्थी असे वागतात, हे समजण्याइतकी कुवत माझ्यात नव्हती. एखाद्या शिक्षिकेकडे असं बघत बसणं, असं वागणं विद्यार्थ्यासाठी योग्य नाही, हे समजण्याचं तुझंही वय नव्हतं. त्यासाठी तुला कितीदा तरी मी शिक्षा दिली होती, हे आठवून मला आतादेखील वाईट वाटतं. तुला घरी बोलावूनही मी समजावू शकले असते. सगळ्या विद्यार्थ्यांसमोर तुला अपमानित करत होते, याचा मला पश्चात्ताप होत असे. त्या दिवशी वर्गाच्या बाहेर काढल्यावर बाहेरून मी शिकवलेलं ऐकत होतास. उभं राहून रडतदेखील होतास, असं तुझ्या मित्रांनी मला सांगितलं होतं. तेव्हा मला वाटलं होतं, की छान झालं. चांगल्या मुलाचं लक्ष इकडे-तिकडे गेल्यामुळे, त्यांची परीक्षा वाईट जाऊ नये, म्हणून त्यांच्यावर नजर ठेवणं, माझं कर्तव्यच होतं. त्या दिवशी संध्याकाळी क्षमा मागण्यासाठी तू माझ्या घरी आला होतास. मी तुला घरात बोलावलं नव्हतं. मीच बाहेर येऊन तुझ्यावर ओरडत म्हणाले, ''हॉस्टेलवर अभ्यास न करता कशाला वेळ वाया घालवतो आहेस?'' माझ्या हातात एक कागद ठेवून, मला नमस्कार करून तू निघून गेला होतास. तुझ्या ताठ्यात चालत जाण्याचा मला जास्तच राग आला होता. चांगला विद्यार्थी असल्याचा तुला खूप गर्व आहे, असं मला वाटलं. रफ वहीतला एक कागद फाडून लिहिलं होतंस, 'फळ्यावर बघण्यापेक्षा आपल्या चेहऱ्याकडे बघितलं, की अवघडातलं अवघड गणित माझ्यासाठी सोपं होतं. आज आपण वर्गात जे शिकवलंत ते बाहेर उभा राहून मी सर्व ऐकलं, पण अर्धंच समजलो. कारण आपला चेहरा मला दिसत नव्हता. आज तुम्ही माझ्यावर अन्याय केला आहे. शिक्षिकेच्या चेहऱ्याकडे बघून शिकवलेलं समजणं म्हणजे त्यात लक्ष नसणं, असं होतं का? फळ्यावरच्या निर्जीव अक्षरांपेक्षा शिक्षिकेनं उच्चारलेले शब्द जास्त लवकर समजतात, ही गोष्ट इतकी वर्षं शिकवूनदेखील आपल्याला कशी समजलेली नाही? हेच सांगायला आलो होतो.' त्या दिवशीच्या तुझ्या दुःसाहसानं मी चकित झाले होते.

ज्या दिवशी मला हे समजलं, की तू कोणतंही शिक्षण न घेता चांगली चित्रं काढतोस, तू एक चांगला चित्रकारदेखील आहेस, त्या दिवसापासून तू मला जास्तच आवडायला लागलास. साहित्याच्या शिक्षिका निर्मला दीदींच्या निरोप समारंभाला, तू त्यांचं एक सुंदर चित्र काढून, त्याला फ्रेम करून भेट केलं होतंस. कॅमेऱ्यातून काढलेल्या फोटाइतकं तुझं चित्र जिवंत वाटत होतं. त्या दिवशी मला

निर्मला दीदींबद्दल असूया वाटली व तुझ्यावर रागावले होते. म्हणाले होते, "चित्रफित काढून वेळ वाया घालवू नकोस. गणितावर जास्त लक्ष दे. वर्गातल्या सगळ्यांनी मिळून त्यांना एक चांगली भेट दिलेली आहे. मग पुन्हा त्यांचं चित्र काढून वेळ वाया घालवलास, आता तुझा वेळ खूप मूल्यवान आहे, माहीत आहे ना?"

तू नम्र आवाजात म्हणाला होतास, "निर्मलादीदी खूप सुंदरपणे आम्हाला कविता समजावून सांगतात. आम्ही त्यांना 'कवितादीदी' म्हणतो. मला त्यांच्याबद्दल खूप श्रद्धा आणि आदर ..."

का माहीत नाही पण मला आनंद झाला नाही. म्हणाले, "सगळ्याच दीदींचा तू असाच खूप आदर, श्रद्धा करत राहिलास तर अभ्यासावर श्रद्धा करायला वेळ उरायचा नाही, आणि कर्तव्याचा आदर कधी करणार.... ?"

मी इतकं म्हणत असतानाच तुझ्या चेहऱ्यावर एक रहस्यमय चमक पसरली. माझ्या मनातल्या सुप्त हेव्याचा सुगावा तुला लागला होता व त्यावर तू खूप खूश झाला होतास, हे माझ्या लक्षात आलं होतं.

तू इतका शांत आणि व्यवस्थित होतास, की मी तुझ्या त्या माझ्याकडे बघून शिकण्यासाठी, तुला शिक्षा करणं सोडून दिलं होतं. मला त्याची सवय झाली होती. शिक्षकाच्या आयुष्यात, त्याला दरवर्षी मुलांच्या निरोप समारंभाला, मुलांना निरोप देण्याचं जे दुःख भोगावं लागतं, त्यासारखं दुःख भोगणं त्याच्या आई-वडिलांच्या आयुष्यात लिहिलेलं नसतं. कारण आई-बापांचा निरोप घेऊन मुलं उच्च शिक्षणासाठी वा नोकरीवर जाण्यासाठी निघाली, की हे एक अलिखित असतं, की ती नेहमी परत येणार. मुलं बाहेर जाणार म्हणजे ती आता परत दिसणार नाहीत असं नाही, हे मुलांना व आई-वडिलांना माहीत असतं. पण शेवटची परीक्षा देऊन विद्यार्थी निरोप घेतात, तेव्हा दोघांनाही माहीत असतं, की ही बहुतेक शेवटचीच भेट आहे. त्याच गावातील विद्यार्थी नसतील, तर तीच शेवटची भेट असते. आणि गावातलेच विद्यार्थी जरी असले तरी आजकालच्या या जागतिकीकरणाच्या युगात कोण आपल्याच गावी राहतो? परदेशातून कधी काळी घरी आले, तरी त्यांना आपल्या शिक्षकांना भेटायला वेळ नसतो. तू तर या गावातला नव्हतास. तुझ्या वडिलांची वारंवार वेगवेगळ्या ठिकाणी बदली होत असल्यानं ते तुला आमच्यावर सोपवून हॉस्टेलवर सोडून गेले होते. तुझ्यासारखा एक विलक्षण बुद्धीचा विद्यार्थी या देशात राहणार नाही, हे मला माहीत नव्हतं. माझे असे पुष्कळ आवडते विद्यार्थी शाळा सोडल्यानंतर भेटायला आलेले नाहीत. तू पण आला नाहीस ... किती वर्षं झाली? आता मोजायला हवं.

भेट होत नाही म्हणून काय झालं? मला रोज तुझी आठवण येते. का माहीत आहे? माझ्या बैठकीच्या खोलीत तू दिलेली भेट मला तुझी आणि मी कार्यरत

असलेल्या काळाची आठवण करून देते. निरोप घेण्यासाठी त्या दिवशी तू माझ्या घरी आला होतास. निरोप समारंभात शाळेतील विद्यार्थी सर्व शिक्षिकांचं गुणगान, कौतुक करून रडत होते. पण तू अजिबात काहीही बोलला नाहीस व आधीपेक्षा जास्तच गंभीरपणे बसला होतास. पण गणिताच्या तासाला जसा माझ्याकडे बघत असायचास, अगदी तसाच एकटक माझ्याकडे बघत होतास. त्या दिवशी तू तुझ्या वयापेक्षा खूप मोठा दिसत होतास. त्या दिवशी का कोणास ठाऊक माझ्या मनात आलं, की तुला गणिताचा नोबल पुरस्कार मिळेपर्यंत, तू माझा विद्यार्थी राहिलास तर मला खूप आनंद होईल. निरोप घ्यायला किती तरी विद्यार्थी माझ्या घरी आले होते. मी त्यांना मिठाई खाऊ घातली, आशीर्वाद दिले, त्यांचे लाडदेखील केले. काही भावनाप्रधान मुलांनी कविता लिहून आणल्या होत्या. त्यात ते माझं रूप, गुण, शिकवण्याची माझी पद्धत, नियम मोडले तर मी करत असलेली शिक्षा इत्यादी सर्वांचं अगदी सुंदर वर्णन करून मला मुग्ध करत होते. त्या वेळी वाटलं होतं, की हे असंच शिक्षिकेचं जीवन घालवण्यात जीवनाचं सार्थक आहे. इतकं प्रेम, इतका आदर, इतकं पूर्णत्व व आत्मसंतोष कौटुंबिक जीवनात मिळतो का? आपल्या पोटी जन्माला आलेली मुलं यासारखं कोणत्याही अटीशिवाय असणारं असं हे प्रेम आई-वडिलांना देऊ शकतील का?

बहुतेक अशाच स्वप्नात राहून साऱ्या आयुष्यभर एकटीच राहिले. आई-वडिलांची जबाबदारी घेतली. त्यांच्यासाठी असलेलं माझं प्रेम, श्रद्धा, आदर आणि कोणत्याही अटीशिवाय सेवा शेवटपर्यंत कायम ठेवली. ज्या घरात भाड्यानं राहत होते, तेच घर मी विकत घेतलं. कारण घर शाळेच्या जवळ होतं. सेवानिवृत्त झाल्यावरही मी शिक्षिकाच होते. मुलं माझ्याकडे धडे समजावून घ्यायला येत असत. माझा वेळ मोठ्या आनंदात जात होता. शिकवण्या करून पैसे मिळवण्याच्या आशेनं नाही, तर मुलांकडून मिळणारा आदर, प्रेम आणि श्रद्धा मिळवण्यासाठी मी त्यांना भरपूर वेळ देत असे. मला मिळणारा आत्मसंतोष माझ्यापासून माझा एकाकीपणा दूर करत होता. तब्येत बिघडली तर तीच मुलं मदत करण्यासाठी धावून येत होती.

सगळ्या मुलांनी निरोपावेळी केलेल्या कविता आणि लिखाणाचं सार एकच असायचं, ते म्हणजे, 'दीदी आम्हाला विसरू नका.' या मधल्या काळात अनेक मुलांचे चेहरेदेखील मी विसरले होते. अनेकांची नावं लक्षात आहेत, पण चेहरे डोळ्यांपुढे येत नाहीत. अनेक चेहरे आठवतात, पण नावं आठवत नाहीत.

जुने विद्यार्थी या शहरात आले की कधी कधी भेटतात. परदेशी नागरिक झालेले विद्यार्थी कधी भारतात आले, की माझ्या शहरात काम काढून येतात आणि मला भेटून जातात. तोच माझ्या शिक्षकी जीवनाचा सगळ्यात मोठा पुरस्कार आहे. पण

तू? तू पुन्हा आला नाहीस .. मेल केली नाहीस .. फोन केला नाहीस .. की पत्र लिहिलं नाहीस. कधी कधी खूप काळजी वाटते. तुझं सगळं कुशल-मंगल आहे ना दिशांत? तू देशात का परदेशात – कुठे आहेस?

तुझा निरोप घेतला, त्या वेळच्या आठवणी मी विसरले नाही. तू आणलेली भेटवस्तू माझ्या हातात दिलीस. त्यात फोटो आहे, हे माझ्या लक्षात आलं. मला तुझी आठवण राहावी म्हणून. तुझा नव्यानंच मिसारुड फुटत असलेला किशोरवयीन पण गांभीर्यपूर्ण चेहरा असलेला फोटो असेल. जाताना एक छोटा कागद बोळा केल्यासारखा माझ्या हातात देऊन म्हणाला होतास, "दीदी, मी गेल्यावर हे उघडून बघा. तुमच्या परवानगीशिवाय दोनातले एक माझ्याकडे ठेवलं आहे. मी गेल्यावर चिठी वाचा. हरवू नका. आज तुमच्याजवळ अनेक चिठ्या असतील मला माहीत आहे. परीक्षेत गणितात जर मला चांगले मार्क असतील तर त्याचं सर्व श्रेय तुमचं आहे. ढ विद्यार्थीदेखील आपल्या शिकवण्याच्या शैलीमुळे आपलं लक्ष इकडेतिकडे जाऊन देत नाहीत, म्हणून परीक्षेत चांगलं करतात."

दिशांत! तू माझ्या पायाला हात लावून नमस्कार केलास, पण डोळ्यात पाणी आणलं नाहीस. गणिताच्या तासाला बसल्यासारखा एकटक माझ्याकडे बघत होतास. तुला मी मिठाई भरवली, तुझ्या कपाळावर माझे ओठ टेकवले, तुला आशार्वाद दिला. किशोरवयामुळे लाजेनं तुझा चेहरा लाल झाला. मी हसत म्हणाले, "परत नक्की आपली भेट होईल. आयुष्यात तू खूप उन्नती करशील." निरोपाची वेळ जरा हलकीफुलकी व्हावी म्हणूण म्हणाले, "मी सांगून ठेवते, तुझ्या लग्नाची पत्रिका नक्की पाठव." तुझं साहस बघ. अचानक त्यावर तू म्हणालास, "तुम्ही कधी लग्न करणार दीदी? उशीर झाला तरी चालेल, पण खूप चांगला मुलगा बघून लग्न करा. घाईघाईत माझ्या बहिणीचं लग्न केल्यामुळे तिचं आयुष्य सुखी झालं नाही. तुम्ही तर विदुषी आहात, बुद्धिमती आणि सर्वगुणसंपन्न. सगळेच नवरे विदुषी बायकोला सहन करू शकत नाहीत. माझी बहीण आपल्यासारखीच विदुषी असल्यानं सुखी होऊ शकली नाही ..."

माझा पालक असल्यासारखा शेवटच्या भेटीत गूढ गोष्ट बोलून तो गेला. विदुषी बायकोला सगळे नवरे सामावून घेऊ शकत नाहीत. हे कुठल्या तरी गोष्टीत वाचल्यासारखं वाटलं. तू गेल्यावर तुझी भेट उघडली आणि प्रभावित झाले. ती भेट म्हणजे तू माझं काढलेलं एक तैलचित्र होतं. तू तैलचित्र काढायला शिकतो आहेस हे ऐकल्यावर तुला ते सध्या शिकू नकोस, असंही सांगितलं होत. परीक्षेनंतर शीक, असंही म्हणाले होते. पण तुझ्या नम्रपणानं न ऐकण्याच्या स्वभावालादेखील मी ओळखून होते. तू तर एखाद्या निपुण कलाकारासारखं चित्र काढलं होतंस. माझ्या बैठकीच्या भिंतीवर मी माझं चित्र टांगत नाही. पण तू काढलेलं ते चित्र टांगलं आहे.

सगळे तुझी तारीफ करतात. मी आनंदी होते. स्वतःच्याच चित्राकडे निरखून बघत हरवलेल्या क्षणांना गोळा करून आणण्याचा प्रयत्न करत असे. माझ्या विद्यार्थ्यांची आठवण काढत असे. लहान मुलांसारखं मला वाटे, 'ही मुलं इतकी लवकर लवकर का मोठी होतात आणि पास होऊन शाळा सोडून जातात? का बरं बघता बघता वय वाढत जातं? मन तर काही इतक्या लवकर म्हातारं होत नाही. मग शरीर वयासाठी इतकं व्याकूळ का?'

त्या दिवशी तुझी चिठ्ठी नंतर वाचीन, म्हणून टेबलाच्या ड्रॉवरमध्ये सगळ्या गिचमिडीत कुठेतरी ठेवली होती. काय वेगळं लिहिलं असणार, बाकी मुलांसारखंच लिहिलं असेल, 'दीदी, आम्हाला विसरू नका. आमची आठवण ठेवा. आम्ही तुम्हाला विसरू शकणार नाही.' दरवर्षी मुलांनी तेच तेच लिहिलं, तरी मला ते नवंच वाटत असे. आवडत असे. इतकं प्रेम मिळणं, ही भाग्याची गोष्ट. पण तू जरा वेगळा. काय लिहिलं आहेस, हे वाचण्यासाठी चिठी शोधली. पण सापडली नाही. इतर मुलांसारखं एकच घोषवाक्य त्यात असणार – दीदी विसरू नका.'

मी तर विसरले नाही, दिशांत! तुझी चिठी न वाचतादेखील विसरले नाही. पण तू मात्र माझा सगळ्यात आवडता विद्यार्थी असून सुद्धा मला विसरलास. बारावीच्या परीक्षेत तू राज्यात पहिला आला होतास. गणितात पैकीच्या पैकी मार्क मिळवले होतेस. तू स्वतः येऊ शकला नव्हतास, तुझे वडील शाळेतून मार्कशिट घेऊन गेले होते. तुझ्या वडिलांनी माझे आभार मानले होते. मी म्हणाले होते, "दिशांत आला असता, तर चांगलं झालं असतं. शाळेतर्फे त्याचा सत्कार करणार आहोत असं पत्र पाठवलं होतं.' त्यांनी तुझं उत्तर आम्हाला सांगितलं, "सगळं श्रेय गणिताच्या दीदींचं आहे. त्या माझी प्रेरणा आहेत. त्यांना माझा नमस्कार. त्यांच्यासारख्या शिक्षकांचा सत्कार होणं योग्य आहे." तुझ्या अशा निरोपानं आश्चर्य वाटलं. तुझी प्रसिद्धी आणखी वाढली होती. असे काही एकएक सरस विद्यार्थी आयुष्यात येत असतात. त्यानंतर अनेक दिवस उलटून गेले. ऐकण्यात आलं होतं, की तू खूप शिकलास, संशोधन केलंस, परदेशात गेलास; पण खूप वर्षं लग्न केलं नव्हतंस. शेवटपर्यंत तू लग्न केलंस का नाही, याची बातमी माझ्यापर्यंत आली नव्हती. तुला म्हणे मनासारखी मुलगी मिळत नव्हती. तू तर असा अहंकारी नव्हतास, दिशांत! कोणतीच मुलगी तुला पसंत पडली नाही. तू स्वतःला कोण समजतोस? तुझा सगळ्यात जवळचा मित्र परेश, तेच सांगत होता. परदेशातून काही दिवसांसाठी आला होता. मला भेटायचं विसरला नव्हता. तू काय कधी परदेशातून इकडे येत नाहीस? विचारलं असतं, 'तुझ्यासारखे जे बुद्धिवंत, ते सगळ्या मुलींना तुच्छ समजतात का?'

परेशबरोबर तुझ्यासाठी निरोप पाठवला होता. कधी आलास तर मला नक्की

येऊन भेट, असं सांगितलं होतं. मध्ये एकदा तू परदेशातून आला होतास, पण मला न भेटताच गेलास असं समजलं. खूप वाईट वाटलं. तुझे विचार किती चांगले होते. असा कसा बदललास? यश माणसाला जर असं बदलून टाकत असेल, तर तू जीवनात इतका यशस्वी झाला नसतास तरी चांगलं झालं असतं. असा विचार मनात आला होता, तरी मी तुझ्या जास्तीत जास्त यशाचीच कामना करत होते. काही दिवसांपूर्वी टेबल आवरत असताना अचानक आतून कागदाखाली तुझी ती चोळामोळा केलेली चिठ्ठी मिळाली. एखादं अमूल्य रत्न मिळाल्यासारखं वाटलं. तुझं विद्यार्थी जीवन परत माझ्याकडे आल्यासारखं वाटलं. तुझ्यासारख्या एका विलक्षण वेड्यानं काय लिहिलं होतं? तू खरोखरच वेडा आहेस, दिशांत! तसं नसतं तर असं लिहिलं असतंस का?,

'प्रिय दीदी, कृपा करून मला विसरून जा. मीदेखील तुम्हाला विसरायचा प्रयत्न करेन. नाहीतर, मी कोणत्याही क्षेत्रात यशस्वी होऊ शकणार नाही. तुमचा विद्यार्थी झालो नसतो तर मी सुखी झालो असतो. काही चूक असेल, तर क्षमा करा.'

आपला,
अतिप्रिय विद्यार्थी दिशांत

खरोखरच मला काही समजल नव्हतं. गणितातील कोणतंही अवघडातील अवघड गणितदेखील माझ्यासाठी इतकं अवघड नव्हतं. माझा विद्यार्थी असल्यानं तू दुःखी होतास! आश्चर्य! चिठ्ठीत शेवटी तू माझ्यासाठी कृतज्ञ असे लिहू शकला नाहीस? काही मुलं तर खोटं खोटंदेखील असं लिहितात. अरे हो, तू तर मिथ्यवादी नव्हतास. ते सोड, अशा वेड्या मुलासाठी वाईट वाटून घेण्यात काही फायदा नाही. अती हुशार मुलांमध्ये जरा वेडेपणा असतो, असा विचार करून, तुझा विचार करणं मी सोडून दिलं.

अचानक एक दिवस दरवाजात कोणीतरी कोमल आवाजात विचारत होतं, "आत येऊ शकते का?"

कोणी विद्यार्थी अभ्यासाचं काही तरी विचारायला आलं असेल असं वाटलं. म्हणाले, "आत या." दार उघडून ती बैठकीच्या खोलीत येऊन उभी राहिली. मला एकदम धक्का बसला. मी माझ्या मुलीला बघत होते का जुळ्या बहिणीला? माझं लग्न झालेलं नाही, त्यामुळे ती मुलगी असण्याचा प्रश्नच येत नाही. माझी कोणी जुळी बहीणदेखील नाही. मग ही मुलगी कोण आहे, जी अगदी तंतोतंत माझी

प्रतिमूर्ती होती व माझ्याकडे एकटक बघत होती? ती माझ्याकडे इतकी तन्मय होऊन बघत होती, की मला नमस्कार करायचादेखील विसरून गेली होती. अगदी सरळ, सहज, साधीसुधी एक तरुणी. तिची दु:खी पण कौतुकपूर्ण नजर मला आपादमस्तक न्याहाळत होती. आपोआपच माझं मन प्रेमानं भरून गेलं. तिला जवळ घेऊन सोफ्यावर बसवलं. प्रेमानं विचारलं, ''अगदी माझ्यासारख्याच दिसणाऱ्या मुली, कुठे होतीस आत्तापर्यंत? इतकी समानता रक्ताचं नातं नसताना शक्य आहे?''

''म्हणूनच तर इतक्या वर्षांनंतर तुमच्या प्रिय विद्यार्थ्यानं, दिशांतनं लग्न केलं. शोधत होते अगदी आपल्यासारख्याच मुलीला. मला कसं काय शोधून काढलं काय माहीत? खरं पाहता मी यांच्यासारख्या उच्च पदावर असणाऱ्या वैज्ञानिकाची पत्नी व्हायला योग्य नाही. आपल्या व माझ्या चेहऱ्यात इतकं साम्य आहे, म्हणून केवळ त्यांनी माझ्याशी लग्न केलं आहे.'' ही गोष्ट त्यांनी माझ्याशी कबूल केली आहे. मुलीनं किती सरळ मनानं इतकी मोठी अवघड गोष्ट सहजपणे सांगितली! मी आश्चर्यचकित विस्मयानं अवाक होऊन तिच्या नाजूक चेहऱ्याकडे बघत राहिले. एका अजाण विषांदानं तिचा सोनेरी चेहरा अधिकच मोहक झाला. मला स्वत:चीच लाज वाटली. काय म्हणू या साध्या मुलीला जी अपराध्यासारखी माझ्यासमोर बसली होती. जणू म्हणत होती, 'माझा नवरा माझ्यावर नाही, आपल्यावर प्रेम करतो, आदर करतो. एकांतातल्या एखाद्या उत्कट क्षणी तुमचं गुणगान करतात. कृपा करून त्यांच्याबद्दल गैरसमज करून घेऊ नका. ते तुमच्या आदर्शांवर प्रेम करतात. आपल्या ज्ञानपूर्ण व्यक्तित्वावर प्रेम करतात. हे आपल्याला सांगणं माझं कर्तव्य आहे.' मुलीनं मला वाकून नमस्कार केला. मी तिला माझ्या छातीशी धरून म्हणाले, 'तूदेखील गैरसमज करून घेऊ नकोस. त्याच्यासारखे उत्तम चारित्र्याचे विद्यार्थी मी खूप कमी बघितले आहेत. अती बुद्धिमान लोकांच्यात असा वेडेपणा असतो. आता तूच बघ, स्वत: भेटायला न येता तुला कसं काय एकटीला पाठवलं? हाच का त्याला माझ्याबद्दल असणारा आदर आहे?''

''ना ना! ते आले आहेत. गाडीत वाट बघत बसले आहेत. आमचा दोन वर्षांचा मुलगा गाडीत झोपला आहे. दिशांतनी आपल्याला नमस्कार सांगितला आहे.'' मुलीनं नम्र आवाजात सांगितलं. मी भूतकाळातील मास्तरीण झाले. मोठ्या आवाजात म्हणाले, ''त्याचं एवढं साहस! गाडीत बसून नमस्कार कळवतोय? इतक्या दिवसांनंतर मला न भेटता जाण्याचा विचार करतोय! वा, काय पण आज्ञाधारक विद्यार्थी!'' इतकं म्हणून मी स्वत:शीच म्हणाले, ''दिशांत मला भेटायला तू आलेला नाहीस, आला आहेस मला दाखवायला, की अगदी माझ्यासारख्याच दिसणाऱ्या मुलीशी तू लग्न केलं आहेस. किती हे तुझं साहस?''

मी पुढे आणि मागे मागे ती मुलगी असं गाडीजवळ गेलो. आम्हाला बघून तू गाडीतून उतरलास. अन्यमनस्कपणे नमस्कार करून गणिताच्या विद्यार्थ्यासारखा एकटक मला बघत बसलास. नम्रपणे म्हणालास, 'दीदी, तुम्ही अजिबात बदलला नाहीत, जशा होतात तशाच आहात. कार्यक्षम, चंचल, दृढ, माझ्या गणिताच्या प्रिय दीदी. आपण निवृत्त झालात का?'

मी गणिताच्या वर्गातील एक अन्यमनस्क विद्यार्थ्यासारखी अवाक होऊन तुझ्याकडे बघत बसले आणि विचार करू लागले, 'दिशांत तुला काय झालंय? इतकं यश, इतकी ख्याती, पैशाचं भरपूर पाठबळ, सुखी संसार सगळं काही असून किती लवकर वयस्कर दिसतो आहेस? तुझ्या शांत, नाजूक चेहऱ्यावरचा साधेपणा कुठे नाहीसा झाला? का नाहीसा झाला?' मी तुला घरी घेऊन आले.

तुम्हा सर्वांचं खाणंपिणं झाल्यावर निरोप घ्यायच्या वेळी अचानक तू प्रश्न केलास, "दीदी, आम्हाला अवघड गणिताच्या उत्तराचं सूत्र शिकवताना हे का शिकवलं नाहीत, की आयुष्यदेखील एक उत्तम गणित होऊ शकतं. गणितातील नियमांप्रमाणे आयुष्य एक प्राणहीन हिशोबाची वही असते, असं आम्हाला कडक शिस्तीत तुम्ही का शिकवलं होतं?"

■

। सतरा ।

उबुंतू

छोट्या गावात मोठी घटना घडली. न सांगता येणारी, न घडणारी ....

पण घडली ती अफवा नव्हे तर सत्य. हळदिया पलसापूर गावात असं घडायला नको होतं. शहरी सभ्यतेपासून खूप दूर डोंगराच्या मध्यभागी मधाचं पोळं लटकत राहावं असं हे मधुर गाव खूप पूर्वीपासून वसलेलं आहे. देवाखेरीज कोणत्याही रक्षणकर्त्याचे पाय या गावाला लागलेले नाहीत. गाड्या-मोटारी येण्यासाठी रस्ताच नाही. गावात वीज नाही, धूळ-धूर नाही, मिरवणुकी, हरताळ, गोळीबार काही नाही. त्यामुळे मुली-सुनांवर कोणाची वाईट नजर नाही. छोटीशी एक शाळा आहे, जिथे मुले शिकण्यासाठी नव्हे तर अंडे, भात, भाजीच्या लोभाने येतात. तिथे भात शिजवायला दीदी आहेत, शिकवायला मास्तर नाही. त्या गावात मारामारी, शिवीगाळ यासारखे छोटे मोठे अपराध घडतात. पण अकथनीय असा अपराध मात्र जवळ जवळ घडत नाही. त्यासाठी इथल्या समाजाने कठोर नियम केले आहेत. पोलिसांकडे जाण्याची गरज नाही. डोंगरावर चढून पोलीसदेखील येत नसत. सगळाच आनंद. शहरी लोकांच्या विचाराने नेहमीच न्याय मिळतो असे नाही. अजून त्या काळात वावरत असलेल्या गावात या काळातील मुलेदेखील गावच्या मुखियांचे नियम, मान खाली घालून सहन करतात. रोग-व्याधी, मृत्यू हे तर देवाचे नियम तेच काय ते दुःख. नाहीतर इथे भूक, उपास, ऊन-पाऊस, मूठभर अन्नासाठी कठीण परिश्रम करण्यात दुःख नव्हते. त्यातदेखील एक आनंद होता.

पण आता देवाच्या कोपामुळे उबुंतूने इतके माठे कांड करून ठेवले.

कनवटीच्या निखाऱ्याला आणखी लपवण्यात अर्थ नव्हता. आई-बाप, इतर नातेवाईक कोणालाच पाप लपवायचे नव्हते. कुळाला कलंक असलेला मुलगा, उबुंतूला पाठीशी घालायला आज कोणीही नाही. इतके की त्याची आईदेखील नाही. आतल्या आत ती रडत असली तरी आईच्या डोळ्यात त्याच्यासाठी कठोर दटावणी दिसे, 'तुला भोगावं लागेल. या पापातून तुला मुक्ती नाही. माझ्या पोटी जन्म घेऊन .... 'त्याच्या समोर डोळ्यांतून पाणी काढायचीदेखील तिची इच्छा नव्हती. शहरातल्या लोकांसारखी ती आतल्याआत रडू शकणार नाही. जर रडली तर आकाश-पाताळ दणाणून सोडेल, गाल ओरबाडून रक्त काढून रडेल. म्हणून तिला उगाचच गावात काही खळबळ माजवायची नव्हती. मुलगा तिचा, दुःख तिचे, आणखी पाच जणांना त्यात भागीदार कशाला करायचे?

सगळ्यांना असे वाटत होते, की इतका निंदनीय अपराध करणाऱ्या, सैतान पाजी माणसाला जर क्षमा केली वा कमी शिक्षा केली, तर डोंगरात पुंजक्या पुंजक्याने राहत असलेल्या या साध्या-सरळ छोट्या गावामध्ये अशा प्रकारचा अपराध क़रायला कोणी मागेपुढे बघणार नाही. डोंगरावर असलेल्या गावाच्या आकाशात पापाचे काळे ढग गोळा होतील. माणसाच्या मनात काय आहे हे जर बाहेरून दिसले असते; तर पाप आणि अपराध प्रवृत्ती कशी मोठ्या प्रमाणात शेताला लागणाऱ्या किडीसारखी वळवळत असते हे सगळ्यांना समजले असते. देवाच्या उदंड कृपेमुळेच माणसाच्या खोलवर मनात घाणेरड्या प्रवृत्तीचा कारखाना, त्याच्या कवटीतच दाबला जाऊन तोंड खाली घालून पडलेला असतो. टकलावरून आत बघितलं तरी काहीही दिसत नाही. तसे नसते तर सगळेच एकमेकांना पापी दिसले असते. वडील-मुलगा, नवरा-बायको, गावचा मुखिया; इतकेच नाही, तर दोषीदेखील, कोणीच कोणाशी नजर मिळवू शकले नसते. म्हणून सगळे आता स्वतःला निष्पाप, सभ्य समजून उबुंतूला एक जघन्य पापी म्हणतात यात अस्वाभाविक असे काही नाही. समाजाची घडण पाप निरोधासाठी होते, हा पहिला नियम आहे, अशी निषिद्ध रेष ओढली गेली आहे. पापाच्या क्षालनासाठी दंड हे विधान आहे. रोज घडणाऱ्या छोट्या छोट्या पापासाठी प्रायश्चित्त दिले आहे. प्रायश्चित्तदेखील काही कमी शिक्षा वा कमी निंदनीय नाही. इतके असूनही समाजात कधी कसे पण महापाप घडते. बहुतांशी दैवाचा दोष असतो. पाय जळेल, हे माहीत असूनही उबुंतूसारखी बेपर्वा माणसे निषिद्धरेषा ओलांडतात. पण त्याच्या या पापामुळे फक्त त्याचे कुटुंबच नाही तर पलसापूर गावदेखील आसपासच्या आसमंतात निंदित झालं आहे. पलसापूर नराधमाच्या पापाची सगळीकडे चर्चा चालली होती. गावचे मुखिया त्याच्या या अतिनिंदनीय पापाची त्याला काय शिक्षा देतात, याचीच सगळे जण वाट बघत होते.

त्याच्या पापाची चर्चा गावात फार काही मोठ्या प्रमाणात होत नव्हती. वरवर होत होती. कारण पाप केलेल्या माणसाला लाज नसली तरी ऐकणाऱ्याला वा सांगणाऱ्याला तर लाज होती. बाहेरून इतका साधा-सरळ दिसणारा उबुंतू, खाली मुंडी पाताळ धुंडी असेल, यावर कोणाचाच विश्वास बसला नव्हता. असे घाणेरडे काम याआधी गावात कोणीही केलेले नव्हते. म्हणून विरोध दाखवायलाच हवा. कठोर शिक्षा विधानाशिवाय अन्य गती नाही. पण काय शिक्षा? मृत्युदंड? नाही नाही, असं म्हणतात की शत्रू जिवंत आहे तोवर शिक्षा, मेल्यावर नाही. आणि उबुंतू तर गावाचा शत्रू झाला आहे. मृत्युदंड तर पापणी लवण्याइतकाच काळ, मग त्याने शिक्षा ती काय भोगली?

मग काय तडीपार? नाही – आजकाल ही काही शिक्षा होत नाही. आजकाल जवळपासची मुले स्वत:च्या इच्छेने गाव सोडून शहराकडे धाव घेतात. तिथे शिपाई, नोकर अशी कामे करून खूप आनंदात असतात. हातात नगद पैसा असतो. त्यामुळे त्याला तडीपार केले तर पुरस्कार मिळाल्यासारखे वाटेल, पण गावासाठी मात्र नामुश्कीजनक! त्यांच्या गावातल्या एखाद्या मुलाने शहरात जाऊन मोठमोठ्या सभेत मंत्री, एमएलए लोकांचे बूट उतरवले तर ही गोष्ट गावाचे लोक कधीही सहन करणार नाहीत. मग तो राजा असो वा मंत्री, जाऊन त्यांची डोकी फोडून येणार. कोणाची? दोघांची!

मग काय त्याच्या हातापायाला काठीने मारून निकामी करायचे का? त्याच्या अर्ध्या तोंडाला काळे आणि अर्ध्या तोंडाला चुना फासून, गाढवाच्या पाठीवर बसवून, साऱ्या गावात धिंड काढावी! म्हणजे त्याला प्रेम करायला वा लग्नाला मुलगी मिळायची नाही. त्याची कोणी प्रेमिकाफेमिका असेल तर तो तोंड लपवून बसेल. ही पण काही कमी शिक्षा नाही. त्याला गावात भर चौकातल्या खुंटाला बांधून, त्याच्या तोंडाला शेण फासता येईल. अंगाला गरम चटके देता येतील... इतकं मोठं कांड करायच्या अगोदर मेल्याच्या मनात एकदाही मिळणाऱ्या शिक्षेचा विचार आला नाही. समाज कोणालाही सोडत नाही. इतके की पुण्यवंत माणसालादेखील हा समाज कोणत्याही मार्गाने का होईना चटके दिल्याशिवाय सोडत नाही. समाजात असणाऱ्या दुष्ट लोकांना यात खूप आनंद मिळतो. केलेल्या शंभर पापांना एका पुण्यकर्माने पुण्यात बदलता येईल का? त्याचप्रमाणे शंभर पुण्यकर्मे केली आहेत, म्हणून एका पापासाठी क्षमा देता येईल का?

उबुंतूच्या शिक्षेबाबत गावातील सगळे नाना प्रकारचे विचार करत होते. स्वत:च्या विचारांचा त्यांना त्रासदेखील होत होता. पण त्याच्या इतक्या मोठ्या अपराधासाठी साधीसुधी शिक्षा शक्य नाही, असाच सगळे जण विचार करत होते. गेले पाच दिवस, पायथ्याशी देव असलेल्या वडाच्या झाडाच्या चौथऱ्यावर, तहान-भूक

विसरून गावाचे मुखिया शिक्षेचा विचारविनिमय करत बसले होते. दिवस मोजण्यात पडणाऱ्या गाठीसारखी ही न सुटणारी गाठ सोडवू शकत नव्हते. कधी कधी शिक्षा मोठी वाटत होती, तर कधी अपराध मोठा वाटत होता. पाप आणि शिक्षेच्या तराजूला समान ठेवण्याची सारासारबुद्धी अशा पापासमोर वर-खाली होते. मुखियांची चिंता जरा वाढायला लागली, की मोहाच्या दारूचा एक घोट छातीवरचे ओझे कमी करायला मदत करायचा. कोणाला फाशीची शिक्षा सुनावण्यापूर्वी कितीही खंबीर, शिक्षित न्यायाधीश असू दे; पण स्वतःच्या छातीतील धडधड नक्की ऐकतो. लाकडाची, दगडाची नाही; तर माणसाची छाती. न्यायाधीशाची खुर्ची फार काही सुखकर नसते, ही गोष्ट मुखियांच्या लक्षात आली होती. छोट्या छोट्या अपराधांचा न्याय करताना, आपल्या पदाचा मोठेपणा नक्कीच आनंद देत असतो. पण यासारखा संगीन मामला न्याय देणाऱ्याचे ब्लडप्रेशर वाढवत असेल यात काही शंका नाही. गेले काही दिवस झाले, वादळापूर्वीच्या आकाशासारखे पलसापूर गाव अगदी शांत झाले होते. सगळ्यांचीच तोंडे बंद. कोणाच्याही घरची चूल जळत नव्हती. एखाद्याच्या मुलावर संकट कोसळलं, की कोणाला भूक लागणार होती?

उबुंतूच्या डोक्यावर वज्र पडणार पडणार, अशी चर्चा होत होती. पण 'चोर तो चोर वर शिरजोर' म्हणीला सिद्ध करत, तो बेफिकीरपणे गावात उंडारत होता. जणू काही त्याचा कशाशीच संबंध नव्हता. किंवा जणू त्याच्या पापासाठी आणखी कोणाला शिक्षा होणार होती. मुलाला पश्चात्तापदेखील नव्हता. खालच्या गावातून वरच्या बाजूला येऊन राघू गवळ्याच्या दुकानातून वडा, सामोसा, जिलबी खाऊन मित्रांच्या बरोबर मौजमस्ती करत होता. मित्रांनी शिक्षेची आठवण करून दिली, तर एका धमकीत त्यांना गप्प करत होता. जणू काही त्याने अगदी स्वाभाविक असे काम केलेले होते. जर त्या कामाची पापात गणती होत असेल, तर ते पानाला लावलेला चुना निघून जाण्यासारखे होते. कधी कधी अजाणतेपणे हातातून बाण निसटतो व निशाण वाकडे होते अगदी तसेच. तेवढ्याच गोष्टीसाठी जर मुखिया मोहाच्या दारूचा घोट घेऊन कोल्ह्याचा न्याय करत असतील, तर करू देत. तो त्यांचा आनंद. त्यासाठी उबुंतूचे डोके कशाला दुखायला पाहिजे? सारखा सारखा गरम केलेला चहा फुरफुर करत पीत असे. दिवसभर दुकानात बसत असे. कोणाच्या हाती निरोप पाठवून आई आता जेवायलादेखील बोलावत नसे. संध्याकाळ झाली, की दणादण पावले टाकत, कोणाचीच पर्वा नसल्यासारखे दाखवत घरी येत असे. अंगणात पाय ठेवता ठेवता रोजच्यासारखी आईला हाक मारी, 'आई, कुठे आहेस? लवकर जेवायला दे.' मांडी घालून खाली बसे. मुलाच्या तोंडाकडेदेखील न बघता आई जेवणाचे ताट त्याच्यासमोर आदळे. आधीसारखे जवळ बसून बळे बळे भरवत नसे. नंतर काही हवे-नको विचारत नाही. वडिलांनी तर त्याचा चेहरा

बघणार नाही, असा पण केला होता. घरात बसून ते विचार करत होते, की बहुतेक मुलाला काहीतरी बाहेरचे लागले आहे. तळाच्या गावच्या ज्योतिषाकडे ते गेले होते. ज्योतिषी म्हणाला, "ग्रहदोषामुळे हे असं झालं. काही पैसा खर्च केला तर ग्रहशांती होईल, दोष जाईल, उबुंतू शिक्षेतून सुटून जाईल."

त्याच्या वडिलांना वाटत होतं, की हे दुष्ट ग्रह जर माणसाच्या हातात आले, तर इतक्या सरळ, बिचाऱ्या, निरीह मनुष्य प्राण्याला इतके दुःख भोगावे लागले नसते. दोष करायला हे ग्रह भाग पाडतात आणि त्यांना काही शिक्षा न होता उलट त्यांची शांती करण्यासाठी मात्र बिचारा माणूस पैसा खर्च करतो. खूप पैसा खर्च होईल, हे ऐकल्यावर त्याच्या वडिलांनी ग्रहशांतीसाठी पूजापाठ काही केले नाही. दोष त्यांच्या मुलाचा नाही तर ग्रहांचा आहे, असे मुखियासमोर जाऊन ते सांगू शकणार होते का? त्यांना पकडा, बांधा, शिक्षा द्या. पृथ्वीवर अशी घटना कधी घडली आहे? थोडेसे शिकलेल्या त्यांच्या डोक्यात विचार आला, की आपल्या पापाला आणखी कोणाच्या डोक्यावर थोपण्याची बुद्धी माणसाच्या डोक्यात चांगली बसलेली आहे. देवांच्या डोक्यावर पाप लादायलादेखील तो मागे नाही. कारण देव तर सगळ्यात निरुपद्रवी! देवाला पकडले तर ना तो सांगेल, की दोष त्याचा, ना माणसाचा. ज्योतिषाकडे आलेला एक शिक्षित बाबू म्हणाला, 'अरे बाबा, ग्रह त्यांच्या कक्षेत सूर्याभोवती सतत दिवसरात्र निष्ठेनं गोल फिरत आहेत. माणसाच्या वाटेला जायला त्यांच्यापाशी वेळ आहे ना त्यात त्यांचा काही स्वार्थ आहे? या सगळ्या फालतू गोष्टी आहेत. साध्या माणसांना फसवून फक्त पैसे कमवण्याचा धंदा. एक घाणेरडा धंदा.' इतके ऐकूनच ते परत आले. कारण त्या वेळी त्यांच्या डोळ्यांना ज्योतिषी मोठा कपटी दिसत होता आणि तो बाबू चांगला दिसत होता. त्यांच्या मनात आले, की ग्रहांना कारस्थानी, स्तुती व पूजालोभी तसेच ते माणसासाठी निष्ठुर असं समजणेच चुकीचे आहे. खरोखरेच, पृथ्वीवरच्या लोकांना त्रास देण्याच्या उद्देशाने कटकारस्थान रचायला ग्रहांकडे वेळ कुठे आहे? स्वतःला त्या महाशून्यात नेहमीसाठी स्थिर ठेवणे ही काही त्यांच्यासाठी कमी चिंतेची बाब नाही.

उबुंतूच्या आईने विचारले, "ज्योतिषी काय म्हणाले? ग्रहदोषामुळेच आपला मुलगा गावाचे नियम तोडतो आहे, असं म्हणाले ना?"

त्यावर ते चिडून म्हणाले, "स्वतः त्या ग्रहांना विचार, की त्यांच्या दोषामुळे आपला मुलगा अशी वाट चुकला आहे, तेव्हा खाली येऊन साक्ष देतील का? म्हणजे तुझा मुलगा शिक्षा भोगणारच."

चार दिवसांनंतर विचार सुरू झाला. त्या आधी गावात डांगोरा पिटला होता, की रविवारी ज्या वेळी सूर्यदेवता झाडाच्या फांद्यांमधून प्रथम दर्शन देतील, त्या वेळी उबुंतूचा निकाल ऐकवला जाईल. त्याचा निकाल ऐकायला सगळेच उत्सुक होते.

मुखियांनी आदेश दिले होते, की गावातील आबाल, वृद्ध, स्त्रियांनी त्याचा निकाल ऐकण्यासाठी चौथऱ्यापाशी उपस्थित होणे आवश्यक आहे. आदेश होता, की गावातील अविवाहित तरुणी सगळ्यात पुढे बसतील. त्यामागे सुना व नंतर सासवा बसतील. सगळ्यात शेवटी वडील, काका आणि जुनी जाणकार माणसे बसतील. त्याची जर कोणी प्रेमिका असेल, तर ती तरुणींच्या घोळक्यात बसेल. पण तो इतका खालमान्या होता, की त्याच्या प्रेमिकेच्या संदर्भात गावात साधी अफवादेखील नव्हती. पण आता तो विश्वास योग्य नव्हता. त्याच्या नक्की बऱ्याच प्रेमिका असणार. म्हणूनच कोणाला काही कळू दिले नाही. नाही तर या गावात प्रेम करणे म्हणजे तर काही पाप नाही. त्याच प्रेमिकांसमोर शिक्षा दिली, की त्याला ते खूप बाधेल. औषध जितके कडू, शरीरातून रोग तितकाच लवकर बाहेर पडतो. साप चावलेल्या रोग्याला पालथे झोपवून त्याच्या पाठीवर चढून जितक्या उड्या माराल, तितक्या लवकर विष गप गप करत तोंडातून बाहेर पडेल. या गावात साप चावल्यावर हाच उपाय आहे. इथे महादोषासाठीसुद्धा न ऐकलेली शिक्षा आहे. शहरातील लोक हे बघून चकित होतील.

यासारख्या एका अभिनव शिक्षेमुळे बाकीची पोरे-पोरी सतर्क होतील. फक्त पोरे-पोरीच कशाला, आजकाल वेळ कोणाचा बुद्धिभेद करेल सांगता येणार नाही. हल्ली म्हणे अपराध करू न शकणे हे राजनीतीच्या क्षेत्रात योग्यता नाही, असे समजले जाते. म्हणून पलसापूर गावात राहून असे काही पापकर्म करून तुम्ही लोकप्रतिनिधी होऊ शकणार नाही, असं मुखियांचे म्हणणे सर्वांनी मान्य केले आहे.

त्याच कारणामुळे गावचे सरपंच, वॉर्डमेंबर यांनादेखील मुखियांनी निमंत्रण दिलेलं आहे. त्यांना ही पाहू दे, की गावचे मुखिया देशाच्या नियमांचे उल्लंघन करत नाहीत वा कोणासाठी अविचार करत नाहीत. गावाला स्वच्छ ठेवायचे म्हणजे पाप, भ्रष्टाचार, दुराचरण, व्यभिचार वगैरे वाईट गोष्टींचे निर्मूलन करायला पाहिजे. फक्त तलाव, रस्ते साफ केल्याने देश स्वच्छ होणार नाही. कोर्ट कचेरी करत, वकिलांना पोसून जर पाप दूर झाले असते, तर सगळे पापी मामाच्या घरी म्हणजेच पोलीस ठाण्यात असते. साधुसंत गावात रामराज्य करत राज्य चालवत असते. अर्थात साधुसंतांनादेखील आता संभाव्य अपराध्यांच्या यादीतून वगळता येणार नाही, अशी बातमी तळाच्या भागातून वरपर्यंत येऊन पसरली आहे. पण मुळात या गावात साधू-वेश असलेल्याला प्रवेश निषेध होता. या देशात अर्थातच खरे साधू पूर्वी होते. पण साधुवेषातील धर्मव्यापाऱ्यांची संख्या आता वाढली आहे.

दररोज खेडेगावात, शहरात, राजधानीत जितके अपराध घडतात, त्यावरून हे स्पष्ट होत नाही का, की हे अपराधी जेलमध्ये नाही तर बाहेरच जास्त असतात. पुढारी लोकं आपली खुर्ची न सोडता त्यावर घट्ट बसून राहण्यामागे म्हणे या

अपराधी लोकांचा अतुलनीय सहभाग असतो.

मुखियांना माहीत होते, की या महत्त्वपूर्ण घटनेला तुच्छ समजून मोठे लोक वा प्रसारमाध्यमाचे प्रतिनिधी येणार नाहीत. त्यांच्यासाठी ही घटना नक्कीच तुच्छ असेल. कारण राज्यात, देशात याच्यापेक्षा आणखी मोठमोठे अपराध घडत असतात. एका मागासलेल्या गावातील न नावाजलेल्या मुलाच्या अपराधाच्या न्यायासाठी, मुखिया स्वत:ला न्यायाधीश मानत होते व त्यासाठीच प्रसारमाध्यमाची आशा करत होते. त्यांनी अगोदरच हे स्पष्ट केले होते, की ते कोणतीही गोष्ट कायद्याच्या बाहेर करणार नाहीत. म्हणून शहरातील प्रतिनिधींना कळवणे हे त्याचे कर्तव्य होते. या गावाचे स्वत:चे असे कायदे, नीतिनियम आहेत. ही गोष्ट सगळ्या जगाला कळू दे.

रविवारचा दिवस. गावाच्या मधोमध असलेल्या चौथऱ्यावर सगळे मुखिया येऊन बसले. सारा गाव तिथे लोटला होता. मुखिया काय निर्णय देतात, हे ऐकण्यासाठी सारा गाव घराबाहेर पडला होता. उबुंतूच्या वडिलांना योग्य तो आदर देऊन मुखियांनी त्यांना योग्य जागेवर बसायला सांगितले. त्यांच्या मुलाने चूक केली होती, म्हणून त्याच्या वडिलांचा अपमान करण्याची या गावाची परंपरा नाही. त्याची आई जरा तोंडाळ होती, पण या घटनेमुळे ते जरा कमी झाले होते. सकाळी देवाची पूजा संपवून हळदीत घोळवलेले तांदूळ तिने मुलाच्या डोक्यावर टाकले, जे त्यानं डाव्या हाताने लागलीच झाडून टाकले. त्याच्या आईच्या हे लक्षात आले होते, की चार चार दिवस मुखिया विचार, चर्चा करत आहेत म्हणजे शिक्षा साधी नव्हे, तर अत्यंत भयंकर असणार. म्हणजे देवाला हाक मारून फायदा काय? केलेल्या कर्माचे फळ तर अभाग्याला भोगायलाच हवे. त्याची आई घरातून बाहेर पडण्याआधी तो घरी काही न खातापिता बाहेर पडला होता. जाऊ दे कुठेही, आता तर त्याला बोलावणे जाईल. तिला मनातल्या मनात वाटत होते, की अभागी गाव सोडून पळाला का काय? पण तसे काही या वेळेला करणे योग्य नाही. उलट गावच्या लोकांनी त्याला जर पकडून आणलं, तर शिक्षा आणखी भयंकर होईल. पण त्याला थांबवणार कोण? त्यात चौथऱ्यावरून एक माणूस त्याला घरी येऊन शोधून गेला. काही क्षणांतच उबुंतू पळून गेला, असे साऱ्या गावाला समजलं. आता तर त्याला मृत्युदंड ठरलेला! चारही दिशांना हेरांनी धुंडाळले, पण निराश होऊन ते परत आले. तो दुकानातही नव्हता. राघू गवळी त्या दिवशी आपलं दुकान बंद करून न्याय ऐकण्यासाठी सभेच्या ठिकाणी आला होता. तळाच्या गावातून बऱ्याच लोकांना त्याने बोलावून आणले होते. उबुंतूच्या बापाची मान खाली गेली. शी! अशा कुलांगार मुलाचा बाप असणे, धिक्कार असो. तो जर पळून गेला असेल, तर कोणाचा न्याय होणार अशी कुजबुज सुरू झाली.

'मग काय उबुंतू पळून गेला असं जाहीर करायचं का? त्याला पकडून आणणाऱ्याला हजार रुपये इनाम अशी घोषणादेखील करू या! पकडला गेला तर डोळे मिटून त्याला मार देऊया? पाच दिवस झाले, इतकं डोकं दुखतंय, की मरायची पाळी आली आहे. नाही, आता त्याची सुटका नाही. सैताना, कुठे आहेस, बाहेर ये. नाहीतर पळून गेलास असं जाहीर करीन.''गावातील कोणीतरी एक जण चौथऱ्यावरून जाहीर करणार, तोच मुखियाच्या आदेशाने त्यांच्या तोंडाला कुलूप बसलं. वयानं सगळ्यात मोठे असलेले मुखिया गंभीर आवाजात म्हणाले, ''तो पळून गेला नसेल. तो असा पळून जाणाऱ्यातला नाही. पळायचंच असतं, तर अपराध झाला तेव्हाच गेला असता. एक नंबर वा दोन नंबरला गेला असेल. इतक्या मोठ्या अपराधाची शिक्षा ऐकायच्या अगोदर कोणाला दोन नंबरला लागणार नाही.'' पुन्हा एकदा हळू आवाजात त्यांनी घोषणा केली, ''उबुंतू, मुला कुठे आहेस? बाहेर ये. आणखी खोळंबा करू नकोस. पाच दिवस झाले, सगळ्यांनी तुझ्यासाठी खूप त्रास सोसला आहे. ही निंदा केवळ तुझी नाही, तर आम्हा सर्वांची आहे. आता हे सगळं काही तुला समजायचं नाही. कारण तुला दाढी-मिशा फुटल्या असल्या तरी तू तितका पोक्त झाला नाहीस. आमच्यासाठी तू लहानच आहेस रे ...'' कोमल आवाजात त्याच्या नावाचा पुकारा व्हायची वेळ झाली, तेव्हा सभेत बसलेल्या लोकांच्या गर्दीतून तो उगवला. तो पहिल्यापासूनच मित्रांच्या बरोबर येऊन गर्दीमध्ये मांडी घालून बसला होता. उन्हापासून डोके सांभाळायचे म्हणून त्यानं वडिलांचा लाल पंचा डोक्यावर घेतला होता, म्हणून ओळखला गेला नव्हता. मुखियांनी प्रेमाने बोलावल्यावर शहाण्या मुलासारखा स्वतःच्या जागेवर जाऊन उभा राहिला. त्या आधी मुखियांना नमस्कार केला. गर्दीतून एक कोमल कुजबुजीची लहर उन्हाळ्यातल्या वाऱ्यासारखी त्याच्या अंगा-खांद्यापर्यंत येऊन जणू त्याला कुरवाळत म्हणत होती, 'ओहो! इतका चांगला मुलगा... काय हे असं वागला...' त्याची वर असलेली मान इतक्यानेच खाली झुकली. डोके खाली घालून गर्दीतून रस्ता काढत तो समोर दोषी माणसासाठी खूण करून ठेवलेल्या पूर्वनिर्धारित जागेवर जाऊन उभा राहिला. तिथे त्याच्यासाठी ठेवलेली चटई त्याने बघितली. आपल्या शाळेच्या पहिल्या दिवसाची त्याला आठवण झाली. अशीच चटई टाकून त्याच्या बाबाने त्याला शाळेत बसवलं होतं. त्या दिवशी तो स्वतः चटई आपल्या काखोटीला मारून शाळेत गेला होता. पण आज त्याच्यासाठी एक स्वतंत्र चटई तिथे अंथरलेली बघून त्याला खूप चांगले वाटले. त्याला वाटले होते, की दोषी माणसाला चिखलात वा माणसाच्या घाणीत अळ्या वळवळत असलेल्या जागेवर बसवले जाईल. खूप अपमान करतील. शिक्षा भोगायच्या अगोदर फक्त त्यालाच नव्हे तर त्याचा बाप, आजोबा, चौदा पिढ्यांना, न ऐकवणारे अपशब्द ऐकावे लागतील. तो शाळेत प्रार्थनेला बसल्यासारखा

चटईवर मांडी घालून बसला. दोन्ही हात जोडून खूप दिवसांपूर्वीच्या विसरलेल्या प्रार्थनेच्या ओळी आठवायला लागला. त्याच्या शाळेतले दिवस किती चांगले होते. अर्धे दिवस शिक्षक हजर नसायचे, त्यामुळे फक्त खेळ आणि खेळ. चिंता नसलेला त्याचा बाल्यकाळ किती सरळ आणि निर्मळ होता. लहानपण हरवले, म्हणून फक्त गेले पाच दिवस शांतपणे तो हा मनस्ताप भोगत होता. त्याच्यासाठी निश्चित झालेल्या शिक्षेतून मुक्ती मिळण्यासाठी प्रार्थना केली तर त्या बदल्यात त्याचे बालपण परत करण्यासाठी त्यानं देवाला एक छोटी प्रार्थना केली. त्याच्या दृष्टीने ती एक सामान्य मागणी होती. पण त्याच्या मागणीच्या बदल्यात देवाने त्याला वरदान देणे ही गोष्ट अजिबात सामान्य नव्हती. त्याची ही सरळ मागणी देवाला अडचणीत टाकेल हे त्याला समजले व त्यासाठी त्याने देवाची क्षमा मागितली. आता तो पुन्हा मतदान केलेला एक वयात आलेला उबुंतू होता; जो निंदा, अपमान व शेवटी शिक्षेच्या घोषणेची वाट बघायला लागला.

सगळे मिळून नऊ मुखिया नवग्रह बसल्यासारखे उबुंतूवर नजर रोखून बसले होते. त्यांच्या नजरेत त्याच्यासाठी घृणा, द्वेष, निष्ठुरता, उपहास, विद्रूपता, तिरस्कार सोडून आणखी काही नसेल, असे वाटून तो त्यांच्या नजरेस नजर मिळवण्याचे साहस करू शकत नव्हता. तो आपली नजर खाली वळवून बसला होता. ओहो, मनुष्यजन्म मिळाला आहे म्हणून चूक झाली, ही काय खूप मोठी चूक झाली का? पशू जे करू शकतो ते पशू करतो, कारण तो पशू. चुलीवर जर पेज उतू गेली, तर त्यात चुलीचा दोष ना पेजेचा दोष. चुलीने जाळ नियंत्रित केला नाही, तर पेजेला दोष देण्यात काय अर्थ आहे? उतू गेलेली पेज तर परत पातेल्यात येऊ शकणार नाही. अगदी तसेच त्याने केलेले पाप तो पुण्यात कसा बदलू शकेल. त्याच्या नासमज मागणीला ईश्वराच्या असहायतेबरोबर त्याच्या या असहायतेची तुलना होऊ शकते. त्याने महादोष केला आहे, हे तो मानतो. पण त्यासाठी तो आता काय करू शकतो! मुलाने पाणी सांडले, म्हणून जर त्याचे डोके उडवले, तर पाणी गोळा करता येईल का? मग त्याला इतकी मोठी शिक्षा देण्याचा विचार कशासाठी? स्वत:च्या बाजूने मनात तो अशी युक्ती लढवत होता व त्याच्या आत बंडखोरीचे विचारदेखील येत होते. तो निरुपाय होऊन पुढील सुनावणीची वाट बघत बसला होता. मुखियांवर त्याला रागदेखील येत होता. यांनी आपल्या आयुष्यात काय कधीही काही चूक केली नसेल का? आता न्यायाच्या खुर्चीवर बसून त्या गोष्टीचा स्वीकार करू शकतील का? जाऊ दे –तो तर अपराधी आहे. त्याला तोंड दाबून सारे काही मानायला हवे. त्याला न्याय मिळो वा न मिळो पण शिक्षा ही भोगावीच लागणार.

कोणीतरी मोठ्या आवाजात विचारलं, "अरे उबुंतू, इतका मोठा अपराध तू

केला आहेस, हे तुला मान्य आहे का? कारण आमच्या हातात काही पुरावा नाही, साक्ष नाही. तू तुझा साक्षीदार.''

तो आपल्या जागेवर उठून उभा राहिला. सामान्य आवाजात म्हणाला, ''हो, मला मान्य आहे. मीच इतकी मोठी चूक केली आहे. माझ्या तोंडातूनच गोष्ट बाहेर पडली आहे. गावाच्या न्यायानुसार जी शिक्षा असेल ती मला मान्य आहे.'' तो पुन्हा आपल्या जागेवर बसला.

आणखी एक न्याय देणारे म्हणाले, ''एका नंतर एक असं मुखिया आपलं म्हणणं मांडतील. त्याच्या चुकीला काय शिक्षा द्यायची, हे शेवटी गावातील लोकच सांगतील. गावातील लोकच न्यायाधीश. मुखियादेखील तुमच्या मताचा स्वीकार करतील. या गावाचं हेच वैशिष्ट्य आणि गणतंत्र परंपरा.'' गर्दीतून पुन्हा एकदा कुजबुज ऐकू आली. जर गाववालेच न्याय देणार आहेत, तर मग गेले पाच दिवस हे मुखिया मोहाची दारू पिऊन, चिलीम ओढून कसला विचारविमर्ष करत होते? शिक्षा अत्यंत कठोर होणार हे नक्की, म्हणून स्वत:वरचा दोष घालवण्यासाठी त्यांची ही एक चाल. जसे फासाची दोरी ओढण्याअगोदर जेलरपासून आरंभ होऊन जल्लादपर्यंत सगळेच स्वत:वरचा दोष घालवून दंड झालेल्याची क्षमा मागतात. आजची गोष्ट अगदी तशीच. पण त्यांचे म्हणणंदेखील मानायला हवे. बघूया ते काय म्हणतात.

पद्मासनात बसलेल्या पहिल्या मुखियाने आपल्या डाव्या तळपायाला चोळत चोळत सुरुवात केली, ''या गावच्या माता, भगिनी, बंधू आणि मला पुत्रवत श्रद्धेय उबुंतू ... '' उबुंतूच्या छातीची धडधड बंद झाली. आपली छाती त्याने आवळून धरली. मुखियाने सांगायला सुरुवात केली, ''या मुलाला तुम्ही जन्मापासून बघत आला आहात. त्यानं या आधी कधीही अशी अक्षम्य चूक केलेली नाही. समाजाचे नियम मानून चालत आला आहे. ही चूक क्षमायोग्य नाही, तरीदेखील ही त्याची पहिलीच चूक आहे. अर्थात चूक ती चूक. ती आधी होवो वा नंतर होवो.''

उबुंतूला जरा आशा वाटली. हे त्याला शिक्षा देऊ शकतील? हे तर सगळे त्याचेच आहेत. दोन नंबरचे मुखिया म्हणाले, ''मला चांगलं आठवतंय, आपला उबुंतू प्राथमिक शाळेत शिकत होता. त्याच्या बरोबर शाळेत जाणाऱ्या आपल्या पद्मी माझीच्या अशक्त मुलाच्या खांद्यावरून त्याची जड बॅग काढून, आपल्या खांद्यावर वाहून हा शाळेत जाई. तुम्ही सगळ्यांनीच हे बघितलं असेल. वीतभर मुलाच्या छोट्याशा छातीतील विशाल हृदयाकडे बघा. या गावातल्या आणखी कोणत्या मुलाला असं करताना कधी बघितलं आहे का? म्हणतात, की तुळशीला दोन पानं असली तरी वास येतो. कुठला ग्रह वा कोणती देवता त्याच्यावर कोपली ....'' म्हणताना त्यांचा कंठ दाटून आला आणि ते गप्प झाले.

उबुंतूने आपल्या काळजात एक हळुवार व्यथा अनुभवली. ओहो, यांनी किती प्रेमळ नजरेनं लहानपणापासून त्याचे निरीक्षण केले होते. त्याच्यात इतके चांगले गुण आहेत? अश्रू दाटून त्याचे डोळे भरून आले. गावातील लोकांच्या डोळ्यांतदेखील अश्रू दाटून आले होते.

तीन नंबरच्या मुखियांनी काही बोलण्याअगोदर पंचाने आपले तोंड दोन वेळा पुसले. त्यांच्या चेहऱ्यावर राग नव्हता तर दुःख होतं. म्हणाले, ''हा उबुंतू, त्याची काय आठवण मी तुम्हाला सांगणार? आपल्या सगळ्यांच्या डोळ्यांसमोर तर तो वाढला आहे. पुढचा-मागचा विचार न करता दुसऱ्याला मदत करण्यासाठी, आगीत उडी घेणारा हा मुलगा. बारा वर्षांचा होता, तेव्हा नदीत उडी मारून प्रधानांच्या सात वर्षाच्या मुलीला, ती बुडत असताना यानं वाचवलं नव्हतं का? त्या दिवशी तो मरता मरता वाचला होता. त्याच दिवशी मेला असता तरी चांगलं झालं असतं. आज हा दिवस बघायला लागला नसता.'' आपले डोळे पुसून ते गप्प झाले. उबुंतूने आपले तोंड पंचात लपवले. त्या दिवशी मेल्यात जमा झालेल्या प्रधानांच्या मुलीच्या रडण्याच्या आवाजाने सगळ्यांना आतून रडवले.

चार नंबरच्या मुखियांनी उसासे सोडत बोलायला सुरुवात केली, ''याच्या मास्तरांकडून मी ऐकलं आहे, की शाळेतल्या सगळ्या मुलांना मदत करणं, हे त्याचं मुख्य काम असायचं. स्वत: उपाशी राहून आपला वाटा तो भुकेल्या मुलांना वाटत असे. विशेष करून ज्या दिवशी अंड्याचा रस्सा होत असे. त्यामुळेच तो शिक्षणात पुढे जाऊ शकला नाही.'' म्हणत ते गप्प झाले. उबुंतूसहित सगळ्यांचीच मने हेलावून गेली.

पाच नंबरचे मुखिया आपला गळा साफ करत म्हणाले, ''सगळ्यांनीच बघितलं आहे, की त्यानं कोणाचं छप्पर करून दिलं आहे, तर कोणाच्या खांद्यावरचा पाण्याचा भार घेऊन स्वत:चे खांदे जड केले आहेत. एखाद्या रोग्याला आपल्या खांद्यावर टाकून वरच्या भागातल्या दवाखान्यात धावत घेऊन गेला आहे. या गावातले सगळेच त्याची आई, बहीण, बाबा आणि भाऊ आहेत. किती चांगला मुलगा. का त्यानं असं केलं?''

सहा नंबरचे मुखिया स्पष्ट शब्दात म्हणाले, ''पण केलं तर आहे ना, त्यानं स्वत: त्याचा स्वीकार केला आहे. तसं नसतं तर कोणाला समजलं असतं, की कुठे काय घडलं आहे ते? हा लहानपणापासूनच सत्यवादी आहे. डोकं उडालं तरी चालेल, पण आपली चूक लपवायचा नाही. एकदा आमच्या घरी आला होता. मी नसताना माझ्या बंडीच्या खिशातून दोन रुपये चोरून गुलगुला विकत घेऊन माझ्याच घरी परत येऊन माझ्या मुलाला दिला. म्हणाला, 'यात तुझा वाटा आहे. तुझ्या वडिलांच्या खिशातून चोरलेल्या पैशातून मी हा विकत घेतला आहे. तुझ्या

वडिलांनी जर शोधलं, तर त्यांना सांग, की मी चोर आहे. नाहीतर तर तुला उगाचच मार खावा लागेल. दुकानात गुलगुला तळताना बघून माझ्या तोंडाला पाणी सुटलं. माझ्या घरी कोणीही पैसे देणार नाही. म्हणतील, घरी खा. मग काय करणार? मला चोर म्हणतील, म्हणू देत.'' असं म्हणून तो आनंदानं हसला. असा मुलगा मी खरोखर कुठेही बघितलेला नाही. त्या दिवशी सगळं काही समजल्यावर त्याला शिक्षा काय करणार होतो? उलट तो येताजाताना कधी दिसला, की त्याच्या हातावर रुपया दोन रुपये ठेवून म्हणतो, जा दोन्ही मित्र मिळून गुलगुला खा. आता हा कुठला गुलगुला खाणार? आता तर तो वाईट ग्रहदशेतून जात आहे. ते जाऊ दे.'' म्हणत ते खाली बसले. त्याचा लहानपणीचा मित्र, मुखियांचा मुलगा खूप रडला. त्यानेदेखील जमिनीवर डोके टेकून डोळ्यांतून पाणी काढले. त्याच्यात काय इतके सारे चांगले गुण होते? सगळे काय आता नाहीसे झाले?

सात नंबरच्या मुखियाने आपले बोलणे सुरू करायच्या आधी सगळ्यांकडे बघितले. म्हणाले, ''या गावात जात-गोत घेऊन कितीतरी दंगे झाले असते. शेवटच्या वस्तीत कितीदा तरी आग लागली असती, जे सगळीकडे घडतं. पण आपल्या गावात घडलं नाही. कोणामुळे माहीत आहे?'' गर्दीतून एकच कल्लोळ उठला आमच्या उबुंतूमुळे, उबुंतूमुळे...'' तळाच्या वस्तीतील लोक जोरात रडायला लागले. एकजण म्हणाला, ''आता आमच्या वस्तीला आग लागेल. कारण आमचा उबुंतू जेलमध्ये जाणार. आमचं रक्षण करायला या गावात आता आणखी कोण आहे. त्यानं तयार केलेला सेवाभावी गट आता मोडून जाईल.'' मुखिया म्हणाले, ''आता काय करणार? दोष तर त्यानं केला आहे. तुम्ही सगळे न्याय देणारे.''

आठ नंबरचे मुखिया बोलण्यासाठी तयार नव्हते. पण नियमानुसार बोलायला उभे राहिले. त्यांच्या आवाजात दुःख होते. ते म्हणाले, ''आम्हा सगळ्या म्हाताऱ्यांना आता विचारणारा वाली कोणी राहणार नाही. या गावात आमची सेवा करणारा कोणी होता, तर तो होता उबुंतू. म्हणून तर आजपर्यंत त्यानं कामधंदा काही केला नाही. काही जण म्हणत होते, उबुंतू कुठल्या कामाचा नाही. पण आम्हा सगळ्यांना हे माहीत आहे, की या गावात तोच एकमात्र कामाचा मुलगा आहे. कोणाच्या शेतात नांगर धरला तर कोणाचा गोठा स्वच्छ केला. फक्त माणसंचे नाही तर गाई-गुरे, भटकी कुत्री, झाडं-झुडूपं, विहिरी-तलाव सगळ्यांचा तो मित्र आहे. पूर, वादळ अशा वेळी तर तो भूत संचारल्यासारखा मदत करतो. पण कोणता दुष्ट वेताळ त्याला लागला, की तो तिन्ही पंचांगातून गेला. तोच नाही तर आम्हीदेखील अनाथ झालो.'' गावचे सगळे लोक दुःखी-कष्टी होऊन बसले होते. उबुंतू त्याच्या जन्मभूमीवर आपले डोके ठेवून त्या नापीक जमिनीला ओले करत होता. जन्मभूमीची क्षमा मागत होता.

सगळ्यात शेवटी लोकांचे मत घेण्याअगोदर नऊ नंबरचे मुखिया जे बोलले, ते खरोखरच अकथनीय होते, ''पलसापूर गावातील मुली, बाळी, सुना यांच्यावर आजपर्यंत कोणी अत्याचार केले नाहीत वा या गावात कोणतंही दुष्कर्म घडलं नाही. ते केवळ उबुंतूमुळेच शक्य झालं. काही वर्षांपूर्वी गावात एक निंद्य घटना घडली असती. बाहेरच्या गावातील काही गुंड, दारुडे अर्ध्या रात्री आले आणि आपल्या गावातील अविवाहित मुलीला उचलून घेऊन गेले. आपल्या सगळ्यांना ती गोष्ट माहीत आहे. मी आज फक्त त्याची आठवण करून देत आहे. हा रात्री पहारा देतो, कोणाला माहीत होतं? त्याला कसं काय समजलं माहीत नाही, पण हा धावला त्यांच्या मागोमाग. स्मशानाजवळ या गावची इज्जत, सन्मान सगळं काही भस्म झालं असतं. तो त्यांच्यावर तुटून पडला. चार गुंडांना काठीनं मारून रक्तबंबाळ केलं खरं, पण स्वत:देखील त्यांच्या भूजालीच्या मारानं जखमी झाला. पण आपल्या गावाच्या मुलीला तशाही अवस्थेत खांद्यावर टाकून त्यानं घरी आणून पोहोचवलं. त्याला तर धाडसासाठी पुरस्कार मिळायला हवा. पण ती गोष्ट आमच्या स्थानिक लोकप्रतिनिधींनी योग्य ठिकाणी पोहोचवली नाही. तो मरता मरता वाचला होता, ही गोष्ट कोणाला माहीत नाही? त्याच्या अंगावर, तोंडावर घावाच्या खुणा कोणाला दिसत नाहीत का? पण फायदा काय? छान झालं, त्याला पुरस्कार मिळाला नव्हता. नाहीतर आज पुरस्कार परत करायला लागला असता, तर गावाची खूप निंदानालस्ती झाली असती. उबुंतू, अरे, तू हे असं का केलंस? किती त्रास दिलास तू आम्हा सगळ्यांना? तुझ्यामध्ये हिरा, माणिक, मोती, नील सारं काही भरपूर आहे, हे बिचाऱ्या तू स्वत: समजू शकला नाहीस. आता आमच्या गावच्या सुनालेकींची इज्जत सुरक्षित नाही. फक्त त्यांचीच नव्हे, तर साऱ्या गावाची वेळ खराब आहे. पण त्याने नक्की चूक केली आहे का? गाववाल्यांनी विचार करावा. त्याला स्वत:ला थोडा विचार करू दे. आम्ही सगळे तर दु:खी आहोत. मुलांना शिक्षा द्यायला कोणाला आवडतं?' मुखिया रडायला लागले. त्या वेळी उबुंतू जमिनीवर डोके ठेवून स्वत:च्या खडकाळ हृदयाला भिजवत होता व स्वत:मध्ये असलेले हिरा, माणिक, मोती नील शोधत होता. स्वत:च स्वत:ला म्हणत होता, 'इतकं प्रेमळ गाव, इतके सारे शुभेच्छुक, आणि स्वत:मध्ये इतकं धन दडलेलं आहे हे मी आधी का समजू शकलो नव्हतो.' डोळे मिटून तो बाहेरच्या जगाला विसरून गेला. आंतरजगतात शंभर डोळे उघडले गेले. तिथे त्यानं केव्हापासून उमललेलं एक विशाल, स्वच्छ कमळाचं फूल बघितलं. गुलाबी पाकळ्यांच्या आत सोन्याच्या छोट्या पेटीत एक पद्मकेशर होते. त्याच्या आत त्याने स्वत:ला भ्रमर रूपात नव्हे तर एका गुणगुण करणाऱ्या निष्पाप मधमाशीसारखे बघितले, जी भ्रमरासारखी मध पीत नाही तर मध साठवून साऱ्या जगाला वाटते. तिथेच त्याला हिरा, माणिक व

मोत्यांचे भांडार दिसले. तो स्तब्ध झाला. त्याला ऐकायला आले, की तो स्वतःच स्वतःला काही सांगतो आहे, 'यासारखी संपदा तुझ्याजवळ असूनही तू इतकी मोठी चूक कशी काय केलीस? मी माझ्या चांगुलपणाला कसा विसरून गेलो. हे आयुष्य तर फक्त माझं नव्हे, सगळ्यांचंच आहे. कसा मी सगळ्यांना इतका त्रास दिला? कोणालाही त्रास देण्यासाठी माझा जन्म नाही. हे देवा, माझ्यामुळे आता कोणाला काही त्रास न होवो. इतकी मागणी तर तू नक्की पूर्ण करशील.'

गावच्या लोकांच्या म्हणण्याची आता काही गरज नव्हती. सगळे त्याच्याभोवती गोळा झाले होते. त्याला जमिनीवरून उचलून, मिठीत घेऊन सगळे रडायला लागले. सभा संपायच्या अगोदर एक सामूहिक संगीताचा स्वर ऐकायला येत होता, 'आमचा उबुंतू ... आमचा उबुंतू.'

■

। अठरा ।

काया

अजून शुद्ध आलेली नाही.

येईल का नाही शंकाच आहे! न येवो, उलट ते सर्वच दृष्टीनं चांगलं.

डोक्याला प्रचंड मार लागला आहे. गळ्याला घट्ट बांधलेली स्वत:चीच सिंथेटिक ओढणी. बहुतेक श्वास कोंडला असावा. अर्थात हे कोण सांगू शकणार? दवाखान्यात आणली तेव्हा तिला शुद्ध नव्हती. त्या दिवसापासून मुलगी झाकोळलेल्या चंद्रासारखी दवाखान्याच्या कॉटवर बेशुद्ध पडलेली आहे. चंद्र मावळेल मावळेल वाटतंय, पण मावळत नाहीये. झाकोळलेला चंद्र जसा आकाशात सूर्याच्या करुणेची भिक्षा घेत निरोप घेतो, तशीच ती मुलगी सगळ्यांच्या करुणेची भिक्षा घेऊन दवाखान्यात पडली होती. सगळ्यांच्या डोळ्यांत मगरीचे अश्रू होते, कोणासाठी? नाव माहीत नसलेल्या त्या अल्पवयीन पीडित मुलीसाठी? त्या रडण्यात आरोप- प्रत्यारोपाचे शब्द ऐकू येत आहेत ते त्या दुसऱ्यासाठी– आरोपीसाठी. या देशात तिच्यासारखी पीडित ती एकटीच नाही, अनेक आहेत. सगळ्यांची गोष्ट चव्हाट्यावर येत नाही, नजरेस येत नाही. पण पीडा तर तीच, दुर्भाग्य तर सारखंच.

जर शुद्धीवर आली! पण नकोच यायला.......

कोणाचा त्यात काय फायदा? ती डोळे उघडेल, पण काही बघू शकणार नाही. बघू शकली, तरी तोंड उघडून बोलू शकणार नाही. तोंड उघडलं, तर सृष्टिप्रलय होईल. विषारी साप दग्ध होण्यापूर्वी फक्त तीच नाही, तिच्या घरचे, वंशातले, नातेवाईक सगळे जळून भस्म होतील. कोणीही त्यांना वाचवू शकणार नाही. कॉटवर बेशुद्ध पडलेल्या मुलीला

शुद्ध यावी, म्हणून सगळं जग वाट बघत बसलं होतं. खरं काय खोटं काय ते त्या मुलीलाच माहीत होतं. तिच्याशिवाय आणखी कोण सांगू शकणार होतं, की तिच्याबरोबर काय अघटित घडलं आहे? माहीत असलं, तरी प्रत्यक्ष डोळ्यानं बघितलेलं कोणी कधी सांगतं का? प्रत्यक्ष साक्षीदाराचं आयुष्य मग धोक्यात येतं. इकडून नाहीतरी तिकडून गळ्यावर वार तर होणार. खरं काय आणि खोटं काय ते ज्यांनी हे घृणास्पद कृत्य केलेलं आहे, त्यांना तर नक्कीच माहीत आहे. सगळं काही करून नीच बलात्कारी फरार झाले होते. पकडले गेले तरी ते खरी गोष्ट सांगणार नाहीत, खोटंच सांगतील. काय सांगतील?

'जेमतेम सतरा वर्षांची मुलगी चालता चालता शेताच्यामध्ये एकटीच रक्तबंबाळ होऊन पडली, आपलं डोकं मागून दगडानं चेचून ओल्या मातीवर आपलं रक्त वाहवलं, स्वतःच्या गळ्याला ओढणीनं घट्ट बांधलं, शेवटी म्हणतील, 'स्वतःवरच बलात्कार करवून घेऊन आपल्याच शरीरावर घृणास्पद पाशवी अत्याचाराच्या खुणा सोडल्या? एकाच्या नाही, अनेकांच्या घाणेरड्या खुणा पवित्र कुमारी शरीरावर स्वतःच करून कलंकिनी नेहमीसाठी बेशुद्ध होऊन पडली.' अशी अशक्य जबानीदेखील पूर्वी कानांनी ऐकलेली आहे. दवाखान्यात बेशुद्ध मुलीजवळ बिचारा बाप बसला आहे. आई आपली छाती पिटून रडता रडता आपोआपच थकून गेली. रडण्यासाठीदेखील शक्तीची गरज असते. गरीब आईच्या अशक्त शरीरात महिनोन् महिने रडण्यासाठी ताकद कुठे? वरवर बघितलं तर जगातली सगळी दुःखं आपोआपच थांबतात. पण आई-वडिलांच्या छातीत ते दुःख मरून राख होईपर्यंत दुःखाची नदी वाहतच असते. डॉक्टरांनी सगळ्या आशा सोडून दिल्या आहेत. त्यांनी आपलं शेवटचं मत कधीच सांगितलं आहे. त्यांच्या हातात जे होतं, ते सर्व त्यांनी केलं आहे. जे त्यांच्या हातात नाही, ते ईश्वराच्या हातात. डॉक्टर तर ईश्वर नाही, साधारण मनुष्य. सगळं जग ईश्वराच्या हातावर चालतं, डॉक्टरच्या हातांनी नाही. आयुष्य असेल तर ते मरणाच्या दाढेतून ओढून आणू शकतील, वाहवा मिळवतील. पण आयुष्यच नसेल तर? जे होऊ शकलं त्याचा कर्ता माणूस, जे नाही झालं त्याचा कर्ता भाग्यविधाता – ईश्वर.

ईश्वराची इच्छा नसेल, तर शुद्ध येणार नाही. शुद्ध परत यावी, हे कोणाला हवं होतं. शुद्ध आली तर आकाश फाटेल, आतलं रहस्य चव्हाट्यावर येईल. एका शब्दात खरं-खोटं पकडलं जाईल. अश्राप बालिका जे सांगेल, तेच सत्य मानलं जाईल. म्हणून तर दुष्टांनी तिची हत्या केली होती. काय हवं आहे, खरं का खोटं? सत्य नेहमीच कठीण, एकवचनी, एकटं आणि अरसिक असतं. खरं बोलण्यात हात कधी ओले होत नाहीत, सत्यातून धागा काढून जाळं विणता येत नाही. त्यात कुठले मासे पकडता येत नाहीत. सत्य म्हणजे सगळ्यांच्या गळ्यात अडकलेला

गळाचा काटा. शुद्ध येऊ दे म्हणून बापालादेखील वाटत होतं का? सत्य बाहेर येऊ दे? सत्य बाहेर आलं, तर अंगणातून गडगडत चव्हाट्यावर नाही का येणार? मुलीबरोबर झालेली घृणास्पद घटना घराण्यासाठी निंदाजनक होईल. सत्य नेहमीच स्वत:च्या सिंहासनावर दृढ बसलेलं असतं. फायदा-तोट्याचा विचार नाही. ज्या दिशेला वारा त्या दिशेला छत्री, अशा प्रकारे सत्य कोणत्याही दिशेला वाकत नाही. सत्य अशी काठी, की जी मोडेल पण वाकणार नाही. पोरगी सत्यासारखीच एकदम ताठ. त्यामुळे शुद्धीवर आली, तर फायद्यापेक्षा तोटा शंभर टक्के. शुद्धीवर आली तर पोरीनं जे जे बघितलं, जे जे भोगलं, जे जे ऐकलं; ते ते रोखठोक सांगेल. समजावलं, तरी समजायची नाही. शाळेत जाऊन दोन अक्षरं काय शिकली, 'सत्य बोलून मरण आलं तरी बेहत्तर, सत्य बोलायला मी घाबरीन का बरं.' असं एका सुरात मोठ्यानं गात असते.

मर, मर आता. कदाचित खरं बोलशील म्हणून तर तुला ही शिक्षा! तिचे गुण तर सगळ्यांनाच माहीत होते. जे बघितलं होतं, तेच तिनं सांगितलं असतं. ती म्हणे सरकारी साक्षीदार होणार होती. तिचं शरीर सतरा वर्षांचं आहे, हे ती अभागिनी विसरून गेली होती. बाईनं कधी सरकारी साक्षीदार म्हणून जायचं नसतं. हा काही इतका साधा व्यापार नाही. त्यात परत भाऊ, वडील, आई, बहीण यांच्यासाठी नाही तर गावातल्या वर तोंड काढून बोलणाऱ्या एका पोरीसाठी! वर तोंड काढून बोलणाऱ्या मुलींचं तोंड खाली घालण्यासाठी जास्त वेळ लागत नाही. शरीरावर एकदा हात पडला की चेहऱ्यावर काळं फासलं गेलं, तोंड खाली गेलं, की बापानं दिलेलं नाव पुसलं जाऊन एका खोट्या नावानं ओळखल्या जातात.

दुर्जयाची (दिलेलं नाव) शुद्ध आली नाही, अशी बातमी दररोज वर्तमानपत्रात पहिल्या पानावर छापली जात होती. टीव्हीच्या पडद्यावर दुर्जयाची असहाय अवस्था बातम्यांमध्ये रोज दाखवली जात होती. दवाखान्यातला कॉटवरचा तिचा फोटो लोक बघत होते. अशा प्रकारच्या बातम्या माणसांसाठी दु:खद मनोरंजनात बदलल्या जातात. सगळे ओहो.. चूक... चूक करत, पण शरीराला काय तेवढाच त्रास होत होता का, जेवढा त्रास दुर्जयाच्या शरीराला व तिच्या आई-वडिलांच्या आत्म्याला होत होता? तसं कधी होत नाही. कारण पृथ्वी स्वर्ग नाही, तर मर्त्य आहे. दुर्जया गेले काही दिवस हेडलाईन स्टोरी वा कव्हर स्टोरी होऊन वर्तमानपत्रात झळकत होती. रोजच्या ब्रेकिंग न्यूजची नायिका होती दुर्जया. पण तिच्या निष्पाप चेहऱ्याला टीव्हीवर जरा फिके करून दाखवत होते, ज्यायोगे ती ओळखली जाणार नाही. इतक्या मोठ्या घोर पापासाठी पीडितेच्या चेहऱ्यावर असा एक प्रकारचा पडदा का? तिनं तर काहीच पाप केलं नाही. तिला कशाला लाज? तिची का अपनिंदा? तिच्या आई-बापाला घोर दु:ख आहे हे खरं, पण शरमेनं मान का तळाशी जाणार?

आधीसारखं मान वर करून अशा दुर्जया समाजासमोर उभं राहून, न्याय का मागू शकणार नाहीत? दोषीला फासावर लटकवण्यासाठी पुरावा का देऊ शकणार नाहीत? हीच गोष्ट दुर्जयाची जिवलग मैत्रीण मातंगीवर (नाव बदललं आहे.) आली. सामुदायिक बलात्काराची बातमी खोट्या नावानं बाहेर आली. तिच्या गावाचं नाव आलं, तिच्या आई-बापाचं नाव आलं, बलात्कारी लोकांची नावं आली; पण मातंगीचं खोटं नाव! एवढ्यानं काय तिला आसपासचे लोक ओळखणार नाहीत? मग चंद्रासारखा मनाला आनंद देणाऱ्या मातंगीच्या चेहऱ्याला फोटोत धूसर का केलं होतं? गावाच्या मधोमध पदर कमरेला खोचून दुर्जयानं ओरडून विचारलं होतं, कोणाचा कलंक, पीडितेचा का पाप्यांचा? तिची मैत्रीण तर गंगाजलाइतकीच पवित्र आहे. गंगेच्या पाण्यात गुरा-ढोरांची मढी, माणसांची प्रेतं, कचरा, घाण सगळं काही वाहत जातं म्हणून गंगेचं पाणी अपवित्र होतं का? दोष पावन नदीचा का त्यात घाण टाकणाऱ्या लोकांचा? पीडितेला घेरून सगळे हाय हाय का करता आहात? तिचं भविष्य आता नाहीसं झालं, असा डांगोरा का पिटता आहात? जर वाघांनी हल्ला केला तर तिची पवित्रता नष्ट होत नाही, मग काही नराधमांनी तिला उचलून नेऊन जखमी केलं म्हणून तिची पतिव्रता भंग झाली असं समाज कसं म्हणू शकतो? समाज पीडितेचा त्याग का करतो आणि तिला आत्महत्या करण्यास का भाग पाडतो? तिला तर आयुष्य जगण्याचा पूर्ण अधिकार आहे. ती जगली तरच तिला न्याय मिळेल. ती मेल्यावर पापी माणसांना फाशीवर लटकवलं, तर तिला न्याय कुठून मिळणार? बाईसाठी समाजाच्या संकुचित दृष्टिकोनामुळेच तिच्या जगण्याच्या अधिकाराला पापी माणसं हिसकावून नेतात. दुर्जया व मातंगीसारख्यांसाठी हा समाज घर-दार, रस्ते-बाजार, स्कूल-कॉलेज संकटमुक्त करत नाही? अभागिनी, निष्पाप अशा या दुर्जयांना जिवंत राहून या पापी लोकांना फासावर लटकवलेलं बघण्याची इच्छा असूनही, बहुतेक जणी तोपर्यंत जिवंत नसतात. कोणाला मारून टाकतात, तर कोणी आत्महत्या करतात. अशा कोणी जर मान वर करून मानानं जिवंत राहिल्या, तर पापी लोकांनी घृणास्पद कर्म केलं तरी फाशीच्या तख्तावर लटकवण्याचा नियम नाही. त्यांना फासावर झुलवण्यासाठी दुर्जया वा मातंगींना मरायलाच लागतं, आयुष्यासारख्या अमूल्य पदार्थाचा त्याग करावा लागतो. हाच कायदा आहे. यातच म्हणे पीडितेला न्याय मिळतो. हा कोणत्या प्रकारचा न्याय?

ज्या दिवशी खोट्या नावाच्या मातंगीच खरं नाव दुर्जयानं भर बाजारात ओरडून टीव्ही कॅमेऱ्यासमोर सांगितलं व सरकारी साक्षीदार होईन असं जाहीरपणे सांगितलं, त्या दिवसापासून मृत्युदेवानं तिचा पाठलाग सुरू केला. जर तिच्या जिवलग मैत्रिणीनं देवीनं (खरं नाव) आत्महत्या केली नसती, तर ती सरकारी साक्षीदार झाली नसती. देवीची ती प्रत्यक्ष साक्षीदार होती. तिची जबानीच दोषींना कठोर दंड

देण्यासाठी पुरेशी ठरली असती. पण या समाजानं तिला जिवंत राहू दिलं का? दुर्जयाच्या सांगण्यावरून ठाण्यात का गेलीस, असं घरच्यांनी विचारून तिला घरीदेखील त्रास भोगावा लागला. तिच्यावर सामूहिक बलात्कार झाला नाही, असं तिचे आई-वडील, भाऊ-बहीण सांगत होते. शेवटी नात्यातली माणसं निंदा करून म्हणाली, 'देवी स्वत:च्या प्रियकराबरोबर एकांतात भेटण्यासाठी गेली होती. ती चांगली मुलगी नाही. तिच्याबरोबर जे काही घडलं ते तिच्या इच्छेनं घडलं.' देवी बरोबर जे घडलं होतं, त्याची दुर्जया प्रत्यक्ष साक्षीदार होती. देवीवर घडणारं पाशवी कांड तिनं दुरून बघितलं होतं. प्राण कंठाशी आणून रणरणत्या उन्हात बांबूच्या वनातून पायात रक्त येत असतानादेखील धावत धावत गावापाशी येऊन, जोरजोरात सगळ्यांना हाक मारून ती सांगत होती, 'देवीला वाचवा...देवीला वाचवा...' देवीचं घर गावाच्या दुसऱ्या टोकाला होतं. ती या बाजूच्या लोकांची मुलगी नव्हती. मग मरणाच्या वाटेला ते का बरं धावून गेले असते? आजकाल यासारख्या दुष्ट लोकांजवळ मारणास्त्रं असतात. पळत पळत देवीच्या घरी दुर्जया पोहोचली तर तिच्या घरचे सगळे पोहे, सुकट विकायला बाजारात गेले होते. ती मग पळत पोलीस ठाण्यात गेली. ठाण्यात तिची तक्रार ऐकण्यासाठी कोणीच नव्हतं. तिची सुटका झाली तेव्हा ती जिवंत होती हे खरं, पण तिचं नाव मातंगी झालं होतं. त्या नीच लोकांनी दिलेल्या यातनांपेक्षा घरच्यांनी व समाजानं दिलेल्या यातना जास्त होत्या. ती घरी तोंड लपवून रडत बसली. तिला आता आणखी जगायचं नाही, असं ती दुर्जयाला म्हणाली. कधीतरी आत्महत्या करीन. दुर्जयानं तिला खूप समजावलं, धीर दिला. आयुष्य खूप सुंदर आहे व पुढे आयुष्यात असं काहीच घडणार नाही असं वचन दिलं. पोलिसांकडे जाऊन सगळं काही सांगण्यासाठी तिला प्रवृत्त केलं. देवी तयार झाली होती. तिलादेखील जगण्याची इच्छा होती. आयुष्य कोणाला प्रिय नसतं? पाप करणाऱ्यालादेखील जगायचं असतं. आई-वडिलांसमोर तिनं आपली इच्छा बोलून दाखवली. त्यानंतर भाऊ व बापानं लाज लपवण्यासाठी देवीला घरात कोंडून ठेवलं. दुर्जया खिडकीतून तिला धीर धरण्याबाबत सांगत असे. देवीबाबत ती पुन्हा ठाण्यात जाऊन सांगून आली. पण तिचं बोलण ऐकून घेण्यात आलं नव्हतं. त्यात ती तर अल्पवयीन होती. त्याशिवाय इतक्या गंभीर मामल्यात अल्पवयीन व्यक्तीच्या आरोपाला तक्रार म्हणून नोंदवता येईल का? मुलीचे आई-वडील कुठे गेले? हे सगळं ऐकून देवीला आणखीनच नैराश्यानं ग्रासलं. त्याच्या दुसऱ्या दिवशी जळून गेलेल्या देवीच्या शरीराला धरून तिचे आई-वडील गळा फोडून रडत रडत सांगत होते, की स्वयंपाक करता करता साडीला आग लागून ती भाजली, जळली आणि मेली. दुर्जयाचा यावर अजिबात विश्वास बसला नाही. देवीचं साहस तर परत आलं होतं, आयुष्य तिला आवडायला लागलं होतं, भविष्याची ती स्वप्नं बघत

होती. पापी माणसांना दंड भोगायला लावीन, अशी तिनं पदराला गाठ मारली होती. म्हणजे तिनं आत्महत्या केली नसणार वा अनवधानानं आगीत भाजली नसणार. देवी तर त्या नकोशा घटनेपासून खोलीत कुलपात बंद होती, ती कुठलंच घरकाम करत नव्हती की चुलीसमोर जात नव्हती. माध्यमांमध्ये देवीच्या अपमृत्यूची बातमी प्रकाशित झाली. तिच्यावर झालेल्या पाशवी घटनेची सविस्तर बातमी दुर्जयाच्या तोंडातून प्रसारमाध्यमातून सगळीकडे पसरली. पोलिसांना तक्रार नोंदवून घेणं भाग पडलं. प्रत्यक्षदर्शी साक्षीदार होईन, असं दुर्जयानं जाहीर केलं. त्यानंतर तिच्याबरोबर जे जे काही घडलं, ते सगळ्या जगाला माहीत झालं. त्या दिवसापासून तिची जी शुद्ध गेली आहे, ती परत येईल ही आशा नाही.

ती तर पडलेली होती. आई-बाप आश्वस्त होते, की प्राण वाचले होते. श्वासोच्छ्वास चालू होता. ती जिवंत आहे, अशी मनाची समजूत काढता येत होती. त्यांच्यासारख्या गरीब लोकांना दवाखान्यात जी दुर्दशा भोगावी लागते, ती भोगायला लागत नव्हती. उलट खूप आरामात पोर झोपली होती. मोठमोठे डॉक्टर बघत होते. देशाची राजधानी दिल्लीहून मोठ्या दवाखान्यातून ठरावीक डॉक्टर एकेकदा उडून येऊन पोरीला तपासत होते. मुलीची शुद्ध आता परत येणार नाही हे समजल्यावरदेखील, तिला डॉक्टर, सरकार व विरोधी पक्ष मरू देत नव्हते. मुलीचा प्राण उडून गेला तर इतकं मोठं उभं झालेलं संकट फुसक्या फटाक्यागत फुस्स व्हायचं. सरकारचं आसन आत्ताच डळमळीत झालं होतं. स्थानिक विधायकांनी राजीनामा दिला म्हणजे झालं, असं होत नाही, तसंच खालच्या पोलिसांचं दाणापाणी बंद करणं म्हणजे झालं, असंही नाही. विरोधी पक्षाच्या इतक्या प्रयत्नांनंतरदेखील सरकारला चरित्रहीन असं ठरवता आलं नाही. मुलीच्या आयुष्यरेषेला येणाऱ्या निवडणुकीपर्यंत कसंही ओढून नेलं नाही, तर सरकार पक्षाच्या उमेदवारांवर विरोधी पक्ष ठपका ठेवू शकणार नाहीत. जनताजनार्दनदेखील या गोष्टीनं नव्वद टक्के भुलतील. मुलगी जर टिचकी मारून इतक्या अगोदर हातातून निसटून गेली, तर लोकांची स्मरणशक्ती इतकी कमजोर असते, की या घटनेला निवडणुकीचा इशू म्हणून वापरता येणार नाही. अर्थात निवडणुकीच्या आधी आणखी एका मुलीवर सामूहिक अत्याचार करून मारून टाकणं यात मोठं असं काही नाही, पण मारून तिला काही दिवस बेशुद्ध करून ठेवणं हे मोठं मुश्कील काम आहे. तरच निवडणुकीचा इशू बरोबर जमेल. अशा प्रकारच्या जनानी मामल्यात किती सरकारं अशी ढासळून पडली आहेत, तसंच निवडणुकीत तोंडघशी पडली आहेत. म्हणून बिचारी दुर्जया जिवंत राहू दे. निंदा, प्रशंसा, शरीराची वेदना, आत्म्याचे कष्ट कशाचीही जाणीव तिला नाही, ती या सर्वांच्यावर मात करून दवाखान्यात आराम करते आहे. अशीच रोज थोडी थोडी मरू दे. अर्थात सरकारदेखील निवडणुकीला डोळ्यासमोर ठेवून तिला जिवंत

ठेवण्यासाठी खूप पैसे खर्च करत आहे. असं केल्यानं महिला स्वेच्छासेवी गट, महिला आयोग, मानवाधिकारी संस्था तोंड उघडू शकणार नाहीत. उलट सरकारची प्रशंसा करतात. आगामी निवडणुकीसाठी अधिकारात असणाऱ्या पक्षाची दुर्जया एक शक्ती आहे, असं लोक म्हणतात.

मुलीचा श्वास चालला आहे का नाही, हे बघण्याखेरीज तिचे आई-वडील आणखी कोणताही विचार करू शकत नव्हते. लहान तान्या दुर्जयाची टाळूवरची धुकधुक हात ठेवून ती भरली आहे का नाही हे तिची आई बघत असे, अगदी तसंच आता ती मुलीच्या छातीवर हात ठेवून ती धुकधुक वाजते आहे का नाही, हे बघून ती जिवंत आहे का नाही हे बघत होती. तिची आई आकाश-पाताळ एक करून विचार करत होती. दुर्जया जे म्हणत होती, तेच फळाला आलं. पण असं फळाला आलं! एका निष्पाप मुलीच्या आशा-आकांक्षांना ग्रामदेवतेनं असं पूर्ण केलं? मुलगी म्हणत असे, 'आई गं, बघ एक दिवस मला सगळे ओळखतील. फक्त आपलं गाव नाही तर आपलं राज्य, देश-दुनिया सगळे मला ओळखतील. वर्तमानपत्रात माझा फोटो येईल. माझी गोष्ट लोक वाचतील, टीव्हीच्या पडद्यावर मी दिसेन, सगळीकडे माझी चर्चा होईल, सरकार मला इनाम देईल. खास माझ्यामुळे आपलं गाव प्रसिद्ध होईल. मला जन्म दिलात म्हणून तुम्हा दोघांचं नावदेखील लोकांना माहीत होईल. मी असं नाव कमवीन, की आई-वडिलांचं नावदेखील जगप्रसिद्ध होईल.' आईची छाती अगदी आतून मोठ्यानं धाय मोकलून रडून रडून दबल्यासारखी झाली होती. मुलीची वाणी खरी ठरो, म्हणून तिनं ग्रामदेवतेजवळ किती दिवे लावले होते. पण तिच्या मुलीची वाणी खरी कसली तर शापवाणी झाली. आकाशाला हात लावण्याची मुलीची स्वप्नं, एक एक करत अशी पूर्ण झाली. ती जगविख्यात झाली. पण स्वप्नं काय अशी खरी होतात? जिवंत असताना नाही तर मरताना? ती बेशुद्ध झाल्यापासून तिच्या गोष्टींची चर्चा घरीदारी, बाजारात, शाळा-कॉलेजात, महिला संस्थांमध्ये, विधानसभेत, टीव्हीवर, वर्तमानपत्रात होत आहे. टीव्हीवर तिचा चेहरा, शरीर सारा देशच नाही तर सारी दुनिया बघत आहे. पण ती मात्र काही बघत नाही, तिला काही समजत नाही. गोष्टीतल्या राजकन्येसारखी झोपून आहे की कोणाची तिला फिकीर नाही. सगळ्यात चांगलं म्हणजे उपचार चालू आहेत, चांगल्या खोलीत आहे, स्वच्छ पांढऱ्या बिछान्यावर झोपली आहे, दवाखान्याचे कर्मचारी तिच्या अंगावर साधी माशी वा डास बसू देत नाहीत. अशा राजेशाहीत तिची मुलगी गेल्या सतरा वर्षांत एक दिवसही राहिली नव्हती, इतक्या थाटामाटाचा तिनं स्वप्नात कधी विचारदेखील केला नव्हता. हे भाग्य का दुर्भाग्य? तिला पुन्हा नेते लोक बघून जातात, ज्या नेत्यांना ओझरतं का होईना बघण्यासाठी गावचे लोक चेंगराचेंगरीत सापडून पोलिसांचा लाठीमार खातात. बॅरीकेटबाहेर तासन्तास ज्यांच्यासाठी उभं

राहावं लागत, तेच नेते आज देशाच्या राजधानीतून तिच्या मुलीचं बरंवाईट बघण्यासाठी धावत येतात. मदत, सहानुभूती ओसंडून वाहते आहे. तरी पण अभिमानी राजकन्या डोळे उघडत नाहीये. असा राजेशाही थाटमाट मुलीनं स्वत:देखील एक दिवस भोगला असता, कारण तिच्यात तसे गुण, बुद्धी, शक्ती, साहस सारं काही होतं. स्वत:च्या शिंगानं माती उकरायची तिच्यात जिद्द होती. ती लोकांकडून दयेची भीक मागणारी मुलगी नव्हती, आजही ती दयेची भीक मागत नाही, न्यायाची भीक मागते आहे. फक्त तिच्यासाठी नाही –पुढील अनंत भविष्यासाठी – तिच्यासारख्याच अनेक दुर्जयांसाठी. एका मुलीचं तोंड बंद केलं, म्हणून बाकीच्या मुली गप्प राहून नराधमांच्या दुराचाराला सहन करतील, हे आता होणार नाही. दुर्जया आता तोंड उघडतील, डोळ्यांनी जे बघितलं त्याची साक्ष देतील, खरं बोलतील, दंड देण्यासाठी तिच्या मुलीनं आपल्या रक्तानं शपथपत्र लिहिलं आहे. तिला काय आता उठायची इच्छा नाही? डोळे उघडून जगाला आपला चेहरा दाखवायचा नाही? लाजेमुळे मरून झोपायचा तिनं पण का केला आहे? आता काय ती उठणार नाही? दुष्टांनी सगळं नाहीसं केलं. मग मुलीला जन्म देऊन तिनं काय मिळवलं?

'मला हेच दु:ख देण्यासाठी जन्माला आली होतीस का गं माझी राणी? महिनोनमहिने या दवाखान्यात पडून आहे ती काय घरी रिकाम्या हातानं परतू का ग माझे बाई?' कधी कधी असं बोलून वेड्यासारखी तिची आई जोरजोरात रडत असे. सभ्य दिसणारे बाबू लोक तिला समजवायचे, "धीर का सोडता आहात मावशी? तुम्ही रिकाम्या हातानं परत जाणार नाही. आई भगवतीची इच्छा असली तर मुलीला घरी घेऊन जाल, तसं झालं नाही तरी रिकाम्या हातानं मुळीच परत जाणार नाही. दहा लाख रुपये घेऊन जाल. तिच्या आयुष्यभरातदेखील दहा लाख रुपये कमावून एकरकमी तुमच्या हातात ती देऊ शकली नसती. तुमचा मुलगादेखील दहा लाख रुपये तुमच्या हातात देऊ शकणार नाही."

"एँ दहा लाख रुपये! कोण देणार? मुलगी तर माझी मेल्यागत पडली आहे. ती काय यातून उठेल? इतका रोजगार करेल?"

"नाही मावशी, मुलीची गोष्ट सोड. हा पैसा तुम्हाला आमचं सरकार देईल. सरकार तुमच्या मुलीसाठी खूप चिंतेत आहे. मुलींच्या अशा दुर्दशेसाठी देव आहे का नाही माहीत नाही, पण सरकार आहे." सभ्य दिसणाऱ्या एका बाबूनं सांत्वना दिली. आणखी एक सभ्य बाबू तिला म्हणाले, "हँ साहसी! आमच्या राज्यातील मुलगे तर काही कामाचे नाहीत. मुली मोठ्या लक्ष्मीवंत. त्यांच्यासाठी आमच्या सरकारच्या मनात अपार करुणा आहे. मुलीसाठी तुम्हाला नक्की मदत मिळेल. बघू या, ही मुलगी लाखाची का दहा लाखांची." दुर्जयाची आई ते ऐकून स्तब्ध झाली, तिच्या डोक्यात काही शिरत नव्हतं. तिच्या आजूबाजूला कितीतरी जण काही ना

काही बोलत होते. मुलीला शुद्ध आली तरी काही उपयोग नाही. संपूर्णपणे निकामी होऊन पडून आई-बापाला आणखी किती भोगायला लावणार आहे? स्वत:देखील काही कमी भोगायची नाही. जर शुद्धीवर आली तर लाख रुपये घेऊन घरी परतेल, सरकार तिला नेहमीसाठी दवाखान्यात झोपवून उपचार करणार नाही. उलट बिचाऱ्या मुलीला इतका त्रास भोगायला लागू नये. अभागी बापाला दहा लाख मिळू देत! दुर्जयाच्या आईच्या आता सगळं लक्षात आलं. जोरात रडत म्हणाली, "मला दहा लाख काय कोटी रुपये पण नकोत, मला माझी मुलगी हवी आहे. सरकारनं माझी मुलगी परत करू दे."

दुर्जयाचे वडील गप्प बसले होते. चिडचिड करत म्हणाले, "मुलीच्या बदल्यात दहा लाख रुपये! फक्त माझी मुलगी का गेली?, समाजात, घराण्यात असलेला माझा मान सगळं तर मातीला मिळालं. दहा लाख रुपयांत हे सर्व परत मिळवता येईल का? सरकारचे फक्त स्वत:चा मोठेपणा मिरवण्यात लाख लाख रुपये उडतात आणि माझ्या या सगळ्याचं मोल देण्यावेळी इतका कंजूसपणा! तसंही सरकार स्वत:च्या घरून आणून देणार नाहीये." आणखी एक स्वत:ला सभ्य म्हणवून घेणारा म्हणाला, "मग किती रुपये म्हणताहात? बघूया, आपण सरकारच्या कानावर गोष्ट घालू या ...." रागाने तणतणत तिचा बाप म्हणाला, "तुम्हाला सभ्यपणा करायला कोणी बोलावलं आहे हो, बाबू! आमच्या दु:खात आम्हाला सोडून द्या. आमच्यासाठी तुमचे प्राण का कासावीस होत आहेत?" दवाखान्याजवळ रोज कित्येक प्रकारची नाटकं चालली आहेत. वर्तमानपत्रात नित्य नवी कहाणी छापून येत आहे. आपल्या समाजात चांगल्या गोष्टीत खो घालायची सवय असणारी माणसं काही कमी नाहीत. आणखी किती दिवस मुलीचा असा तमाशा चालू राहणार आहे?

तिच्या डोळ्यांतून पाणी येतं. तिचे ओठ कोरडे पडल्यावर तिचे दोन दात दिसतात, म्हणजे दुर्जया कधी कधी थोडं हसते का? तिला सगळं समजतं की काय? डॉक्टर तर म्हणतात की ती कोमात आहे. पण दुर्जयाला खरोखर सगळं काही समजत होतं .. नक्की समजत होतं. पण ती डोळे उघडू शकत नव्हती की बोलू शकत नव्हती. डॉक्टरांचा सगळा डॉक्टरी अभ्यास खोटा ठरवून ती कोमात असूनदेखील तिला सगळं समजत होतं. जे डॉक्टरबाबू तिच्यावर उपचार करत आहेत, ते काय कधी कोमात होते का? कोमात असलेली व्यक्ती ऐकू शकत नाही, याचा काही ठोस पुरावा त्यांना कुठून मिळाला? ते जे काही सांगतात, ते माणसाच्या शरीरासंबंधी शेवटची गोष्ट असते का? दुर्जया सगळं काही ऐकते आहे आणि एक दिवस ती यातून उठून बसणार. इथे दवाखान्यात नाही उठली तरी स्मशानात सरणातून बाहेर येईल. सगळ्यांचे मुखवटे उतरवेल. वडिलांच्या हातातून

दहा लाख रुपये हिसकावून सरणात फेकून देईल. मुलीच्या मरणाचे पैसे घेऊन बाप काय करणार आहे? त्या पैशाचा तो कसा उपभोग घेऊ शकेल? इतकी साधी गोष्ट सरकारच्या लक्षात येत नाही. पैसे हातात देऊन पाप लपवून टाकतील? अशा दुर्जयांसाठी हाच न्याय आहे का? हा न्याय, का तोंड बंद ठेवण्याची लाच? दुर्जयाला सगळं समजतंय, सगळं ऐकू येतय, सगळ्यांना तिनं चांगलंच ओळखलंय. सगळ्यांना ती तोंड उघडायला लावेल. थांबा, जरा वाट पाहा.

दुर्जयाचा मेंदू डेड, असं डॉक्टरांनी जाहीर केलं. मग मुलीच्या श्वासाला कशाला अडवून ठेवलं आहे कोणास ठाऊक? पुन्हा काही दिवस सनसनाटी चर्चा चालू ठेवतील. सात दिवसांनंतर दुर्जयाचा श्वास बंद पडला, असं डॉक्टरांनी जाहीर केलं. तिच्या आईची शुद्ध हरपली, भिंतीवर थडाथड डोकं आपटून तिनं रक्त काढलं. तिच्या वडिलांना तर सरकारनं रडूदेखील दिलं नाही. कोणा एका सरकारी बाबूनं उभ्याउभ्या दहा लाख रुपयांचा चेक टीव्ही कॅमेऱ्यासमोर त्याच्या हातात दिला. कित्येक दिवस झाले तिच्या वडिलांच्या डोळ्यांतील अश्रू सुकून गेले होते. कारण मुलगी मेल्याचं रडणं त्यांनी आधीच रडून घेतलं होतं. चेक हातात धरून तो मोठ्या आवाजात म्हणाला, "मुलीच्या आयुष्याची किंमत झाली दहा लाख रुपये, बाकी माझ्या मान-इज्जतीची किंमत? शिवाय आता मला गावात राहू द्यायचे नाहीत. तिच्या भावाला आता कोणी एक नोकरीदेखील देणार नाही. या सगळ्याचा विचार करता दहा लाख रुपये सरकारनं कोणत्या विवेकबुद्धीनं दिले? गावातून निरोप आला आहे, की तिचं प्रेत गावात आणून देणार नाही, गावाला लाज! म्हणजे तिचं प्रेत घेऊन मला पुरीला स्वर्गद्वारी (पुरीच्या स्मशानभूमीला स्वर्गद्वार म्हणतात. इथे दाह संस्कार केले की मोक्ष मिळतो, अशी समजूत आहे.) न्यायला हवं. त्यात पुन्हा पुरोहित म्हणतात, की इतक्या पापी मुलीच्या आत्म्याला सद्गती मिळणार नाही. ती जिवंत असेपर्यंत जे जे भोगलं, ते साऱ्या जगाला समजलं. आता ती मेल्यानंतर जे जे मी भोगीन, ते तर कोणाच्या दृष्टीला पडणार नाही? या सगळ्यांची बेरीज केली तर वीस लाखांपेक्षा कमी होणार नाही. त्याबरोबरच सरकार आमची पुढची राहण्याची व्यवस्था राजधानी भुवनेश्वरला करेल, माझ्या मुलाला नोकरी देईल. हे होणार नसेल तर दवाखान्यातून प्रेत हलवणार नाही."

'मुलींच्या आयुष्याची किंमत काय दहा लाख रुपये?' दुर्जयाच्या आत्म्याला सगळं समजत होतं, विचार करत होता. कारण तिचा आत्मा तिच्या शरीराच्या चारही बाजूनं फिरत होता, संधी मिळाली तर पुन्हा एकदा तिच्या स्वप्नांना घट्ट पकडून तो कायाप्रवेश करेल. एक बाबू म्हणाला, "मुलीच्या मरणाच्या दुःखात तुम्ही वेडे झाला आहात. ओ बाबू, मुलींच्या आयुष्याची किंमत इतकी नाही हो, जगली तर फक्त लाख रुपये. ही तिची किंमत नाही, मृत्यूची किंमत दहा लाख

रुपये. मुलींच्या आयुष्यापेक्षा त्यांचा मृत्यू जास्त महाग हो. इतकं अगदी योग्य आहे, आणखी आशा करू नका. तुम्हाला जर जास्त मिळालं, तर पूर्वी ज्यांना दहा लाख रुपये मिळाले आहेत, त्यांच्या लांबच्या लांब रांगा सरकारच्या दारात लागतील. देशाचं दिवाळ निघेल. इतक्या पैशात मनाची समजूत काढून घरी परत जा.''

दुर्जयाला इच्छा होत होती, की भूत होऊन सगळ्यांच्या समोर जाऊन उभं राहावं. दहा लाख रुपये आणून फाडून त्याच बाबूच्या तोंडावर फेकावे. तिला काय वेळेवर उपचार मिळाले होते? तिची गोष्ट काय आहे, हे योग्य वेळी सगळे ऐकू शकले होते? तिच्या बेशुद्ध शरीराला याच बाबू लोकांनी बारा जागी फिरवलं होतं. सगळ्यांना तिनं ओळखलं आहे. इतकंच काय, पण तिच्या स्वतःच्या लोकांनादेखील, तिची प्राणप्रिय मैत्रीण मातंगीच्या आई-बापालादेखील तिनं ओळखलं आहे. आज स्वतःच्या आई-वडिलांनादेखील ओळखलं. मातंगी आणि ती, दोघी भूत होऊन सगळ्यांना चांगलाच धडा शिकवतील. दुर्जयाचा आत्मा तिच्या प्रेताबरोबर निघून गेला. तिला मोक्ष देण्यासाठी सगळेच तत्पर होते. पण तिला मोक्ष नको होता.

तिच्या दाहसंस्काराची जबाबदारी मुलींची काळजी घेणाऱ्या सरकारनं घेतली होती. पुरीच्या स्वर्गद्वार स्मशानात दुर्जयाच्या प्रेतावर तूप ओतून तिच्या भावानं तिला मुखाग्नी दिला. दुःखापेक्षा त्याच्या चेहऱ्यावर लाजेची काळोखी जास्त होती. त्याच दुःखानं बिचारा म्लान झाला होता.

तिचा बाप चिंतेत पडला होता. सरकार त्याच्या राहण्याची व्यवस्था भुवनेश्वरला करणार नाही, हे त्याला समजलं होतं. सरकारचा माणूस म्हणाला, ''यासारख्या रोज घडणाऱ्या केससाठी जर सरकार सगळ्यांना राजधानीत राहण्याची व्यवस्था करेल, तर राजधानीत फक्त दुर्जयांचे बाप-भाऊ राज्य चालवतील. ही कसली फालतूची जिद्द धरून बसला आहात. गाववाल्यांना चांगलं जेवायला घालून मुखियाला या दहा लाखातून थोडं फार देऊन संतुष्ट करा. बघा, सगळं ठीक होईल. सगळ्या देशात याचसारखी प्रकरणं घडत आहेत, ते काय तुम्हाला माहीत नाही, त्यांची कुटुंबं काय राजधानी दिल्ली शहरात प्रधानमंत्र्यांच्या घराजवळ येऊन राहतात का काय? उलट इतके पैसे कसे सांभाळायचे, त्याची चिंता करा. आवश्यक असेल तिथे आमचा सल्ला घ्या. नाही तर सगळे लुटून नेतील. आता जास्त आशा केली तर जीवावर बेतायचं.''

चिता जळायला लागली; त्या वेळी दुर्जयाचा पवित्र आत्मा, पापी माणसांच्या पापाच्या विषाला नाकारण्यासाठी, जळत असलेल्या तिच्या कायेत प्रवेश करून आविर्भूत झाला. आता तो पापी माणसांचा संहार करेल. धगधगत्या लालभडक जाळातून दुर्जयाचं जळत असलेलं प्रेत हळूहळू उठून उभं राहिलं. आकाशवाणीसारखा,

आकाश पृथ्वी दुंदुभीत करणारा दुर्जयाचा किंचाळणारा आवाज सगळ्यांना ऐकू आला, 'बंद करा .. बंद करा .. मुलींच्या देहाला घेऊन होणारी राजनीती. मी काय फक्त एक मातीचा गोळा .. फक्त एक 'काया'! घरीदारी तिच्या 'कायेला' यातना देणार, मग भोगणार? त्याच कायेला घेऊन सिनेमा, व्यावसायिक कंपनी, सरकार, शिल्पकार, राजकीय पुढारी, धर्माचे व्यापारी भाव ठरवून व्यापार करणार. बाप, भाऊदेखील वेळ पडली, की मुलीच्या नावानं व्यापार करणार. फक्त त्याच नीच माणसांना नाही, तर मी सगळ्यांनाच जाळून टाकीन ... "लोक काय खरोखर दुर्जयाच्या भुताला बघत होती का त्यांना मेलेल्या आणि जिवंत असलेल्या दुर्जयांनी वेडं करून सोडलं?

'हे काय झालं ... हे काय झालं ... प्रेताला बहुतेक सरणावर व्यवस्थित ठेवलं गेलं नव्हतं.' म्हणत बाप, भाऊ आणि स्मशानातले 'मालभाई' (इथे प्रेत जळावं म्हणून प्रेताला चितेत काठीनं जे ढोसतात, त्यांना हे नाव आहे. इथे तशीच प्रेताला ढोसण्याची पद्धत आहे.) सर्वांनी तिच्या प्रेताला परत नीट चितेवर ठेवलं. मोठमोठी लाकडं तिच्यावर लादली आणि मण मण तूप तिच्या मोक्षासाठी त्यावर ओतलं. एका स्वरात सगळे प्रार्थना करत होते, 'हे परमात्मा, या दुर्जयांच्या मिठीतून या संकटात सापडलेल्या पृथ्वीचे रक्षण कर.'

त्याच्या दुसऱ्या दिवशी वर्तमानपत्रात पहिल्या पानावर ब्रेकिंग न्यूज होती, 'स्मशानात पंचमहाभुतांचं थैमान, चितेवर प्रेतात्म्याचं नृत्य.'

■